Þunglynd ást

Þunglynd ást

ég J N

Indlandi
2023

INNIHALD

KAFLI 1

Þegar ég stend upp og horfi í átt að rúminu mínu verður hálsinn sífellt sárari eftir því sem hljóð byrja að berast frá því.

"Ég mun ekki gráta."
Ég sökk hægt niður á hnén, legg báðar hendur á rúmbrúnina og hleyp fingrunum rólega eftir gulu stjörnunum sem eru dreifðar yfir djúpbláan bakgrunn sængursins - þar til skærir litir þeirra fara að verða óskýrir af tárum mínum sem byrgja sýn mína.

Þegar ég loka augunum og dreg mig lengra inn í rúmið, grafa höfuðið undir bunka af teppum, byrja axlir mínar að hristast þegar grátur berast frá mér kröftuglega. Á augabragði stend ég upp, öskra hátt og rífa teppið af stað til að henda yfir herbergið.

Þegar ég bolta hnefana og leita í örvæntingu að einhverju öðru til að kasta, fljúga koddar úr rúminu mínu. Þegar stúlkan í speglinum starir aftur á mig grátandi grátandi í fyrstu, hleypur síðan á móti okkur, rekst á glerspegil og skellur í milljónir gljáandi bita á teppi, verð ég æ reiðari þar til hnefar okkar rekast á það sem rekast saman og spegill brotnar í tveir. Stúlkan fellur í sundur á teppi.

Enn og aftur sprakk gremjan mín í óviðráðanlegu öskri þegar ég greip í brúnir kommóðunnar og ýtti henni til hliðar og leysti úr læðingi enn eitt reiðiskrautið. Þegar ég hafði komið mér fyrir á bakinu, reif ég upp skúffurnar og dreifði innihaldi þeirra um herbergið; Ég greip í hreinar bláar gardínuspjöld þar til stöngin þeirra klikkaði og þau féllu í kringum mig; Þegar ég teygði mig að staflaða kassa í horninu tók ég einn með kröftugum tökum, tók hann upp og kastaði honum harkalega á vegginn - verk sem aðeins takmarkast af fimm feta þriggja tommu rammanum mínum.
"Ég hata þig!" hrópa ég.

Þegar ég kasta öllu sem ég finn í allt sem verður á vegi mínum, í hvert skipti sem ég opna munninn til að öskra, smakka ég salt úr tárunum mínum þegar þau streyma niður kinnar mínar.

Handleggir Holders gleypa mig aftan frá og grípa mig svo fast að ég verð hreyfingarlaus, þvingar gjörðir mínar út úr huga mér og inn í ómeðvitaðan straum meðvitaðra viðbragða sem koma aðeins fram sem viðbrögð.

„Hættu," skipaði hann blíðlega við eyrað á mér og vildi ekki sleppa mér. Ég heyrði í honum en lét sem ég tæki ekki eftir því; kannski vegna þess að tök hans hertust aðeins meira á mér á meðan ég hélt áfram að berjast gegn kyrkingartaki hans.

"Ekki snerta mig!" Ég öskraði í lungann og klóraði í handleggi hans með báðum höndum.

Aftur, ekkert truflar hann.

Vinsamlegast, ekki snerta mig....vinsamlegast!... plís!...vinsamlegast.

Um leið og rödd hans barst mér til eyrna fann ég mig strax algjörlega viðkvæman í fanginu á honum. Tárin héldu áfram að renna niður kinnar mínar eins og endalaust fljót; það eina sem ég átti eftir að vera var ker fyrir flóðið þeirra.

Ég er veikur og leyfi honum að vinna.

Holder sleppir takinu í kringum mig og leggur báðar hendur á axlir mínar áður en hann snýr mér við til að horfast í augu við hann. En ég get ekki horft beint í augu hans; það eina sem ég á eftir að gera er að sökkva inn í hann af þreytu og ósigri, taka í hnefana af skyrtuefni á meðan ég grét inn í brjóst hans þegar kinn mín þrýstist að hjarta hans. Að lokum leggur hann aðra höndina fyrir aftan bakið á mér áður en hann setur munninn upp að eyra mínu.

"Himinn." Rödd hans er stöðug og róleg. "Þú þarft að fara núna."
Tveimur mánuðum fyrr...
Á sautján árum mínum hafa flestar ákvarðanir sem ég hef tekið verið skynsamlegar. Kannski er hægt að mæla greind út frá þyngd; annars myndu allar heimskulegar ákvarðanir sem ég hefði tekið vega þyngra miðað við þyngd. Morgundagurinn verður sérstaklega mikilvægur þar sem að lauma Grayson inn um svefnherbergisgluggann minn þrisvar sinnum í þessum mánuði gæti velt skalanum í átt að heimsku. Tíminn veitir kannski nákvæmari mælikvarða á heimsku í ákvörðunum svo ég býst við og sjái hvort einhver nái mér áður en ég beiti hamrinum á einhverjar heimskulegar ákvarðanir sem teknar eru í dag eða á morgun.

Þó að gjörðir mínar geti leitt til þess að sumir trúi því að ég sé það, þá er ég ekki drusla nema skilgreiningin þín feli í sér að gera út við marga, án tillits til þess að ég sé ekki aðlaðandi fyrir þá; þá gæti það verið til umræðu.

Grayson hrópaði út um lokaða gluggann: „Flýttu þér," greinilega svekktur yfir aðgerðaleysi mínu.

Opnaðu og lyftu glugganum eins hljóðlega og hægt er, við óánægju móður minnar Karenar, sem annars kann að virðast sérvitur hvað varðar uppeldisval; þegar það kemur að því að strákar smeygja sér inn um svefnherbergisgluggana á miðnætti verður hún dæmigerð ósamþykkjandi móðir þín.

„Rólegt,“ hvísla ég. Grayson lyftir sér upp, kastar öðrum fæti yfir sylluna áður en hann klifraði inn í svefnherbergið mitt í gegnum gluggana mína sem eru aðeins þriggja feta frá jörðinni - eins og að hafa mínar eigin hurðir! Við sex notum gluggana okkar oftar til að fara inn í hús hvors annars en raunverulegar hurðir!
Karen er orðin svo vön því að hún efast ekki einu sinni um hvers vegna glugginn minn er opinn oftast.

Áður en ég loka fortjaldinu lít ég í síðasta sinn í átt að svefnherbergisglugganum hjá Six. Hún veifaði til mín á meðan hún hélt í handlegg Jaxon þegar hann kom inn. Þegar hann var kominn heilu og höldnu inn sneri Jaxon sér við og rak höfuðið aftur út til að hvísla hátt að Grayson að við ættum að hittast við vörubílinn hans eftir klukkutíma - lokaði síðan glugga Six og gluggatjöldum fyrir hana. Síðan hún flutti í næsta húsi árið 2007 höfum við Six orðið óaðskiljanlegir félagar.

Fyrir fjórum árum fluttum við í næsta húsi. Þar sem svefnherbergisgluggarnir okkar liggja að hvor öðrum hefur þetta reynst ótrúlega þægilegt. Fjórtán ára laumaðist ég inn í herbergið hennar á kvöldin til að stela ís úr frystinum og horfa á kvikmyndir saman; um fimmtán, byrjuðum við líka að lauma strákum inn í snakk. Um sextán ára aldur var strákaspjallið hins vegar í fyrirrúmi og núna þegar við erum sautján förum við ekki úr hverju svefnherbergi okkar fyrr en allir strákar eru farnir að heiman áður en við snúum okkur aftur að ís og bíó!

Kærasti Six breytist alveg eins og uppáhalds ísbragðið mitt gerir: Jaxon er núverandi val hennar á meðan Rocky Road er mitt. Grayson og Jaxon eru bestu vinir, sem auðveldaði fyrstu kynningu okkar; þegar Six á aðlaðandi kærasta sem verður nýr smekkur mánaðarins, tek ég honum opnum örmum - í þessu tilviki Grayson. Grayson uppfyllir svo sannarlega þessa lýsingu - líkami hans státar af óneitanlega vöðvum, fullkomlega úfið hár, dökk augu með stingandi augnaráði...verkin! Flestum stelpum myndi finnast heiður bara að vera í návist hans! Grayson stendur vissulega upp úr meðal jafningja sinna sem ótrúlegt eintak - margir myndu líta á það sem heiðursréttindi að vera í návist hans bara að vera viðstaddur hann!

Því miður var ég ekki að hlusta.
Eftir að hafa lokað gardínunum og snúið sér til að finna að Grayson umkringdi mig, tilbúinn til að hefja leik sinn, lagði hann hendurnar á kinnar mínar og leiftraði áhrifamiklu nærbuxnabrosi áður en hann lagði hendurnar á kinnar mínar og blikkaði jafn átakanlegu nærbuxnabrosi. að mér. „Hæ fallega,“ kallaði hann áður en hann kyssti varirnar mínar snöggt án þess að bíða eftir svari áður en hann renndi skónum af sér áreynslulaust á meðan hann hélt áfram göngu okkar í átt að rúminu mínu á meðan hann kyssti mig um leið og fór úr skónum sínum - áhrifamikill en samt ógnvekjandi hversu áreynslulaust honum tókst það. báðar athafnirnar samtímis á meðan ég kyssti mig samtímis þegar ég slakaði mig hægt aftur upp í rúmið mitt áður en ég spurði: "Er hurðin þín læst?" "Er hurðin þín læst?" "Já" "Úps spurði hann;

„Farðu tvítékkaðu," segi ég við hann og hann gefur mér snöggt gogg á varirnar áður en hann stökk upp til að athuga hvort allar hurðir séu tryggðar. Eftir þrettán ár með Karen án þess að hafa nokkurn tíma verið jarðtengd, vil ég enga ástæðu fyrir hana að byrja núna; jafnvel þegar ég verð 18 ára mun hún ekki breyta uppeldisstíl sínum svo lengi sem ég bý undir þaki hennar.

Ekki það að uppeldisstíll móður minnar sé neikvæður; heldur er það ákaflega misvísandi. Þó að hún hafi verið ströng þegar kemur að tækni - við höfðum aldrei aðgang að internetinu, farsímum eða sjónvarpi - hefur hún líka verið einstaklega mild þegar kemur að öðrum sviðum - til dæmis að leyfa mér og Six að fara út hvenær sem við viljum; án þess að hafa útgöngubann sem ég set á sjálfan mig (þótt hún viti hvar við erum); kannski þýðir það að það er í raun og veru til einn en ég átta mig bara ekki á því ennþá?

Henni er alveg sama um að ég blóti öðru hverju; reyndar leyfir hún mér meira að segja að fá mér vín með kvöldmatnum af og til. Hún talar meira eins og ég sé vinkona hennar en dóttir (þrátt fyrir að hafa ættleitt mig fimm ára) og nær einhvern veginn að sannfæra mig um að vera algjörlega hreinskilinn við hana um allt sem gerist í lífi mínu.

Hún fer ekki á milli staða; annað hvort er hún afskaplega mild eða afskaplega ströng - svona eins og íhaldssamur frjálshyggjumaður... eða kannski bara erfitt að skilja það með öllu, þess vegna hætti ég að reyna fyrir mörgum árum.

Eitt svið sem við höfum einhvern tíma verið ósammála um var innritun í opinbera skóla. Karen kenndi mér heimakennslu alla mína æsku (opinberir skólar eru enn ein uppspretta illskunnar), en alveg frá því að Six setti upp hugmyndina hef ég beðið um að skrá mig í almennan skóla - ég held að það að bæta við utanskóla gæti gefið umsóknum mínum betri möguleika á að fá inngöngu í skóla. vilja. Eftir margra mánaða þrálátar beiðnir frá mér og Six gaf Karen loksins eftir og leyfði mér að skrá mig á efri ár þrátt fyrir að ég hafi nú þegar nóg af einingum úr heimanámi og löngun mína til lífsins sem venjulegur unglingur

Hefði ég vitað að Six myndi fara til gjaldeyris í sömu viku og átti að marka efri ár okkar saman, hefði ég aldrei talið almennan skóla sem valkost. En þegar atburðir fóru fram varð almenningsskóli óumflýjanlegur.
Ég get verið þrjóskur og vil frekar limlesta sjálfan mig með gaffli en að segja Karen að hugsanir mínar hafi breyst.

Ég hef gert mitt besta til að forðast að hugsa um að Six fari á þessu ári. Hún vonaði að skiptin myndu ganga í gegn, á meðan eigingirni hluti af mér vildu leynilega að það gengi ekki upp; bara tilhugsunin um að ganga inn um þessar dyr án hennar fyllir mig skelfingu; hins vegar er það óhjákvæmilegt og nógu fljótt mun það þvinga okkur í sundur og ég verð að stíga inn í raunveruleikann með öðru fólki umfram Six og Karen lifa mínu eigin lífi.

Heimur minn er orðinn einstakur ævintýralegur endalokum þar sem lestur er eina leiðin mín til að nálgast hann. Lestur hefur afhjúpað mig fyrir sumum (kannski ýktum) hryllingi framhaldsskólalífsins eins og fyrstu dagarnir, klíkurnar og vondar stelpur; Svo ekki sé minnst á þá fullyrðingu Six að bara með því að vera ein með henni sé fyrsti dagurinn í skólanum frekar óþægilegur! Afrekaskrá hennar með einlífi gæti líka ekki verið tilvalin á meðan sumir af fyrri elskendum mínum gætu ekki staðið við loforð sín um trúnað - sem gerir fyrsta daginn spennandi!

Óhagstætt orðspor mitt mun ekki hafa áhrif á markmið mitt frekar; svo lengi sem það truflar ekki að ná því markmiði, þá mun allt ganga vel.

Grayson gengur aftur í átt að rúminu mínu eftir að hafa athugað hvort hurðin mín sé tryggilega læst, brosir mér ómótstæðilega tælandi og spyr: "Viltu stríðni?". Sveifla mjöðmunum og draga upp skyrtuna sína til að sýna harðunnið sett af kviðarholi sem hann vill láta sjá sig við hvert tækifæri; Grayson er svo sannarlega bara annar sjálfhverfur vondi drengurinn!

Ég hlæ þegar hann snýst skyrtunni um höfuðið á sér og kastar henni að mér áður en hann rennur ofan á mig aftur, rennir hendinni fyrir aftan hálsinn á mér til að toga varlega munninn aftur á sinn stað.

Grayson kom inn í herbergið mitt í fyrsta skipti fyrir rúmum mánuði og gerði það strax ljóst að hann væri ekki að leita að neinu rómantísku; þegar ég sagði honum þetta klikkaði þetta hjá okkur báðum; þó að þekkja hvert annað muni að lokum leiða okkur í sundur í skólanum; því miður hef ég áhyggjur af því að þetta gæti valdið vandræðum okkar á milli; sem í grunninn er ekkert nema jákvætt!
Hann hefur aðeins verið hér í nokkrar mínútur og þegar hann er með höndina uppi í skyrtunni minni, sem segir mér að hann hafi ekki verið hér vegna örvandi samtals. Varir hans fara frá munni mínum til að hygla hálsi mínum; þegar þeir hætta nota ég tækifærið til að anda djúpt og reyna enn og aftur að finna einhverja tilfinningu.

Ekkert.
Augu mín reka í átt að plaststjörnunum sem ljóma í myrkri sem festar eru við loftið fyrir ofan rúmið mitt, óljóst meðvituð um varir Graysons sem hafa þokast nær. Alls eru sjötíu og sex stjörnur; Ég veit þetta vegna þess að í nokkrar vikur núna hef ég haft nægan tíma til að telja þær á meðan Grayson er að skoða andlit mitt, háls og stundum brjóst með tungu-lagandi vörum sínum.

Af hverju leyfi ég þessum einstaklingi að sækjast eftir þessum valkosti þegar ég er ekki sammála þeim?

Því miður hef ég aldrei fundið fyrir tilfinningalegri tengingu við neinn karlmann sem ég geri út með; það hefur því miður alltaf verið einhliða. Einn strákur, Matt, var nálægt því að koma af stað hvers kyns líkamlegum eða tilfinningalegum viðbrögðum í mér einu sinni; því miður reyndist það sjálfframkallað blekking. Við stefnum saman í minna en einn mánuð þar til einkennilegar venjur hans náðu yfirhöndinni á mér; eins og að neita að drekka vatn í gegnum strá; nasir hans blossa upp rétt áður en hann hallaði sér að kossum; eða segja mér að hann elskaði mig eftir aðeins þrjár vikur eftir að hafa orðið einkafélagar.

Já, þessi síðasta sló í gegn fyrir Matty boy. Kveðja.

Við sex höfum margoft rætt skort minn á líkamlegum viðbrögðum við strákum. Á einum tímapunkti grunaði hana jafnvel að ég gæti verið samkynhneigður; eftir óþægilegan „kenningapróf" koss á sextán ára aldri komumst við báðir að þeirri niðurstöðu að þetta væri ekki raunin - þó það þýði ekki að ég hafi ekki gaman af því að umgangast stráka! "Já, ég hef gaman af stefnumótum - annars myndi ég ekki gera það - en ekki af sömu ástæðum og aðrar stelpur gera. Aldrei hef ég verið heilluð eða upplifað fiðrildi áður; og hugmyndin um að einhver láti mig roðna virðist algjörlega framandi." Ánægja mín af því að umgangast stráka liggur í hæfileika þeirra til að gera mig fullkomlega og þægilega dofinn. Aðstæður eins og ég núna með Grayson leyfir huganum að slaka á; Hugsanir mínar hætta einfaldlega og víkja fyrir þessari dásamlegu tilfinningu sem gerir það að vera svo afslappandi og ánægjulegt.

Augu mín voru bundin á sautján stjörnurnar sem voru innan um efri hægri fjórðung þyrpingarinnar á loftinu þegar raunveruleikinn tók við.
Grayson hefur gengið lengra en ég leyfði honum nokkru sinni áður með því að snerta fötin mín og ég átta mig fljótt á því að hann hefur hneppt af gallabuxunum mínum, á meðan fingur hans hreyfast eftir bómullarkantinum á nærbuxunum mínum.

"Nei, Grayson," hvísla ég og ýti hendinni frá honum.

"Komdu, Sky." Hann dregur höndina til baka og nöldrar, þrýstir enninu í koddann minn áður en hann þrýstir kinn sinni að mér með enninu. Hann andar þungt í hálsinn á mér og veltir þyngdinni yfir á hægri handlegginn á meðan hann horfir niður á mig með brosinu sínu til að reyna að leika mig upp með það.

Sagði ég að ég er ónæmur fyrir nærbuxnabrosinu hans?

"Hversu lengi ætlarðu að halda þessu áfram?" Hann teygði hendina yfir magann á mér og þrýsti fingurgómunum aftur að gallabuxunum mínum.

Húðin mín skríður þegar ég reyni að komast undan tökum á honum. "Hvað er í gangi?" Ég spyr hann blíðlega til að slaka á.

Hann ýtti upp höndunum og horfði niður á mig eins og ég væri algjörlega hugmyndalaus, „Þessi „góða stelpa" athöfn sem þú hefur verið að reyna að gera er að verða þreytandi; við skulum bara gera þetta nú þegar! "Við skulum bara fara að vinna."

Öfugt við almennar skoðanir er ég ekki drusla. Enginn af strákunum sem ég hef átt í sambandi við, þar á meðal Grayson, hefur nokkurn tíma upplifað kynferðislega ástríðu í nokkurri mynd; þó að skortur minn á kynferðislegum viðbrögðum geri það auðveldara fyrir fólk sem ekki kannast við kynferðislega nánd að taka þátt í því með tilviljunarkenndum ókunnugum, en þegar farið hefur verið yfir þessa línu verður ómögulegt fyrir sögusagnir um mig að vera ekki bara rangar heldur vera staðfestar sem staðreyndir; þannig að réttlæta það sem aðrir hafa verið að segja um mig í næstum 18 ár af meydómi mínum! Ég get trúað næstum 18 ára meydómi mínum til mikillar þrjósku!

Um leið og hann kom fann ég sérstakan ilm af áfengi í andardrættinum. Ég ýtti að brjósti hans og sagði eitthvað á þessa leið: "Þú ert fullur." Eftir að hann fór fram af mér stóð ég upp til að hneppa buxurnar mínar og draga skyrtuna aftur á sinn stað - léttur yfir því að hann var drukkinn en spenntur eftir því að hann yfirgefi nærveru mína alveg.

Hann sest upp á rúmbrúninni og grípur um mittið á mér og dregur mig að sér. Hann vefur handleggina um mig og leggur höfuðið að maganum á mér áður en hann sagði „Fyrirgefðu" á meðan hann kúrir rassinn á mér og þrýstir vörum sínum að þar sem skyrtan mín mætir gallabuxunum. „Ég held að ég geti ekki sætt mig við að koma hingað aftur ef þú leyfir mér ekki að hafa þig," lækkar síðan hendurnar til að kúra rassinn á mér áður en hann þrýstir vörum hans að þar sem skyrtan mín mætir gallabuxum - „það er bara svo ákaft!" - þá lækkar hendurnar sínar bolaðar og cupped rassinn minn, þrýstir vörum hans að þar sem skyrta mætir gallabuxnahúð þar sem skyrta mætir gallabuxum á meðan að þrýsta vörum þeirra við húð þar sem skyrta mætir gallabuxum og þrýsta vörum á móti þessu svæði á milli skyrtu-skinns til að klára.
"Ekki koma hingað." Ég rek augun og bakka frá honum áður en ég geng í átt að glugganum. Um leið og ég opnaði það var Jaxon þegar á leið út um glugga Six; okkur tókst einhvern veginn að stytta heimsóknina úr klukkutíma langri heimsókn niður í aðeins 10 mínútur! Sex gefur mér þetta vitandi „tími fyrir bragðbreytingu" útlitið.

Hún eltir Jaxon út um gluggann sinn og gengur til mín og spyr: "Er Grayson líka drukkinn?"

"Slá þrjú." Ég kinka kolli og horfi aftur í átt að Grayson sem lá letilega aftur á rúminu án þess að vita að hann væri ekki lengur velkominn. Ég gekk til og tók skyrtuna hans áður en ég kastaði henni í andlitið á honum um leið og ég sagði: "Farðu." Grayson horfði á mig með vantrú áður en hann rann á endanum óánægður af stað þegar hann áttaði sig á því að ég var ekki að gera grín af neinu tagi og fór í skóna hans aftur, túttaði eins og reiðt fjögurra ára barn áður en ég stóð til hliðar til að hleypa honum út.

Sex bíða þangað til Grayson hefur hreinsað gluggann áður en hann klifraði inn þegar einn af strákunum nefndi „hóra". Þegar inn er komið rekur Six augun og rekur út höfuðið til að líta út aftur.

"Fyndið hvað við erum hórur því þú varst ekki lagður. Fífl!" Hún lokaði glugganum áður en hún stefndi í átt að rúminu sínu og settist niður, krossaði hendurnar fyrir aftan bakið á honum áður en hún fór yfir þær enn og aftur fyrir höfuðið: „Og önnur bítur í rykið.

Hláturinn minn var skyndilega styttur þegar Karen brýst skyndilega inn um svefnherbergishurðina mína með miklum látum og opnar hana strax áður en hún færði sig til hliðar fyrir innganginn. Karen leit snöggt í kringum sig þar til hún fann Six sofandi á rúminu mínu áður en hún bregst hratt við til að grípa til aðgerða gegn mér og læsa svefnherberginu mínu.

"Fjandinn!" hrópar hún hissa þegar ég sný baki og horfi á hana. Hendur hennar hvíla ofan á mjöðmum hennar þegar hún kinkar kolli á mig áður en hún heldur áfram: „Ég gæti sver það að ég heyrði í strákum hérna."

Þegar ég nálgast rúmstokkinn hennar eykst kvíðinn hratt. „Og þú virðist vera vonsvikinn vegna þess að..." Viðbrögð hennar við ákveðnum aðstæðum virðast oft vera í mótsögn við mín.

"18 ára afmælið þitt nálgast óðfluga. Tíminn er að renna út til að innleiða jarðtengingarpöntunina mína fyrir þig. Nú er kominn tími til að þú farir að hegða þér meira." Um leið og ég áttaði mig á því að henni var ekki alvara, dró verulega úr léttarandvarpinu. Þó ég fann til samviskubits yfir því að hún hefði ekki tekið eftir því að ég var bara búin að finna fyrir dóttur hennar fimm mínútum fyrr hérna í þessu herbergi! Hjartsláttur minn sló svo hátt í brjóstið á mér; það fékk mig til að hafa áhyggjur af því að hún gæti heyrt það!
"Karen?" Sex fyrirspurnir fyrir aftan okkur. "Ef það hjálpar, þá voru tveir töffarar að gera útaf við okkur áður en þú komst inn - en þeir höfðu drukkið. Þannig að við rákum þá út."

Kjálkinn á mér fellur og ég sný mér við til að gefa Six svip sem vonandi sýnir að kaldhæðni er aldrei fyndin þegar hún er notuð beint. Karen hlær og segir: „Kannski hittirðu góða, edrú menn á morgun.

Ég ætti ekki lengur að hafa áhyggjur af því að Karen heyrði hjartsláttinn minn; það virðist vera alveg hætt.

"Eðrú strákar? Ekkert mál," Six hló blikandi til mín. Karen spurði síðan Six, þegar þau lögðu leið sína heim: Ertu að gista?" „Já," svaraði Six á sinn einkennandi hátt um leið og við tókum sæti.

Aftur við svefnherbergisdyr Six yppir hún öxlum. "Ég held að við ættum að vera heima hjá mér í kvöld. Þessi vika markar síðasta vikan sem ég sef í mínu eigin rúmi eftir sex mánuði; auk þess er Channing Tatum í sjónvarpinu!"

Karen lítur til baka og ég sé það byrja.

"Ekki, mamma." Þegar ég byrjaði að ganga í átt að henni gat ég séð þoku safnast í augu hennar og heyra "Nei, nei" er endurtekið aftur og aftur þar til það er of seint; hún var farin að gráta stjórnlaust. Að gráta er eitthvað sem mér finnst sérstaklega pirrandi - ekki vegna tilfinningalegra viðbragða heldur bara vegna þess hversu óþægilegt það gerir lífið fyrir alla sem taka þátt.

„Bara eitt í viðbót," bað Karen um leið og hún hljóp í átt að Six. Ég held að hún gæti jafnvel verið sorglegri yfir því að Six fari en ég! Þegar Six brást við, gaf Karen annað faðmlag og blikkaði mig handan öxlarinnar á Karen, varð ég næstum því að rífa þau í sundur svo Karen færi úr herberginu mínu!

Sex nálgast dyrnar aftur. Hún snýr sér við í síðasta sinn og segir við hann: "Ég vona að þú hittir heitan ítalskan strák!"

„Ég verð að hitta fleiri en bara einn," segir Six kaldhæðnislega.

Um leið og Karen gengur út um dyrnar, snýst ég um og stökk upp í rúmið mitt áður en ég stökk upp á handlegg Six til að gefa honum létt högg sem svar. "Þetta var alls ekki fyndið; ég hélt að ég hefði lent í því!" Ég hrópa áður en ég kýli hann aftur í handlegginn á honum.

Hún hlær og grípur í höndina á mér áður en hún stendur upp. "Komdu, ég er með Rocky Road fyrir þig!"

Hún þarf ekki að spyrja tvisvar.

2. KAFLI

Í dag var fyrsti dagurinn minn aftur í skólann og það var ekki nauðsynlegt að vakna snemma - eftir mikla umhugsun ákvað ég að bíða þangað til kennslu lauk og keyra í staðinn.

Nú þegar ég á bílinn minn treysti ég ekki á neinn nema sjálfan mig til að mæta tímanlega í skólann. Ekki aðeins er ég að mæta á réttum tíma; reyndar kem ég 45 mínútum of snemma! Auk þess fæ ég frábæran stað sem þriðji bíllinn á bílastæðinu.

Á meðan ég bíð nota ég aukatímann minn til að skoða íþróttaaðstöðuna nálægt bílastæðinu, til að undirbúa mig fyrir að prófa fyrir brautarliðið. Núna veit ég allavega hvert ég á að fara í stað þess að sitja auðum höndum í bílnum mínum og telja niður mínútur þar til tilraunir hefjast.

Við brautina var einhver að hlaupa hringi yfir völlinn; Ég sneri kröppum hægri beygju og stefndi upp á salinn. Þegar ég var kominn á toppinn tók ég mér sæti alveg á brúninni til að taka inn í nýja umhverfið mitt og skoða það sem fyrir mér lá - ekki eins stórt eða ógnvekjandi og búist var við. Sex hafði búið til handteiknað kort fyrir mig og skráð nokkur mikilvæg atriði á því, svo þegar ég kom heim síðdegis þá dró ég það upp úr bakpokanum mínum til að skoða það fyrst - kannski þar sem hún fékk sektarkennd fyrir að hafa verið yfirgefin?

Þegar ég skoða skólalóðina og skoða kortið, hvarflar hugurinn að leiðsögn þess: kennslustofur í einni byggingu til hægri; hádegisverðarsalur til vinstri; íþróttir fyrir aftan ræktina. Það er mikill listi yfir leiðbeiningar frá henni sem ég byrja að lesa yfir.

Aldrei nota salernið við hlið vísindastofunnar. Ekki einu sinni.

-Til að forðast að líta út fyrir að vera heimskulegur skaltu alltaf vera með bakpokann á aðeins annarri öxl - aldrei með tvöföldu handleggi, sem lítur út fyrir að vera óþægilegt og tilgangslaust. Athugaðu alltaf þegar þú kaupir mjólk til að ganga úr skugga um að dagsetningin á miðanum hafi ekki liðið án vandræða.

Vertu vinur Stewart, viðhaldsstarfsmannsins. Það mun gera þér gott að hafa hann í liðinu þínu!

-Kaffistofan. Ef það er vont veður skaltu bara sýna sjálfstraust þegar þú ferð inn og láta eins og þú vitir nákvæmlega til hvers er ætlast af þér þegar þú ferð inn. Fólk finnur lyktina af ótta.

Ef Mr. Declare er úthlutað sem stærðfræðikennari þinn, skaltu setjast aftast án þess að hafa augnsamband og forðast að hafa augnsamband - þessi strákur elskar framhaldsskólastúlkur, greinilega! Til að hámarka möguleika þína á A skaltu setjast fremst í staðinn.

Á þessari stundu get ég ekki lengur lesið, hugur minn er enn fastur í "þeir finna lykt af ótta." Á stundum sem þessum óska ég eftir farsíma svo ég gæti hringt í Six og krafist skýringa. Í staðinn brýt ég saman og legg frá mér blaðið áður en ég horfi í átt að einum hlaupara sem situr með bakið snúið að mér á brautinni á meðan ég teygir mig. Hann lítur út eins og annað hvort nemandi eða þjálfari; Ef til vill gæti það gefið Grayson meiri ástæðu að sjá ekki klæddan líkama sinn til að slíta kviðinn svo opinskátt.

Um leið og hann fór út úr hliðinu og nálgaðist einn bílanna á bílastæðinu greip hann skyrtu af framsætinu áður en hann dró hana yfir höfuð sér og lokaði hurðinni áður en hann ók í burtu, rétt þegar bílastæðið byrjaði fljótt að fyllast.

Ó Guð.
Ég gríp bakpokann minn með báðum handleggjum þétt í gegn og fer síðan niður stigann sem leiðir beint inn í helvíti.

Sagði ég helvíti? Nei. Almenningsskólinn hefur sannað allt sem ég óttaðist að það yrði og meira til. Þó að kennslustundir séu ekki svo slæmar, þá var nóg að hafa notað klósettið við hlið vísindastofunnar minnar til að skilja eftir óafmáanlegt ör á sínum stað sem mun líklega aldrei gróa.
Sex sagði mér að þessi aðstaða þjónaði meira sem ólöglegt hóruhús en raunverulegt salerni hefði gert.

Þegar fjórða tímabilinu lýkur hef ég heyrt stelpur hvísla druslu og hóru þegar ég geng fram á ganginum. Það, og nýlegt atvik þar sem hrúga af dollara seðlum féll úr skápnum mínum ásamt seðli undirrituðum af skólastjóra og á stóð „Því miður kom skápurinn þinn ekki með stöng, drusla. eru öruggar vísbendingar um að ég sé ekki lengur velkominn hingað.

Þegar ég stara niður á miðann minn með þröngum vörum og sætta mig við sjálfskipað örlög mín sem verða næstu tvær annirnar með skömminni, er það skammarlega augljóst að ég er að sætta mig við örlög sem ég leiddi yfir mig. Fyrir þennan tímapunkt trúði ég að fólk hagaði sér bara svona í bókum; nú virðist sem þeir séu til frá fyrstu hendi! Þar að auki munu mörg prakkarastrik sem verið er að leika gegn mér líklega fylgja því sem er að gerast núna - eins og að gefa peninga sem móðgandi látbragð. Hver gefur peninga sem móðgun? Sennilega einhver auðugur einn eða fleiri.

Ég sé að hópurinn af fáklæddum stelpum fyrir aftan mig ætlast til þess að ég sleppi dótinu mínu og hlaupi grátandi á klósettið sem svar. Það eru þó þrjú atriði með væntingar þeirra.

1) Ég græt ekki. Alltaf.
2) Eftir að hafa heimsótt það salerni mun ég ekki fara aftur.

3) Peningar eru eitthvað sem ég kann að meta, svo hvers vegna ætti einhver að forðast þá?

Bakpokinn minn lendir á jörðinni fyrir neðan skápinn minn og ég byrja að safna peningum - tuttugu eins dollara seðlar eru á víð og dreif um gólfið, á meðan yfir tíu eru eftir inni í skápnum mínum - til að bæta öllu saman og troða öllu í bakpokann minn fyrir kl. skipta um bækur, loka skápnum mínum, renna honum á báðar axlir og brosa breitt að því sem framundan er.

"Segðu feðrum þínum að ég hafi sagt takk." Ég geng fram hjá hópi stúlkna (hlæja ekki lengur) og hunsa augun þeirra.

Þegar hádegisverður nálgast, og það verður ljóst af grenjandi rigningunni að Karma hefur hefnt sín í slæmu veðri, má gera ráð fyrir að Karma hafi brugðist við á einhvern sérstakan hátt - en hver það gæti verið er enn óljóst.

„Ég get þetta," hugsaði ég með mér, lagði hendurnar á hurðirnar að mötuneytinu og opnaði þær og bjóst hálfpartinn við því að eldur og brennisteinn myndi taka á móti mér við inngöngu.

Um leið og ég geng inn um dyrnar, þá er það ekki eldur og brennisteinn sem ég lendi í, þetta er kakófónía hávaða í ætt við allt sem eyru mín hafa áður upplifað - eins og allir reyna sitt besta til að gera hvern annan upphátt með því að hækka röddina hærra en allir aðrir á þessu mötuneyti - eins og ég hafi bara skráð mig í skóla fullan af háværum!

Þegar ég reyni að sýna sjálfstraust geri ég mitt besta til að vekja ekki óæskilega athygli frá neinum hópi - hvort sem það eru strákar, klíkur, útskúfaðir eða Grayson sjálfur. Á miðri leið að matarlínunni án óhappa var ég dreginn með þegar einhver renndi handleggnum sínum í gegnum minn og dró mig til hliðar.

„Ég er búinn að bíða eftir þér," segir hann og án þess þó að gefa honum tíma til að sjá andlit mitt almennilega, byrjar hann að leiðbeina mér yfir mötuneytið á meðan hann vefur á milli borða. Í fyrstu fannst mér þessi skyndilega truflun pirrandi; en eftir að hönd hans grípur mína og dregur mig hraðar á eftir sér hætti ég að mótmæla og fer bara með hana.

Af bakinu á honum er augljóst að hann hefur stíl, jafnvel þótt þessi stíll gæti verið óhefðbundinn. Hann klæðist flennelskyrtu sem er brún í heitt bleiku til að passa við skóna, svörtum buxum sem myndu slétta flestar fígúrur, en leggja þó aðeins áherslu á veikburða ramma hans og dökkbrúna lokka sem hafa verið skornir stuttir á hvorri hlið og látnir vera lengri að ofan ásamt dökkum augu sem líta aftur á mig þar til við stoppum báðir og sleppum höndum okkar í einu.

"Víst ekki hóran í Babýlon." Hann brosir til mín; svipur hans var bæði harður en þó hjartfólginn í einu. Hann tók sér sæti við borðið með tvo bakka fyrir framan sig en aðeins einn hann sitjandi; færði svo einn til mín til að við ræddum bandalag saman. "Komdu. Sestu; Við höfum bandalagssamning til að ræða."
„Ég er hreyfingarlaus í nokkrar sekúndur á meðan ég hugsa um umhverfi mitt. Ég er óviss um hver þessi krakki er en hann virðist hafa séð fyrir komu mína; ekki gleyma því að hann kallaði mig bara út sem „hórulík" á meðan það virðist sem hann gæti hafa keypt mér hádegismat." Þegar ég lít til hliðar til að reyna að bera kennsl á hann nánar, dregur bakpokinn hans auga mitt.

"Finnst þér gaman að lesa?" Ég spurði og tók eftir bók sem gægðist upp úr bakpokanum hans - bók sem var ekki fræðileg kennslubók! Eitthvað sem ég hélt að væri glatað með internetáhuga þessarar kynslóðar. Þegar ég teygði mig, tók ég bókina hans upp úr töskunni og tók mér sæti á móti honum áður en ég spurði: „Hvaða tegund er þetta? Vinsamlegast ekki segja sci-fi.

Hann hallar sér aftur í sætinu og lítur út fyrir að hafa unnið eitthvað stórt - kannski gerði hann það, miðað við að ég sit hérna!

"Skiptir það ekki máli undir hvaða tegund bók fellur, ef sagan sjálf er góð?" spyr herra Lear.

Þegar ég fletti í gegnum síðurnar, óviss um tegund þess, virtist rómantík líkleg. Miðað við útlitið eitt og sér gæti félagi minn bókaormur líka kunnað að meta slíkar sögur?

"Er það nokkuð gott?" spyr ég um leið og ég fletti því.

"Já, vinsamlegast geymdu það. Ég kláraði það í tölvuveri."

Þegar ég lít upp til hans, enn fullur af sigurglampa hans, lagði ég bókina frá mér í bakpokanum áður en ég hallaði mér fram og skoðaði bakkann minn - fyrsta forgangsverkefni mitt er að athuga hvort það sé mjólk eftir rétt dagsett (það er það).

"Hvað ef ég væri grænmetisæta?" spyr ég á meðan ég horfi á kjúklingabringurnar í salatinu.

"Svo borðaðu í kringum það," stingur hann upp á.

"Jæja, þú ert heppinn því ég er það ekki." „Svo ég skal bara segja þér eitthvað: þessi kjúklingur bragðast ekki nærri því eins vel."

Hann brosti áður en hann tók upp sinn eigin gaffal og byrjaði að borða.

"Á móti hverjum erum við að mynda bandalag?" Ég er forvitinn um hvers vegna ég hef verið valinn í þessa bandalagsmyndun.

Hann lítur í kringum sig, lyftir síðan hendinni upp í loftið og snýst henni allt í kring áður en hann segir: "Fávitar. Djókar. Ofstækismenn. Tíkur." Þegar hönd hans kom niður tók ég eftir því að allar neglur hans höfðu verið málaðar svartar þar sem þetta virtist fanga skap hans fullkomlega; eftir að ég skrifaði ummæli þá tuðaði hann og sagði eitthvað eins og: "Ég valdi svart vegna þess að það tjáði best hvernig mér líður í dag - kannski þegar þú hefur tekið þátt í leit minni mun ég breyta því fyrir eitthvað glaðlegra - kannski eitthvað eins og gult!"
"Ég hata gult. Farðu með svörtu, það mun passa við hjarta þitt."

Hann hlær af einlægri, hreinni gleði sem fyllir mig hamingju og lætur mig líka við...þennan krakka sem ég þekki ekki einu sinni með nafni.

"Hvað heitir þú?" Ég spyr.

"Góðan daginn, Sky. Það er að minnsta kosti von mín; kannski áður en ég segi þér frá vondu og sadisísku áætluninni minni um að taka yfir skólann í gegnum tveggja manna bandalagið okkar."

"Hæ, Sky. Hafðu engar áhyggjur; ekkert virðist athugavert við áætlunina mína ennþá. Það sem ég er þó forvitinn um er hvernig þú veist hver ég er; ég þekki fjóra eða fimm stráka úr þessum skóla og hef gert út við hvern og einn; af hverju höfum við ekki hist áður?"

Í fyrstu hélt ég að ég sæi það sem virtist vera samúð í augum hans, en það varði bara augnablik. Til allrar hamingju fyrir hann hvarf þessi augnablikssvip fljótt á eftir.

Breckin yppir öxlum. „Ég er nýr hér og miðað við mína óaðfinnanlega tískuvitund, þá ætti að vera óhætt að gera ráð fyrir að ég sé..." hann hallar sér fram og ber höndina að munninum næðislega: „Mormóni."
Ég hlæ upphátt þegar Breckin hvíslar játningu sinni upphátt: "Og hér hélt ég að þú værir að fara að segja hommi."

„Það líka," svarar hann með úlnliðsveifu, leggur hendurnar undir höku og hallar sér fram nokkra tommu. "Sky, ég tók eftir þér í bekknum í dag og tók eftir því hversu ný í skólanum þú ert líka. Eftir að hafa séð nektardanspeningana detta út úr skápnum þínum fyrir fjórða tíma án þess að þú bregst neikvætt við því, vissi ég að okkur væri ætlað að vera það. Með því að vinna saman Ég tel að við getum komið í veg fyrir að minnsta kosti tvö óþarfa sjálfsvíg unglinga á þessu ári. Svo, hvað segirðu, viltu verða besti vinur minn í allri tilverunni?"

„Auðvitað," svara ég, „en ef þessi bók veldur okkur vonbrigðum skulum við meta vináttu okkar í samræmi við það."
Breckin var bjargvættur minn í dag...og sannur mormóni. Við deilum mörgu líkt, en þó mörgum ólíkum, sem gerir hann enn meira aðlaðandi. Hann ættleiddi sjálfur en hélt nánum tengslum við fæðingarfjölskyldu sína, foreldrar hans trúa því að samkynhneigð hans (orð hans, ekki mitt) stafi af því að deila ekki blóðlínu með þeim og vona að það fjari út með fleiri bænum eða útskrift úr menntaskóla; en að hans mati magnast það bara.

Hann dreymdi um að verða fræg Broadway-stjarna einn daginn, en þar sem hann skortir söng- eða leikhæfileika varð hann að minnka drauminn og skrá sig í viðskiptaskólann í staðinn. Ég sagði honum að ósk mín væri að læra skapandi skrif svo að ég gæti setið í jógabuxum og skrifað bækur á meðan ég maula ís allan daginn - þegar hann var spurður af honum hvaða tegund ætti að skrifa það í svari mínu var: „Það gerir það ekki skiptir máli svo lengi sem það er gott!" Þessi yfirlýsing innsiglaði örlög okkar saman.

Nú er ég á leiðinni heim, að ákveða hvort ég eigi að deila með Six því sem hefur gerst á fyrsta degi eða fara í matarinnkaup til að fylla á koffínforðann í undirbúningi fyrir hlaupið á morgun.

Val mitt hallast þyngra að sex, en samt sigrar koffín í þessari baráttu.

Aðal fjölskylduframlag mitt er matarinnkaup í hverri viku. Karen lifir óhefðbundnum vegan lífsstíl, þannig að matarinnkaup eru orðin eitthvað sem ég hlakka eiginlega til að gera. Þegar ég versla ein og sér vil ég helst taka fram sex pakka af gosi og stærsta poka af bitastærð Snickers sem ég get fundið fyrir körfuna og geyma geymsla falið einhvers staðar í svefnherberginu mínu; flestir unglingar geta geymt sígarettur eða marijúana; Ég geymi sykur. Um leið og ég kem að kassanum kannast ég við stelpuna sem hringdi í mig úr enskutímanum mínum sem afgreiðslumaður. Nafnamerki hennar er Shayla en auðkenni hennar gæti auðveldlega misskilist ef raunveruleg auðkenni hennar væri þekkt fyrir mig; Shayna/Shayla táknar allt sem ég óska mér eftir: hátt, kraftmikið og sólkysst ljóst hár með fullkomnum fimm-þrjú hlutföllum (ég get mögulega náð þremur á góðum dögum) en að viðhalda þessari lengd myndi krefjast tíma, þolinmæði og vígslu miðað við sex tommur mínar framhjá öxlum - oft haldið uppi vegna raka í suðurhlutanum!

"Ertu ekki í vísindatímanum mínum?" Shayna/Shayla spyr.

„Enska,“ leiðrétti ég hana, sem hún svarar reiðilega með, „Já, ég talaði ensku, þess vegna spurði ég um bekkinn hennar „Science“.“ Ég segi henni að bekkurinn felur ekki í sér tungumálakennslu svo við erum það“ hún talar sama tungumálið og hún heldur því fram "Ó nei, þú varst ekki hér?".

Vá. Kannski vil ég ekki vera svona ljóshærð lengur.

"Nei," svara ég, "ég meinti enskutíma eins og í 'I'm not in your Science class; I'm here in your English class'".

Eftir að hafa horft á mig tómlega í smá stund brosir hún og hlær, áttaði sig á því hvað var í gangi áður en hún las upp heildartöluna mína á skjánum fyrir framan okkur. Ég teygði mig snöggt í vasa minn til að ná í kreditkortið fljótt til að binda enda á það sem gæti orðið óþægilegt samtal, ég skila því fljótt í von um að fljótlega muni hún loka þessum flipa fyrir mér og fara á næsta viðskiptavin sinn.

"Ó nei," hvíslaði hún hljóðlega. "Sjáðu hver er kominn aftur."

Ég lít upp og hún virðist horfa beint fyrir aftan mig á einhvern í annarri afgreiðsluröð.

Ekki nákvæmlega; hún munnar yfir einhverjum fyrir aftan mig í afgreiðslulínunni.

"Hæ, Holder!" segir hún kurteislega um leið og hún brosir honum aðlaðandi á vör.

Eru þeir bara að slá augnhárin? Já. Hún gerði það svo sannarlega - sem kom mér á óvart þar sem ég hélt að þetta gerðist bara í teiknimyndum!

Ég sný mér við og reyni að bera kennsl á hver þessi dularfulla Holder-fígúra var sem hefur tekist að svipta Shayna/Shayla hvers kyns reisn eða sjálfsvirðingu sem hún gæti einu sinni haft. Maðurinn lítur upp til hennar með áhugaleysislegu augnaráði og kinkar kolli til að viðurkenna - og ég er undrandi á því hver þetta gæti hafa verið.

„Hæ...“ Hann lítur upp, ringlaður á nafnmerki hennar. "Shayla." Hann snýr sér við.

Athygli er vakin aftur á gjaldkera hans. Er hann að hunsa hana? Ein af fallegustu stelpunum í skólanum virðist vera fús til að nálgast hann, samt lætur hann eins og það sé óþægindi? Virðist ekki mannlegt... Svona ættu strákar sem ég þekki ekki að haga sér!

Hún verður pirruð þegar ég þekki ekki nafnið hennar; "það er Shayna!" fullyrðir hún með pirruðum tón. Ég sný mér snöggt í átt að Shaynu og nota kreditkortið mitt í gegnum vélina fyrir framan okkur bæði.

„Fyrirgefðu,“ biðst hann afsökunar, „en þú gerir þér grein fyrir að nafnmerki þitt stendur Shayla?

Hún lítur niður á brjóstið á sér, snýr upp nafnspjaldinu sínu svo hún geti lesið það, þrengir svo augabrúnirnar eins og hún sé djúp í hugsun áður en hún segir: „Ha,“ með ýktum svip sem sveik ekkert um það sem lá undir. Ég efast um að hugsanir hennar séu jafn djúpar.

"Hvenær komstu aftur?" Spyr Holder mig áhugalaus, gleymir alveg að ég strauk bara kortinu mínu á starfsstöðinni hennar. Þó að hún ætti líklega að gera ráðstafanir til að takast á við viðskiptin mín, er hún of upptekin við að skipuleggja brúðkaupið sitt með þessum manni til að muna að hún hefur viðskiptavini eins og ég sem þarfnast þjónustu.

"Hann gerði enga tilraun til að svara spurningum okkar eða leysa þær fljótt. Svar hans er stutt."

"Svo ætla þeir að leyfa mér að koma aftur?" spyr hún.

Þaðan sem ég stend heyri ég andvarp hans.

"Ekkert breytist," svarar hann blátt áfram, "það mun ekki skipta máli."

Shayna/Shayla brá við lokayfirlýsingu hans. Hún sneri sér strax frá og sneri aftur í áttina að mér með fyrirlitningaraugum. Shayna hvíslaði undir andanum „Það er svo synd þegar einhver með allan líkamann kemur án heila til að fylgja því,“ sem móðgun.

Kaldhæðni í yfirlýsingu hennar var mér ekki týnd.

Um leið og hún byrjaði loksins að kýla tölur í skrána til að klára viðskiptin okkar, nýtti ég truflun hennar til að kíkja aftur á bak við mig. Mig langaði til að sjá manninn sem virtist vera pirraður út í mig vegna þess að ég væri ljóshærð; um leið og hann hafði augnsamband við mig tók ég strax eftir þremur hlutum við hann:

1) Gallalausar hvítar tennur hans faldar undir tælandi skakkt bros. 2) Dólurnar sem myndast á milli vara hans og kinna þegar hann brosir.

Mig grunar að ég sé að upplifa hitakóf.

Ertu að þjást eða ert með fiðrildi
Eða kannski gæti þetta verið magavírus.

Ég skil ekki alveg þessa tilfinningu; það er svo framandi. Það er erfitt að benda nákvæmlega á hvers vegna líkami minn myndi bregðast svona við þegar ég sá einhvern sem er svona líkur honum; samt eitthvað við nærveru hans lætur húðina mína skríða af áhuga. Ekki fallegt í staðalímyndum kvenlegum skilningi eða gróft í útliti - bara tilvalin samsetning á milli stórs og smás; gróft en fullkomið allt á sama tíma; í gallabuxum og hvítum stuttermabol (ekkert sérstakt); hár hans virðist ekki hafa verið burstað í dag; að framan, lengd sem gerir það að verkum að hann stillir það áður en hann sér mig stara; þessi maður lét mig gjörsamlega svífa þegar hann sá starandi stara mitt og færði það til hliðar þegar hann sá starandi stara mitt aftur áður en hann leit upp aftur til að beina fullri athygli minni þegar ég leit upp til að sjá mig stara, þá.

Skítt.
Eðlileg viðbrögð mín væru að snúa sér fljótt frá beinni augnsnertingu þegar það er gert, en eitthvað sérkennilegt við viðbrögð hans þegar hann horfir á mig heldur augnaráðinu límdum þar. Bros hans hverfur fljótt þegar skáhallt höfuð hans sveiflast hratt fram með rannsakandi augnaráði inn í augu hans áður en hann hristir höfuðið hægt af vantrú eða viðbjóði. Allavega er það vissulega óþægilegt. Svo í staðinn lít ég undan og vona að ég verði ekki skotmark óánægju hans áður en ég sný aftur við í von um að hann hafi farið þessa leið án breytinga þegar ég horfi aftur á hann aftur þegar hann horfir til baka starir hann enn beint í áttina til mín - eitthvað sem augnaráð mitt gerir oft Þegar tveir ókunnugir einstaklingar lenda í beinu augnsambandi, heldur eitthvað við það að draga mig inn og stara beint á mig í hvert skipti!

Í fyrstu er ég skjálfandi, svo ég sný mér snöggt við og sný mér frammi fyrir Shayla eða Shayna eða hvað sem þeir heita til að ná jafnvægi á ný. Innan 60 sekúndna hefur þessum gaur tekist bæði að heilla mig og hræða mig; slíkt er ekki gott fyrir koffínsnauðan líkama minn! Í sannleika sagt væri æskilegra að þeir kæmu fram við mig eins og þeir komu fram við Shayna/Shayla; betra að hann líti á mig afskiptaleysi frekar en að snúa augnaráði sínu á mig aftur. Ég gríp fljótt í kvittunina hennar áður en ég renn henni í vasa minn áður en ég geng af stað til að finna hvaða óreiðu næst!

"Hæ!" Rödd hans er djúp og skipandi og veldur því strax að ég hætti að anda. Ég veit ekki hvort hann er að tala við það sem er-hennar-andlitið eða mig, ég renn höndunum í gegnum handföngin á matvörupokanum í von um að ég nái bílnum mínum áður en hann lýkur útritun.

„Hann virðist vera að tala beint við þig," segir hún við mig og ég gríp síðustu pokana og fer hratt í átt að útganginum.
Þegar ég kom að bílnum mínum andaði ég af létti þegar ég opnaði bakdyrnar til að geyma matvörur. Hvað er að mér? Myndarlegur gaur reyndi að fanga athygli mína en í staðinn flúði ég? Venjulega er ég öruggur í kringum karlmenn; í þessu tilviki þó ég hafi lent í því að

hlaupa. Og samt þegar eitt augnablik kom upp þegar það gæti í raun verið aðdráttarafl á milli okkar? - og samt hljóp ég í staðinn.

Í fyrstu hélt ég að Six ætlaði að drepa mig; það var eitthvað svo óhugnanlegt og óhugnanlegt í augnaráði hans á mig; samt virtist það einhvern veginn smjaðra allt á sama tíma. Þetta eru ekki viðbrögð sem ég er vön að hafa eða upplifa fleiri en eitt í einu!

"Hæ." Hjarta mitt hættir skyndilega að slá þegar rödd hans ávarpar mig beint.

Sama hver það er, mér líkar ekki hvernig ákveðin rödd smýgur beint inn í magann á mér og fær mig til að stífna upp um leið og hún skellur á. Allt í einu átta ég mig á því að ég er hvergi nærri eins öruggur og fortíð mín myndi leiða mig til að trúa.

Hann heldur tveimur sekkjum við hlið sér á sama tíma og hann nuddar hálsinn á sér með annarri hendi, eins og veðrið væri ekki svona sólríkt og rakt. Þegar ég skoða vel, kemur það hins vegar í ljós að magavírusar eru kannski alls ekki uppspretta vandamála hans.

Allt við hann dregur mig að; úfið dökkt hárið hans, áberandi blá augun, meitluðu andlitin og þykkir handleggirnir fá mig til að þrá að snerta hann - ég bara get ekki stoppað mig! Og brosið hans! Hvað meira gæti maður beðið um?! En Sky þarf að ná sér á strik; snerting hans ætti aðeins að koma eftir að hann tekur stjórnina.

Allt við hann lætur lungun mín hrynja og hjartað hrynur, svo mikið að þegar hann brosti eins og Grayson gerir, myndu buxurnar mínar detta næstum samstundis.

Þegar augnaráð mitt hafði hvílt nógu lengi á líkama hans, sleppti hann takinu um hálsinn á mér og færði pokann í vinstri hönd sína.

„Hæ, ég heiti Holder," kynnti hann sig á meðan hann rétti mér höndina til að hrista.

Ég horfi niður á hönd hans og geng svo í burtu án þess að hrista hana. Allt þetta ástand finnst mér of óþægilegt til að ég treysti honum fyrir þessari saklausu kynningu; ef til vill ef ákaft augnaráð hans hefði ekki sogað svo djúpt inn í verslunina, þá væri hugur minn kannski opnari fyrir því að meta líkamlega fullkomnun hans.

"Hvað viltu?" Ég horfi vandlega á hann með tortryggni frekar en lotningu.

"Um," svaraði Holder með óþægilegu, taugaveikluðu stami sem var ósjálfrátt persónu hans. Augu hans fóru um bílastæðið eins og hann væri að leita að flóttaleið, áður en hann loks festist í augnaráði mínu aftur og kinkaði einbeitt kolli. Mér fannst allt þetta samspil ruglingslegt þar sem viðbrögð hans skiptust á milli þess að vera viðbjóðslegur við mig eina mínútu og næstum því að keyra mig yfir þá næstu. Þó ég sé yfirleitt góður í að lesa fólk nákvæmlega, var Holder svo óútreiknanlegur í viðbrögðum sínum að ég tel að hann gæti þjáðst af klofnum persónuleikaröskun; Skyndilegar breytingar hans milli ósvífna og ákafara voru nógu óhugnanlegar til að ég gæti dregið ályktanir um.

"Þetta gæti hljómað asnalega, en þú virðist kunnugur fyrir mér - væri í lagi ef ég spyr hvað þú heitir?" hann spyr.

Vonbrigðin koma um leið og upptökulínan fer af vörum hans. Hann var einn af þessum strákum - þú veist þeir - með ótrúlega líkamlega fegurð sem gat tælt hvern sem var hvenær sem er, hvar sem er og vissi það? Það eina sem þurfti til að vera hrifin af þeim var eitt áberandi bros eða dæld og spyrja hana að nafni; þá að horfa á þegar hún féll á kné fyrir honum? Eða þeir sem eyddu laugardagskvöldum í að klifra glugga?

„Ég á kærasta," lýg ég. Þegar ég reyni að loka hurðinni á eftir mér kemur hins vegar mótstaða og neitar að loka sjálfri sér - hönd hans sem grípur ofan á bílhurðina og heldur henni opinni sendir hroll niður handleggina á mér og sendir höggbylgjur niður þær.

"Hann horfir á mig og gefur mér hroll" Mér finnst ég vera afhjúpuð og ein þegar hann horfir á mig - hver er ég eiginlega?

„Það eina sem ég á eftir er nafnið þitt.

Ég velti því fyrir mér hvort ég ætti að útskýra að nafnið mitt myndi ekki aðstoða við að elta viðleitni hans, ég ákveð þess í stað að hafa augnsamband og gefa út viðvörunarglampa á hann: "Er þér sama?" (augu mín fara hratt í átt að hendi hans) "Nei." "Er þér sama?" spyr hann hvasst á meðan augnaráð mitt rekur aftur niður í átt að handfanginu á hurðarhúninu). Athygli mín beindist frá hendi hans yfir á húðflúr sem þekur mestan hluta framhandleggsins.

Vonlaust Ég get ekki annað en hlegið þegar Karma slær til baka í dag: gaurinn sem mér finnst aðlaðandi reynist vera fyrrverandi brottfallinn úr menntaskóla með "vonlausan" húðflúr á sjálfan sig!

"Nafnið þitt. Vinsamlegast."
Örvæntingarfull útlit hans fær mig til að bregðast við með samúð þrátt fyrir fyrstu vangaveltur.

„Himinn," hrópaði ég snöggt og fann allt í einu til samúðar með þjáningum hans á bak við þessi bláu augu hans. Tilbúningur minn til að verða við beiðni hans byggða á einu augnaráði veldur mér vonbrigðum; svo ég sleppti hurðinni og ræsti bílinn minn.

„Sky," endurtók hann við sjálfan sig. Eftir að hafa íhugað þetta í stutta sekúndu leit hann upp og byrjaði að hrista höfuðið eins og ég hefði rangt gefið svar mitt við fyrirspurn hans. Þegar ég spurði nánar, skaust höfuð hans aftur í áttina að mér með grunsemdum: "Ertu viss?" Ég brosti til baka sem svar þegar svipur hans varð minna kurteis. "Ertu viss?" Og með þessum hallandi látbragði leit hann aftur frá mér áður en hann sneri sér aftur í átt til himins.

Er ég viss um að það sé það? Heldur hann að ég heiti Shayna/Shayla og þekki mig alls ekki? Ef ég geri ráð fyrir því að það sé ekki, þá skipti ég mér í sætinu á meðan ég dreg fram skilríkin mín og held því upp að andlitinu á honum.

"Nokkuð viss um að ég þekki mitt eigið nafn." Þegar ég reyndi að ná aftur skilríkjunum mínum sleppti maðurinn hurðinni minni og greip skilríkin úr hendinni á mér, skoðaði það vel í nokkur augnablik áður en hann fletti því aftur yfir í fingrum sínum og rétti mér það aftur.

"Leyfðu mér að biðjast afsökunar. Hann tók bara skref í burtu frá bílnum mínum." Það voru mín mistök.

Svipur hans harðnaði í eitthvað harðnað núna þegar ég stakk skilríkjunum mínum aftur í vasann. Í stutta stund hélt ég að eitthvað annað gæti gerst en í staðinn færðist kjálkinn fram og til baka á meðan ég setti á mig öryggisbeltið.

Er hann að gefast upp svo auðveldlega? Í alvöru? Fingurnir mínir hvíla létt á hurðarhandfanginu og búast við því að hann haldi því opnu svo hann geti notað aðra lama pickup línu; þegar það gerist ekki og hann stígur enn lengra til baka þegar ég loka hurðinni, læðist yfir mér óróleiki; hvað snýst þetta um ef þessi gaur fylgdi mér ekki hingað til að biðja mig út?

Hann strauk hendinni í gegnum hárið á sér og muldraði við sjálfan sig bak við lokaða gluggann minn. Ég setti bílinn í bakkgír og fylgdist með honum þegar ég fór hægt út af bílastæðinu - stara hans fór aldrei frá mínu þar sem ég sneri hægt til baka; einu sinni á öfuga leið, stillti ég baksýnisspegilinn minn til að sjá síðasta augnablikið áður en ég fór út - þegar hann sneri og fór, sló hnefanum í eina húddið á bílnum áður en hann gekk í burtu aftur.

Sky, þú gerðir frábært mat. Hann er greinilega með sprengilegt skap.

3. KAFLI

Þegar matarvörur mínar hafa verið settar frá, gríp ég súkkulaði úr geymslunni minni og sting því í vasann minn áður en ég laumast út um gluggann að svefnherbergisglugganum hjá Six og fer inn. Með hana sofandi á hliðinni á rúminu og með andlitsgrímuna til að sofa, mögluðust óhreinu ljósu lokkarnir hennar við kinnina vegna óhóflegrar munnvatnsframleiðslu í svefni... Ég þoka nær þar til andlit mitt snertir hennar áður en ég kalla nafnið hennar.

"SEX! VAKNAÐU!"
Hún reis skyndilega upp úr rúminu og sló í augun á mér með flöktandi olnboganum. Dúndrandi augað mitt þagði samstundis þegar ég spratt út á gólfið í svefnherberginu hennar. Þegar ég horfði upp á hana með öðru auganu sá ég að hún sat upprétt og hélt í höfuðið og starði á mig. „Þú ert svo mikill asni," stundi hún áður en hún kastaði sænginni af sér og fór á klósettið án þess að líta til baka.

„Ég trúi því að þú hafir gefið mér svart auga," kvarta ég.

"Gott. Þú átt það skilið." Hún grípur klósettpappír áður en hún lokar baðherbergishurðinni með fætinum og segir eitthvað eins og: "Betra að hafa eitthvað gott að segja mér; ég var vakandi alla nóttina að pakka."

Sex hefur aldrei verið mikill morgunmanneskja, né síðdegismaður heldur, né heldur næturmanneskja; ég giska á að uppáhalds tími dagsins hennar sé sennilega í svefni, sem gæti útskýrt óþokka hennar við að fara fram úr rúminu á morgnana.

Sex er mikilvæg ástæða fyrir því að mér líkar svo vel við hana; Kímnigáfa hennar og beinskeyttur persónuleiki gegna mikilvægu hlutverki. Hvetjandi, falskar stelpur eru eitthvað sem mér finnst mjög pirrandi; á móti, Six er ekki einu sinni lítillega hæfur sem peppy; í raun gæti hún næstum farið framhjá dæmigerðu unglingsstúlkunni þinni! Hvað varðar falsanir? Jæja...hún passar alls ekki við þessa lýsingu!
Sex er raunveruleg og ósvikin - það er ekkert falsað eða forsmíðað við hana, nema kannski nafnið hennar.

Fjórtán ára gerði hún uppreisn þegar foreldrar hennar tilkynntu henni að þau væru að flytja frá Maine til Texas með því að neita að svara nafni hennar; Sjö Marie átti að verða sex sem svar; bæði ég og hún erum þrjósk; þetta sýnir bara að við eignumst frábæra vini!

"Þú munt líklega vera þakklátur fyrir að ég vakti þig. Þegar ég klifraði af gólfinu upp á rúmið hennar gerðist eitthvað ótrúlegt í dag - eitthvað sem er verðugt að viðurkenna og fagna!"

Sex gengu út úr baðherberginu og sneru aftur að rúminu sínu. Hún lá við hliðina á mér og dró sængina upp yfir höfuðið áður en hún rúllaði frá mér og fletti koddanum sínum þangað til henni leið nógu vel til að setjast aftur upp. "Leyfðu mér að giska...Karen er með kapal?" spurði ég.

"Giska aftur.", hvísla ég. Ég legg handlegginn um mitti hennar, hreiðra mig inn í koddann hennar við rúmstokkinn, legg höfuðið niður á koddann og skeið á hana. "Giska aftur."

"Svo ég frétti að þú hittir einhvern í skólanum í dag, varðst ólétt og ert að gifta þig bráðum... nú ertu að segja mér að ég geti ekki verið með í brúðkaupinu þínu vegna þess að ég bý um allan heim?"

„Hún hafði ekki rangt fyrir sér," svaraði ég um leið og ég spilaði handtrommuleik á öxl hennar.

"Svo?" spyr hún vantrúuð.

„Sex, það var þessi strákur sem ég sá í búðinni eftir skóla sem var algjörlega fallegur; að ekki sé sagt skelfilegur - bara fallegur.

Sex veltir sér fljótt og tekst að senda olnboga beint í augað á mér sem hún hafði rétt áður ráðist á. "Hvað?" hrópar hún hátt á meðan ég held því opnu og stynji aftur, þar til hún sest upp á rúmið og dregur höndina mína frá andlitinu á mér á meðan ég öskra aftur: "HVAÐ?!" og spyr: "Í alvöru?!"

„Þegar ég horfði á hann fannst mér eins og allur líkami minn væri í sundur, hann var alveg ótrúlegur. "Já. Einu sinni sem ég sá hann var eins og öll veran mín hyrfi út í loftið - ótrúlegt."

"Ralaðir þú við hann eða fékkst númerið hans eða baðst um stefnumót?" Aldrei hef ég séð Six jafn líflegur áður; hún virðist ofspennt og ég er ekki viss um að mér líki það.

„Jesús, sex. Slakaðu á núna.
Sky, ég hef haft áhyggjur í fjögur ár. Ég hélt að þessi dagur myndi aldrei koma og var í lagi með hvaða ákvörðun sem þú tókst svo framarlega sem girnd gæti ratað inn í líf þitt." Hún brosti blítt. "Lysta er ein af uppáhalds dauðasyndunum mínum!" Hún féll aftur í rúmið. , glotti glaðlega: „Löskun er uppáhalds dauðasyndin mín; neita þér aldrei um þessa ánægju."

"Ég er í virðingu sinni ósammála. Löngun angrar. Ég held að þú hafir spilað það upp í öll þessi ár; atkvæði mitt liggur enn hjá oflæti." Þar með tek ég súkkulaðistykki upp úr vasanum og skelli því í munninn.

„Mig vantar frekari upplýsingar," svaraði hún.

"Ég get ekki alveg útskýrt það; þegar ég horfði á hann fór það aldrei úr sjón minni; ég hefði getað starað allan daginn. Hins vegar, þegar hann sneri sér við og horfði aftur á mig, varð ég brjálaður og virtist reiður út í mig sem hann tók meira að segja eftir honum; þegar hann elti mig aftur út á völlinn og krafðist þess að fá að vita nafnið mitt virtist sem hann héldi að ég væri að trufla mig á einhvern hátt og gerði kröfur eins og þessar, mig langaði að kyssa dúllurnar hans en varð fljótlega örvæntingarfullur að flýja hann. viðveru

"Fylgdi hann þér aftur að bílnum þínum?" spyr kærastan mín mig með tortryggni. Vissulega svara ég játandi og gef upp allar upplýsingar um ferð mína í matvöruverslunina þar til hann sló hnefann í minn næst.

"Þetta var svo furðulegt!" Hún svarar þegar ég klára. Hún situr uppi og speglar líkamsstöðu mína við höfuðgaflinn sinn og spyr hvort hann hafi ekki verið að daðra við þig; er að reyna að fá númerið þitt. Eftir að hafa séð þig hafa samskipti við stráka áður setur Sky alltaf upp glæsilega sýningu þrátt fyrir að finna ekkert aðdráttarafl með þeim; kannski er það að drulla yfir innsæi þitt. Ertu sammála?"

„Kannski hefur hún rétt fyrir sér," hugsaði ég með mér og yppti öxlum. Kannski varð lestur minn á honum ranglega til þess að hann skipti um skoðun um að spyrja mig út í fyrsta lagi. Hvað sem það var, þá sundraðist það fljótt um leið og það byrjaði; Holder er akademískur brottfallsmaður með geðslagsvandamál sem á við reiðivanda að etja; því miður...hann virðist vonlaus; hvernig sem kjörfélagi minn gæti verið eins og ég vil ekki að það sé Holder."

Six grípur um kinnar mínar og kreistir þær þétt saman áður en ég snýr andliti mínu í átt að hennar og spyr "sagðirðu bara Holder?" með augabrúnina bogna af forvitni. Því miður er nú þegar verið að halda vörum mínum lokuðum vegna halds hennar um kinnar mínar svo í stað þess að svara beint kinka ég kolli til að svara.

Dean Holder: Sóðalegt brúnt hár og rjúkandi blá augu? Skapgerð frá Fight Club?"

„Dowds sike dimm," svara ég lágt. Hún sleppir takinu og ég endurtek það sem ég sagði: "Hljómar eins og hann." Höndin mín nuddar varlega kinnarnar á mér þegar ég held áfram að svara: "Þekkirðu hann?"

"Af hverju Sky?" hrópar hún af vantrú og rödd hennar hljómar nokkuð pirruð. "Af öllum þeim mönnum sem þú hefðir getað laðast að, hvers vegna Dean Holder?"

Hún virðist hneyksluð. Hvers vegna virðist hún hneyksluð? Þar sem ég heyrði hana aldrei minnast á Holder áður, virðist þetta hafa farið úr spennandi...í mjög slæmt mjög fljótt?

„Mig vantar frekari upplýsingar," svara ég, um leið og hún ranghvolfir augunum og ýtir sér fram úr rúminu, færir sig í átt að skápnum sínum þar sem hún tekur gallabuxur úr kassa áður en hún dregur þær upp yfir nærfötin. Sky svaraði fljótt að hann var vanur í skólann okkar en hefur síðan verið sendur í burtu eftir að hafa verið settur í unglingafangelsi rétt eftir að skólinn hófst í fyrra. Þó ég þekki hann ekki náið, þá er nóg um hann eftir til að ég geti ákveðið að hann myndi ekki verða kjörinn félagi.

Lýsing hennar á Holder kemur mér ekki á óvart eða vonbrigðum; því miður er þó ekki hægt að fullyrða um það.

„Six hefur aldrei fundið neinn nógu hentugan til að verða kærasti hennar í meira en eina nótt á ævinni.

Hún horfði aftur á mig áður en hún yppti öxlum. "Snerta." Hún dró í skyrtu yfir höfuðið og fór inn í baðherbergisvaskinn sinn þar sem hún tók upp tannbursta með tannkremi á og fór aftur inn í svefnherbergið til að byrja að bursta tennurnar.

„Af hverju var hann sendur í unglingafangelsi? Ég spyr, er ekki viss hvort ég vil virkilega fá svarið.

Sex tekur tannburstann úr munninum. "Þeir fengu hann fyrir hatursglæp...hann barði einhvern samkynhneigðan nemanda úr skólanum. Nokkuð viss um að þetta var slá þrjú." Hún setur tannburstann aftur í munninn áður en hún heldur í átt að vaskinum til að spýta innihaldi hans út.

Maginn á mér snýst í alvörunni í þetta skiptið þegar Six snýr aftur inn í svefnherbergið eftir að hafa dregið hárið á henni í hestahala og segir við sjálfa sig „Þetta stinkar" á meðan hún horfir yfir skartgripaöskjuna sína. "Hvað ef þetta er það og þú verður aldrei spenntur af einhverjum aftur?"

"Ég laðaðist ekki að honum, Six." Hún veifar hendinni afvirðandi út í loftið. „Horn eða ekki horn – það skiptir ekki máli," segir hún að lokum.
„Jæja," segir Six frjálslega þegar hún gengur aftur að rúminu, setur annan eyrnalokkinn í kjöltu sér og hinn við eyrað, hún bendir á: „Okkur ætti líklega að létta á því að beinin þín hafi ekki brotnað alveg. Augun hennar þrengjast örlítið þegar hún hallar sér að mér og klípur um hökuna með báðum höndum á meðan hún snýr andliti mínu til vinstri til að horfa fast á mig - "hvað varð um augað þitt?!" hún spyr mig frekar.

"Ó nei." Ég hlæ þegar ég hoppa fram úr rúminu til að komast undan mögulegum skaða, áður en ég fer í átt að glugganum til að opna hann og hreinsa hugann með líkamsrækt - kannski hlaupum. Vill einhver vera með?

Sex hrukkur mynduðust upp í nefið á henni. "Nei," svaraði hún með játandi látbragði, "hafðu bara gaman af þessu."

"Mig langar að heyra allt um fyrsta daginn þinn í skólanum seinna og færa þér gjöf. Ég verð heima hjá þér í kvöld."
Lungun mín brenna; líkami minn dofinn frá Aspen Road og áfram. Öndun hefur breyst úr stýrðum innöndun og útöndun yfir í óviðráðanlegt andkast og stuð - þetta er þegar hlaup verða yfirleitt uppáhalds athöfnin mín; hver tommur af orku sem fer í að knýja áfram verður einbeitt að næsta skrefi mínu án truflana frá utanaðkomandi aðilum.

Næsta skref mitt.
Ekkert annað skiptir máli.
Ég hef aldrei hlaupið svo langt áður; venjulega myndi ég hætta þegar ég vissi að ég væri kominn yfir einn og hálfan mílu fyrir nokkrum húsaröðum, en það gerðist ekki í þetta skiptið. Þó að líkami minn finni fyrir álaginu sem fylgir því að hlaupa langt út fyrir takmörk sín, heldur hugurinn áfram að hlaupa áfram; hver míla sem líður tekur lengri tíma en búist var við að ná þeim áfanga - eini þátturinn sem sannfærir mig um að hætta að hlaupa er að vita að heimferðin mín krefst þess að ég leggi næstum jafn mikið land og ég er næstum upplaus.

Á jaðri innkeyrslunnar halla ég mér að póstkassanum á meðan ég opna vatnsflöskuna og þurrka svita af enninu með handleggnum áður en ég tek sopa af honum - næ um fjórum dropum í munninn áður en hann þornaði - búinn að fara í gegnum heil flaska í þessum hita í Texas og eftirsjá að ég ákvað að sleppa því að hlaupa í morgun; átta mig á veikleikum mínum gegn kúgun þess.

Af hræðslu um vökvun mína vel ég að ganga það sem eftir er af ferðinni til baka í stað þess að hlaupa. Að ýta sjálfum mér of mikið myndi líklega pirra Karen of mikið; hún verður þegar stressuð þegar ég hleyp einn!

„Hæ," kom kunnugleg rödd fyrir aftan mig.

Á því augnabliki byrjaði hjarta mitt að hlaupa enn hraðar þegar ég sneri mér við og sá Holder stara niður á mig með dældar kinnar og blauta lokka af svita sem renndi í hann af hlaupum. Bros hans sveik viðleitni hans líka - það var greinilegt að hann hafði verið að æfa.

Eðli mitt segir mér að hlaupa, en samt vill líkami minn að ég haldi fast í svitablauta, skínandi handleggina hans.

Líkami minn hefur svikið mig.

Nýi vinur minn mun ekki vita að óregluleg öndunarmynstur mitt sé vegna þess að vera í kringum hann aftur og mun ekki taka eftir því að þessi teygja er löngu tímabær.

"Hæ," svaraði ég andlaus. Þó ég hafi reynt af fremsta megni að horfa beint í augun á honum, runnu þau áfram niður hálsinn á honum. Til að forðast nektina hans og að hann klæðist bara stuttbuxum og hlaupaskó - þar sem stuttbuxurnar hanga af mjöðmum hans eru meira en nóg afsökun - fór augnaráð mitt aftur niður í átt að fótum mínum í staðinn.

"Hleypurðu?" spyr maðurinn á meðan hann hallar olnboganum að póstkassanum.

"Venjulega á morgnana. Ég gleymdi hvað það getur orðið heitt eftir hádegi." Sem tilraun til að líta aftur upp á hann lyfti ég hendinni til að verja andlit hans fyrir því sem virtist eins og glóandi sólargeisli fyrir ofan höfuð hans eins og ósýnilegur geislabaugur af hlýju.

Það er kaldhæðnislegt að ég hrökk við þegar hann teygði sig til mín og gaf mér vatnsflöskuna sína! Varir hans þjappuðust saman þegar hann reyndi að brosa ekki og lét taugaveiklun mína í kringum hann burt.

„Drekktu þetta," Hann benti hálftómu flöskunni í áttina að mér og hvíslaði í brýnum tón: „Þú lítur út fyrir að vera örmagna.

Venjuleg siðareglur myndi segja til um að ég þigg ekki vatn frá ókunnugum og alls ekki fólki sem ég vissi að væru slæmar fréttir; en núna er ég örvæntingarfull eftir því og þarf eitthvað.

„Takk," svara ég og skila henni aftur til hans áður en ég strýk hendinni yfir munninn á mér og horfi aftur í átt að gangstéttinni: „Jæja, það lítur út fyrir að ég eigi eftir að leggja í aðra og hálfa mílu áður en ég fer aftur.

„Nær tveimur og hálfu," tilkynnti hann og þrýsti vörum sínum að flöskunni án þess að þurrka brún hennar hreinn, augnaráð hans festist á mig þegar hann hallaði höfðinu aftur á bak og dró allt innihald hennar niður. Ég hló upphátt.
Þú getur ekki annað en horft á þegar varirnar hans hylja opið á flösku sem varirnar mínar voru bara að snerta - við erum nánast að kyssast!

"Ha?" Ég man ekki hvort hann sagði eitthvað eða ekki; Einbeitingin mín hefur færst meira í átt að því að horfa á svitann streyma af brjósti hans en að heyra hvað hann gæti hafa sagt upphátt eða ekki.

"Ég sagði honum að það myndi taka meira eins og tvo og hálfa kílómetra, þar sem þú býrð nálægt Conroe sem er rúmlega tveggja kílómetra í burtu - glæsilegt fimm kílómetra hlaup samtals fram og til baka. Viðbrögð hans gáfu þó til kynna annað."

"Veistu í hvaða götu ég bý?" "Já.

Hann útskýrir það ekki frekar og ég þegi og bíð eftir hvers kyns skýringum frá honum.

Hann gat sagt að ég var ekki sáttur við svar hans „já," svo hann andvarpaði og hélt áfram. "Linden Sky Davis fæddist 29. september 1455 Conroe Street fimm fet og þrjár tommur gefið. Gefandi."

Þegar ég stíg til baka, verð ég vitni að yfirvofandi morði mínu í höndum draumkenndа eltingarmannsins fyrir framan mig. Ef möguleg flóttaáætlun er fyrir hendi ætti ég kannski að taka af mér sólgleraugun til að fá skýrari sýn á hann svo ég geti gefið listamanni nákvæmar athugasemdir.

„Skírteini þitt," útskýrir hann þegar hann tekur eftir óþægindum mínum og rugli, „var sýnt mér áðan í búðinni." Því miður nær þessi skýring ekki að róa taugarnar: "Þú horfðir aðeins á það stutt í tvær sekúndur."

"Ég er með frábært minni," yppir hann öxlum, "og það hjálpar."

„Þú stalkar," grínast ég. Því svarar hann með því að hlæja: "Hverja ertu að elta?" Hann bendir yfir öxlina á húsið fyrir aftan sig og bendir á það með útréttan handlegg til vísbendingar.

Hverjar eru líkurnar á því að húsið hans seljist?

Hann stendur upp og slær fingrunum við stafina framan á póstkassanum.

Blóð streymir inn í kinnar mínar eftir síðdegishlaup í Texas hita, án nógs vatns, það skiptir ekki máli; allur líkami minn er roði. Þó ég reyni að líta ekki til baka, þá nær forvitnin völdin; húsið hans passar inn í þetta meðaltekjuhverfi sem við erum í og bíllinn hans í innkeyrslunni hans; getur þetta mögulega verið farartækið hans? Af samtali okkar get ég fundið þetta mikið.

Í matvöruversluninni lærði ég af whats-her-andlitinu að hún bjó nálægt þar sem ég geri; þannig að hann verði að búa hjá foreldrum sínum og verði að vera innan þriggja mílna. Hvers vegna hafði ég ekki tekið eftir honum áður - hvernig gat ég ekki áttað mig á því að ég bý innan við þrjár mílur frá einhverjum sem getur látið mig springa út í hitakóf?

"Takk," ég ræsti mig, "fyrir að gefa mér vatn. Það eina sem mér er mjög annt um núna er að finna flóttaleið frá þessum óþægindum. Svo ég veifaði honum snöggt áður en ég fór í skref.

"Bíddu aðeins!" kallaði einhver fyrir aftan mig. Þar sem ég hægði ekki á mér fór hann framhjá mér og byrjaði að hlaupa afturábak út í sólina áður en hann sneri sér við með útrétta handleggi til að grípa vatnsflöskuna mína úr vinstri hendinni, strauk á magann á mér með handleggnum á meðan hann gerði það - og frjósi þannig. mig enn og aftur.
„Ég kem strax aftur," fullvissar hann þá og hleypur í átt að húsinu sínu.

Ég er sannarlega ráðalaus. Þessi góðvild virðist í algjöru ósamræmi við aðrar gjörðir hans. Gæti þetta verið önnur aukaverkun af klofnum persónuleikarösku hans, kannski? Eða gæti hann einfaldlega verið önnur stökkbreyting eins og The Hulk eða Jekyll og Hyde. Kannski er Dean fína persónu hans á meðan Holder táknar skelfilega persónu sína; Holder sást vissulega í matvöruversluninni áðan en ég vil frekar Dean!

Mér líður óþægilega við að bíða og geng aftur í átt að heimreiðinni hans - staldra við á nokkurra sekúndna fresti til að líta aftur í átt að heimilinu - þar til leið liggur þangað aftur sem ég kom. Ég er ekki viss um hvaða ákvörðun verður skynsamlegast, það virðist sem allar ákvarðanir sem ég tek á þessu stigi muni bara líta út fyrir að vera heimskulegar.

Ætti ég að vera áfram? Ætti ég að hlaupa? mes Eða ætti ég að fela mig í runnanum áður en hann kemur aftur með handjárn og hníf?

Áður en ég get hlaupið í burtu opnast útidyrnar hans og hann gengur aftur út með fulla flösku af vatni. Nú er sólin á bak við mig svo það verður ekki svo erfitt fyrir mig að sjá hann; því miður þó þetta þýði allt sem ég vil gera er að stara.

Ó hvað ég hata losta.

Sérhver trefjar í veru minni hatar hann, samt virðist líkami minn hafa áhyggjur af þessari staðreynd.

Dean Holder réttir mér flöskuna og ég svelg niður annan drykk fljótt - jafnvel án nærveru hans, getur Texas hitinn verið nógu þrúgandi án þess að bæta Dean Holder í blönduna!

Svo...fyrr í búðinni?" spyr hann taugaóstyrkur áður en hann býður, "ef nærvera mín olli þér óþægindum." Hann bætti fljótt við: "Ef nærvera mín olli óþægindum, vinsamlegast samþykkja afsökunarbeiðni mína".

Lungun mín eru farin að anda, en einhvern veginn finn ég orðin til að svara: „Þú gerðir mig ekki órólegan.

Þú hefur virkilega gert mig hrollvekjandi.

„Ég var ekki að leita að þér heldur," sagði Holder við mig, „heldur hélt ég bara að þú gætir verið einhver annar.

"Það er fínt." Ég þvinga fram bros en er skyndilega yfirkominn af vonbrigðum með að hann hafi ekki verið að reyna að berja á mig; frekar en að verða fyrir vonbrigðum yfir þessu ástandi ætti ég að vera létt yfir því að hlutirnir hafi gengið svona snurðulaust fyrir sig í eitt skipti.

„Ekki það að ég myndi ekki lemja þig," sagði hann hikandi, „en á því augnabliki var það bara ekki að gerast.

Ó þakka þér, Jesús. Útskýring þín fékk mig til að brosa þrátt fyrir að ég gerði það ekki.

"Viltu að ég hlaupi með þér?" spyr hann og bendir á gangstéttina fyrir aftan mig.

Já endilega.
"Ekkert er að."
Hann kinkar kolli hægt. "Jæja, ég var samt á leið í þá átt - hljóp tvisvar á dag og á ennþá ... ?"
Ég man eftir hörku í augum hans frá því áðan þegar við hittumst í matvöruversluninni -
„Augað þitt var ekki svona áður.

"Þetta var slys. Aldrei trufla lúr unglingsstúlku!" Ég hlæ af.

"Myndirðu ekki segja einhverjum það?" spyr hann mig um leið og hann stígur nær. Í stað þess að brosa breytist svipur hans í reiði þegar hann strýkur þumalfingrinum undir augað á mér til að gefa til kynna svar mitt: „JÁ".

Ég vil svara, í alvörunni geri ég það; því miður get ég það ekki. Hönd hans er á kinn minni og ákafur nærvera hans dregur allt loft úr lungum mínum á meðan það veikir hnén. Að lokum, eftir að hafa kinkað kolli með óyggjandi hætti, kinkar hann kolli og dregur höndina til baka.

„Ég er að hlaupa með þér," tilkynnti hann hiklaust og lagði hendur sínar þétt á axlir mínar til að snúa mér í aðra átt með örlítið þrist. Þegar hann féll í takt við hliðina á mér og við hlupum þegjandi saman.

Ég vil tala við hann. Mig langar að spyrja um árið hans í unglingaskóla, hvers vegna hann hætti í skóla, hvers vegna hann er með þetta húðflúr...en ég er of hrædd við að finna svörin...svo í staðinn hlaupum við þegjandi alla leið heim .

Þegar við komum að innkeyrslunni minni hægjum við okkur báðir í göngutúr. Á þeim tímapunkti veit ég ekki hvernig ég á að enda þetta hlaup þar sem enginn hleypur með mér svo ég veit ekki um neina siðareglur þegar tveir hlauparar skilja. Svo í staðinn veif ég honum snöggt áður en ég sný mér undan með "Ætli við sjáumst seinna?" í huga.

"Algerlega!" hrópar hann með stolti þegar hann horfir beint í augun á mér.

Ég brosi vandræðalega áður en ég sný mér undan og drullast í gegnum þetta orð „alveg". Hvað meinar hann með því? Hann reyndi ekki að fá símanúmerið mitt eða spurði hvort ég vildi hlaupa aftur með honum; enn kröfu hans um að segja algjörlega lét það hljóma eins og hann væri viss; sem ég vildi óska að væri satt.

"Sky, bíddu." Rödd hans virtist hljóma í kringum nafnið mitt af svo mikilli nánd að ég vildi óska þess að það væri allt sem hann sagði í samtali - ég vona að hann sé að fara að koma með aðra cheesy pick-up línu; það myndi virka núna.

Gerðu mér greiða?"
Hvað sem er. Svo lengi sem það felur í sér skyrtuleysi mun ég gera allt sem þú biður mig um.
"Já?"

Hann hendir mér vatnsflöskunni sinni og um leið og hún berst í höndina á mér fæ ég samviskubit yfir því að hafa ekki boðið honum ábótina sjálf. Í staðinn hristi ég tómu flöskuna í loftinu á meðan ég kinka kolli áður en ég hleyp upp stigann inn á heimili okkar þar sem Karen er að hlaða uppþvottavélinni; strax þegar ég er komin inn í eldhúsið okkar anda lungun mín auðveldara um leið og útidyrahurðin lokast á eftir mér.

"Ó Sky. Lítur þú út eins og þú sért að fara að líða út?" Hún tók flöskuna úr höndunum á mér og þvingaði mig upp í stól þar sem hún byrjaði að fylla hana aftur á meðan ég andaði í gegnum nefið og út um munninn. Þegar það var búið, rétti hún það aftur og ég setti lokið á aftur áður en ég stóð upp og fór með það út til hans.

"Takk," svaraði hann og þrýsti fullum vörum sínum að opinu á vatnsflöskunni minni - næstum því að kyssa aftur!

"Hleypur þú brautina?" spyr Holder mig af áhuga þegar augun hans skanna líkama minn áður en hann nær augum mínum og lokar vatnsflöskulokinu aftur. Hvort tveggja lætur mér líða eins og súrefnismagnið sé við það að þorna, sem gerir mig andlausa og viðkvæma. Augnaráð hans reikar svo yfir mig áður en hann hvílir sig á berum miðjum mér áður en hann færist upp í átt að augum mínum þar sem næsta athugasemd hans kemur: "Hleypur þú spor?"

"Nei. Hins vegar er ég að íhuga að prófa."

"Þú ættir. Þú hljóp bara nálægt fimm mílur!" leggur hann til. "Ertu eldri?"

Hann skilur ekki áreynsluna sem það tekur mig að hrasa ekki inn í gangstéttina og hvæsa af súrefnisskorti. Aldrei áður hef ég hlaupið jafn langt í einu höggi; þetta tekur allt í mig bara til að rekast á eins og það sé ekkert mál; samt virðist það virka.

„Ættirðu ekki nú þegar að vera meðvitaður um að ég er yfirstéttarmaður?

„Jæja," segir hann. "Þú gerir það svolítið erfitt að elta þig; ég gat ekki einu sinni fundið þig á Facebook!" Ég vil gefa honum high five.

Hann viðurkenndi bara að hafa leitað til mín á Facebook. Við hittumst bara fyrir tveimur tímum síðan, svo þessi látbragð er frekar smjaðandi; Ósjálfráða brosið mitt brýst fram yfir andlitið á mér þegar þessi stelpa sem virðist svo örvæntingarfull vill fá mig aftur í klípu! Hún hefur tekið yfir venjulega afskiptalausa sjálfið mitt.

„Ég nota ekki Facebook; ég er ekki með netaðgang," útskýri ég.

"Hvað með símann þinn? Geturðu ekki fengið internet á hann?" spyr hann mig með vantrúarsvip á andlitinu. Þrýsti hárinu aftur frá enninu. "Enginn netaðgangur á það heldur?" heldur hann áfram.

Móðir mín hefur ekki gaman af nútímatækni og neitar því að hafa síma, svo ekki sé minnst á ekkert sjónvarp."

„Skrúfur," hlær hann. "Hvað ertu að gera þessa dagana?" Ég brosi til baka og yppti öxlum, áður en ég segi honum að ég hlaupi.

Holder hugsar enn einu sinni um magann minn.

Þegar fram í sækir mun ég alltaf hugsa mig tvisvar um áður en ég klæðist íþróttabrjóstahaldara mínum utandyra.

"Jæja ef svo er, myndirðu ekki vita hvenær hún fer á fætur fyrir morgunhlaupin sín?" Hann lítur aftur upp á mig með svipbrigðalausum augnaráði og spyr hvenær ég vakni til að hlaupa á hverjum morgni.
Sex hafði lýst honum fyrir mér, en samt sé ég ekkert af því sem hún lýsti - í staðinn sé ég bara annan strák daðra við stelpu með hjartnæmum, örlítið kvíðafullum en þó hjartnæmum svip á andlitinu.

„Ég held að þú myndir ekki vilja vakna svona snemma," svara ég þar sem augnaráð hans ásamt hita í Texas gerir sjón mína óskýr. Að virka minna frazzled og óvart núna. Ég dreg djúpt andann áður en ég tala frekar.

Hann hallar höfðinu í átt að mínu og skellir augunum saman um leið og hann segir við mig: "Þú hefur ekki hugmynd um hvað mig langar að vakna svona snemma." Þegar hann brosir til mín með djúpum dældum, þá verður maginn á mér veikur af losti.

Nei...bókstaflega féll ég í yfirlið.

Því miður var fall mitt ekki fallegt eða tignarlegt eins og hetjurnar í bókum; ég sló frekar út og sló á gangstéttina áður en nokkur hafði tækifæri til að ná mér - alveg ólíkt hetjuævintýrum þeirra.

Ég finn mig liggja flatt í sófanum þar sem hann hefur líklega komið mér fyrir þegar ég kom heim, með Karen sem stendur yfir mér og Holder að horfa á allt þróast eins og það ætti að gera. Þetta var ein mest niðurlægjandi upplifun lífs míns!

"Sky, drekktu vatn!" Karen segir mér um leið og hún lyftir hálsinum á mér til að ýta mér í átt að bollanum. Eftir að hafa sopið af honum halla ég mér aftur á koddann og vona að ég fari að myrkva aftur áður en ég loka augunum aftur.

„Ég skal fá þér kalda tusku," býður Karen og um leið og ég opnaði augun vonaði ég að Holder hefði kannski farið á eftir Karen, en hann er enn hér - nær núna líka - krjúpandi niður við hliðina á mér á gólfinu og teygir höndina. í hárið á mér til að draga það sem er líklega annað hvort óhreinindi eða möl úr því.

"Ertu viss um að þú sért í lagi? Þetta var frekar gróft haust." Augu hans fyllast áhyggjum þegar hann þurrkar eitthvað af kinninni á mér með þumalfingrinum áður en hann hvílir hann á sófanum við hliðina á mér.

"Ó nei!" Ég hrópa þegar ég hylja augun með handleggnum, hylja mig frá því að sjást. Þetta ástand er sannarlega vandræðalegt fyrir okkur bæði.

Holder skoðar mig einu sinni enn áður en hann beinir augnaráði sínu stuttlega að kviðnum mínum.

Héðan í frá mun ég staldra við áður en ég klæðist íþróttabrjóstahaldara úti.

"Ó," svara ég, "þú myndir vita hvenær þessi manneskja fer á fætur í morgunhlaupið?" Augnaráð hans mætir mínu og hann brosir aftur til mín með nokkurri skemmtun.
Sex lýstu honum fyrir mér og það eina sem ég sé af honum er einhver að daðra við stelpu með yndislegu en samt óvissu brosi á vör.

„Ég held að þú myndir ekki vilja vakna svona snemma," svara ég og um leið og hann horfir á mig aftur og hitinn í Texas veldur því að sjón mín verður óskýr, hjálpar það að draga djúpt andann til að róa mig og virðast óþreyttur. og ráðvilltur á þessari stundu.

Hann hallar höfðinu í átt að mínu og skellir augunum saman um leið og hann segir: "Þú hefur ekki hugmynd um hvað mig langar að vakna snemma!" Svo brosir hann til mín dúllurîka brosinu sínu; yfirlið mitt setur inn.

Nei...bókstaflega féll ég í yfirlið.

Öxlin á mér var aum, óhreinindi í kinninni og það hafði verið óþægilegt fall; í staðinn sló ég út áður en nokkur hafði tækifæri til að ná mér eins og þeir gera í bókum eða kvikmyndum. Svo ólíkt hetjunum þeirra!

Ég lendi í sófa, líklega þar sem Holder hafði komið mér fyrir eftir að hafa borið mig inn í húsið. Karen stendur yfir mér og heldur fram glasi af vatni á meðan Holder stendur fyrir aftan hana og horfir á þennan merka atburð gerast fyrir honum.

"Sky, drekktu vatn!" Karen leiðbeindi um leið og hún lyfti aftan í hálsinn á mér og þvingaði mig í átt að vatnsglasinu. Ég fékk mér sopa áður en ég hallaði mér aftur á koddann í von um að ég myndi myrkva aftur.

„Ég skal útvega þér kalda tusku," tilkynnir Karen og ég opna augun og vona að Holder hafi farið þegar hún var farin út úr herberginu, en hann er áfram. Nú nær en nokkru sinni fyrr kraup hann við hliðina á mér á gólfinu og réttir út höndina í átt að hárinu á mér og dregur upp úr því það sem virðist vera óhreinindi eða möl.

"Ertu viss um að þú sért í lagi? Þetta var frekar viðbjóðslegt fall." Augu hans fyllast af áhyggjum þegar hann notar þumalfingurinn til að strjúka eitthvað af kinninni á mér og leggur það síðan upp að sófanum við hlið mér.

"Ó nei!" segi ég á meðan ég hylur augun með handleggnum. "Þetta er svo vandræðalegt. Vinsamlegast afsakið ruglið mitt."

Holder grípur um úlnliðinn á mér og dregur handlegginn frá andlitinu. "Sh." Umhyggja hans léttir og glettnisbrosið birtist, sem og áhugi á því sem er að gerast í kringum okkur bæði. Hann brosir með sjálfum sér áður en hann heldur áfram: "Mér finnst þetta svolítið gaman." "Hér ertu tuska, elskan. Finnst þér einhver óþægindi? Þarftu eitthvað við ógleði?" Í stað þess að gefa mér tuskuna beint, gefur hún Holder hana áður en hún heldur aftur inn í eldhúsið: "Ég gæti verið með rót af káli eða burnu sem gæti hjálpað."

Nú ætlar hún að gera mig enn vandræðalegri með því að neyða mig til að drekka heimagerðu tinktúrurnar hennar beint fyrir framan hann! Ég gat varla hamið mig þegar hún neyddi mig niður þá!

„Ekkert er sárt, mamma.

Holder lagði tuskuna varlega á kinnina á mér og þurrkaði hana varlega með vísifingri sínum. "Þú finnur kannski ekki fyrir neinum eymslum núna, en það getur breyst með tímanum," hvíslaði hann að mér; of hljóðlega til að Karen gæti heyrt. Þegar hann athugaði kinn mína lengra leit hann undan til að læsa augunum með mér: "Taktu eitthvað til öryggis!" "Það ætti að gera það," svaraði ég aftur þegjandi til Holder sem horfði aftur niður hálsinn á mig áður en hann hélt áfram skoðun sinni:

Hvers vegna uppástungan virðist meira aðlaðandi frá munni hans er mér óskiljanlegt; en ég kinka kolli, kyngi, held niðri í mér andanum, þrýsti saman lærunum og reyni að setjast upp áður en ég fæ aftur yfirlið.

Hann tók í olnbogann minn og aðstoðaði mig við að setjast upp. Karen kom aftur inn í stofu og rétti mér glas af appelsínusafa; Þar sem veigin hennar eru svo bitur þurfti ég leið til að skola niður beiskt bragð þeirra með einhverju sætu eins og safa til að gleypa þær niður án þess að æla þeim upp aftur. Svo fljótt gleypti ég glasið niður áður en ég skilaði því strax aftur í hönd Karenar - allt til að hún kæmi aftur inn í eldhúsið þar sem hlutirnir hefðu átt að byrja af alvöru.

„Vinsamlegast samþykktu afsökunarbeiðni mína," segir hún um leið og hún réttir út höndina í átt að Holder. "Ég heiti Karen Davis."

Dean Holder stendur upp og tekur í höndina á henni og segir: "Hæ. Ég heiti Dean Holder en vinir mínir kalla mig Holder."

"Mér finnst útundan að hún fái að snerta höndina á honum. Ég vil taka númer og slást í röðina."

spyr Sky.

Á sama tíma horfi ég niður á hann, varir hans krumpuðust varla í bros þegar við horfðum í gagnstæðar áttir. „Nei," sagði hann við hana áður en hann sneri sér við til að horfast í augu við mig aftur. „Það var bara að vera þarna á réttum stað á réttum tíma."

"Jæja, takk fyrir að hjálpa henni. Ég skil ekki hvers vegna hún féll í yfirlið; hún fellur aldrei í yfirlið áður." Hún horfir á mig áhyggjufull áður en hún spyr: "Borðaðirðu eitthvað í dag?" Ég svara því játandi á meðan ég viðurkenni ekki Snickers sem ég borðaði fyrirfram þar sem mötuneytismatur lyktar auðvitað!

"Af hverju varstu að hlaupa án þess að borða fyrst?" Hún réttir upp hendurnar í reiði og hristir þær í vanþóknun og spyr mig hvers vegna ég væri að hlaupa svona stuttu eftir kvöldmat án þess að taka með í reikninginn að hlaupið er venjulega á daginn en ekki á kvöldin. Sem ég svara með: Ég gleymdi því, þar sem kvöldhlaup er venjulega ekki hluti af rútínu minni."

"Sky, vinsamlegast hættu að hlaupa svona mikið! Hvað hefði gerst ef við hefðum látið hana vera eina? Stöðugt hlaup þitt er of mikið fyrir mig." Hún náði í eldhúsið sitt með glasið í hendinni og andvarpaði þungt þegar hún nálgaðist það með varúð.

Hún hlýtur að vera að grínast; það er engin leið að ég geti hætt að hlaupa. „Heyrðu," segir Holder við mig þegar meiri litur rennur úr andliti mínu.

„Ég bý rétt hjá Ricker og hleyp hingað á hverjum síðdegi á síðdegishlaupunum mínum. (Hann var ekki alveg sannur; ég hefði tekið eftir því.) Ef það myndi hjálpa þér að slaka á, myndi ég vera ánægður með að hlaupa með Karen næstu vikuna eða svo á morgnana - ekkert smá - bara til að tryggja að þetta gerist ekki gerast aftur."

Aha. Loksins. Ljósapera! Engin furða að þessi kviðarhol hafi verið kunnugleg.

Karen gengur aftur inn í stofu, horfir á mig og svo aftur á hann. Hún veit að ég hef gaman af sólóhlaupahléunum mínum, en samt sýna augun að henni myndi líða betur ef ég hefði einhvern við hlið mér í hlaupunum mínum.
„Mér er sama," segir hún brosandi við mig og horfir beint til baka á Sky. "Ef honum finnst þetta góð áætlun."

Já. Algjörlega ég. En bara ef nýi hlaupafélaginn minn er skyrtulaus.

„Engar áhyggjur,“ svaraði Karen um leið og hún stóð upp, en varð aftur létt í hausnum þegar hún stóð upp. Þegar Holder sá andlit mitt verða fölt tók hann snöggt í öxlina á mér til að lækka mig aftur í sófann með auðveldum hætti og sagði að þetta yrði allt auðvelt héðan í frá. Þegar hann leit upp á Karen spurði hann "áttu einhverjar kex sem hún gæti borðað sem gætu hjálpað."

Karen gengur í átt að eldhúsinu á meðan Holder lítur aftur niður á mig með áhyggjur í augum sínum og spyr "Ertu viss um að allt sé í lagi?" um leið og hann rennir þumalfingrinum yfir kinnina á mér.

Ég skalf. mes Hann virðist vera skemmtilegur við tilraun mína til að hylja kuldann með því að snerta þá með handleggnum mínum, áður en hann sneri beint augnaráði sínu beint á mitt.

"Klukkan hvenær á ég að koma og elta þig á morgun?" spyr hann hvíslandi. Ég anda út um leið og ég lít upp til hans hjálparvana og svara að hálf hálf sjö hljómi vel fyrir mér.

„Haldamaður, þetta er ekki nauðsynlegt.

„Augu hans heilluðu andlit mitt í nokkrar rólegar sekúndur þegar hann rannsakaði svipinn á mér og augnaráð mitt dróst í átt að jafn aðlaðandi munni hans meðan ég talaði. „Mér er alveg sama um að þú sért hér,“ svaraði ég hljóðlega, áður en ég leit undan aftur þegar orð hans komu með tár í augað á mér. "
"Sky, þú veist að ég þarf ekki að gera þetta; ég geri það sem ég vil." Hann hallar sér nærri og talaði hljóðlega í eyrað á mér áður en hann dró sig til baka með svip sem gaf til kynna löngun til að hlaupa við hlið mér. Því miður, vegna allrar ringulreiðarinnar sem gekk í gegnum huga minn og maga á þessu augnabliki, gat ég ekki svarað með mikilli skýrleika eða neinni samfelldri staðhæfingu.

Karen kom aftur með kex handa mér. "Taktu þá," sagði hún um leið og hún lagði einn í höndina á mér.

Holder stendur upp og kveður Karen áður en hann snýr sér við og segir við mig: "Gættu þín vel, við sjáumst á morgun?"

Ég kinkaði kolli kurteislega og horfi á hann snýr sér undan. Eftir að hafa lokað útidyrunum á eftir sér, geta augu mín ekki slitið sig frá lokun hennar aftur; þetta er hversu mikið Six elskar þessa senu? Hér er greinilega losti?

Mér líkar það illa við hverja trefja tilveru minnar; þessi töfrandi en þó róandi tilfinning.

hrópaði Karen. Hann var svo góður og myndarlegur! Um leið og ég nálgaðist sneri Karen sér að mér af spenningi.

"Þekkirðu hann ekki?"
Ég yppti öxlum. „Ég veit um hann," og það er það eina sem ég segi um Dean Holder, þar sem hún gæti orðið pirruð hefði hún vitað hvers konar vonlausum dreng var nýlega útnefndur sem „hlaupafélagi" minn. Helst, eins fáar upplýsingar og hægt er að vita um Dean Holder af hlaupafélaga mínum og mér.

4. KAFLI

"Hvað varð um andlit þitt?" spyr Jack þegar hann gengur fram hjá mér að ísskápnum.

Jack hefur orðið órjúfanlegur hluti af lífi Karenar undanfarið eitt og hálft ár, hann mætir oft í kvöldverð með okkur nokkur kvöld í viku og í kvöld er kveðjukvöldverður Six; þess vegna sá hann til þess að hann gekk til liðs við okkur. Þó Jack stríði Six stundum fyrir að fara frá okkur veit ég að hann á eftir að sakna hennar gríðarlega.

„Í dag var minn dagur til að hefna sín," segi ég stoltur.

"Það er nákvæmlega það sem gerðist á veginum!" Hann hlær upphátt.

Sex grípur brauð og opnar krukku af Nutella á meðan ég gríp diskinn minn til að fylla með nýjasta vegan sköpun Karenar. Maturinn hennar getur tekið smá að venjast; Six líkar enn ekki við matargerð hennar eftir fjögur ár á meðan Jack virðist sætta sig meira við matargerð Karenar en Six gerir. Matseðill kvöldsins samanstendur af einhverju sem ég get varla borið fram; samt, eins og alltaf, er það dýraafurðalaust; Karen neyðir mig ekki til að vera vegan þannig að svo lengi sem ég er heima gef ég mér venjulega smekk minn í stað þess að fylgja henni.

Sérhver matur sem hún neytir þjónar sem viðbót við aðalréttinn hennar: Nutella. Í kvöld er hún með osta og Nutella samloku; eitthvað sem ég fæ kannski aldrei smekk fyrir.

"Jæja, hvenær flyturðu inn?" spyr ég Jack. Hann og Karen hafa verið að ræða hvað ætti að koma næst en virðast aldrei komast framhjá ströngu andtæknireglunni hennar; jæja, Jack getur það ekki; Karen getur aldrei skarað þessa hnúfu.

„Alltaf þegar mamma þín sleppur og fær ESPN," segir Jack.

Þeir rífast ekki um það og virðast sáttir við fyrirkomulag sitt; hvorugur flokkurinn telur sig beittan til að skerða skoðanir sínar á nútímatækni.

Karen segir að Sky hafi dottið út á veginum í dag og verið borinn inn af einhverjum myndarlegum strák." Ég svara snöggt með: "Segðu bara strákur."

Sex starir yfir borðið á mig með vonbrigðum þegar það slær mig að hún sé týnd í síðdegishlaupið mitt eða fyrsta skóladaginn minn; Dagskráin mín hefur verið á fullu í dag, sem skilur engan tíma fyrir okkur bæði. Svo hver ætla ég að fylla hana þegar hún fer á morgun? Bara tilhugsunin um það fyllir mig ótta; vonandi getur Breckin fyllt þá - eða réttara sagt að hann geri það í anda frekar en bókstaflega!

"Hvernig hefurðu það?" spyr Jack. „Þetta hlýtur að hafa verið mikil áhrif að fá svona mar.

"Ó nei!" segi ég um leið og ég snerti augað og þreifa eftir svarta auganu þess. Fyrr um kvöldið höfðu sex einstaklingar olnbogað mig tvisvar á magasvæðinu.

Þeir búast við að einhver þeirra spyrji Six um hvers vegna hún réðist á mig, þeir gera það ekki einu sinni; sem sýnir hversu mikið þeir elska hana; Jafnvel þótt hún myndi berja mig myndu þeir líklega segja mér að ég ætti það líklega skilið.

"Er það ekki pirrandi að hafa númer fyrir nafn?" spyr Jack Karen. Hann skildi aldrei hvers vegna fólk nefndi börnin sín eftir tölum eins og mánudaga til föstudaga eða jafnvel mánuði ársins eins og mars eða janúar eru svo vinsælir valdir." Þegar Jack er búinn að tala snýr hann sér aftur í átt að Karen: "Þegar við eignast börn munum við ekki gera það. gerðu það við þá - allt sem finnst á dagatali ætti aldrei að hafa áhrif á nöfn þeirra!"

Karen horfir á Jack með óvingjarnlegum svip og virðist undrandi á því að hann hafi meira að segja minnst á börn; Mig grunar af svipnum á henni að þetta gæti verið í fyrsta skipti sem Jack minntist á börn við hana; það er greinilega ekki eitthvað sem hún býst við að eigi í bráð.

Jack færir fókusinn aftur á Six. "Hefir þú ekki rétta nafnið Seven eða Thirteen eða eitthvað álíka? Ég skil ekki hvers vegna þú valdir sex þar sem það virðist vera svo óviðeigandi tala.

„Ég tek á móti móðgunum þínum eins og þær eru," segir Six, „aðeins tilraun til að fela sorg þína við yfirvofandi brottför mína.

Jack hlær. "Reyndu að hafa ekki áhyggjur af móðgunum mínum; það verður nóg meira þegar þú kemur aftur eftir sex mánuði!"

Eftir að Jack og Six eru farnir hjálpa ég Karen í eldhúsinu að þvo upp.

Síðan hún fæddist hefur hún verið tiltölulega hlédræg.

"Hvað var að angra þig svona mikið?" Ég spyr og rétti henni diskinn til að þvo.

„Hann gerði athugasemd um að eignast barn með þér, sem var skrítið þar sem þú ert á þrítugsaldri - fólk á alltaf börn á þínum aldri! "Þetta var skrítið!" [Óheyrilegt]. "Bíddu ha?" Þeir spurðu af vantrú þegar hún reyndi að útskýra sig með því að gefa meiri bakgrunn.]

"Var það svona áberandi?"
"Þetta var mikilvægt fyrir mig." Hún tók annan disk af mér til að skola, áður en hún andvarpaði langt. "Ég elska Jack. En mér líkar við samkomulagið mitt við þig líka, svo kannski er ekki nauðsynlegt að breyta því á þessum tímapunkti ef Jack heldur áfram áætlun sinni um að komast áfram."

"Mamma, eftir örfáar vikur verð ég 18 ára. Eins mikið og þú vilt að fyrirkomulagið okkar haldist óbreytt - jafnvel eftir að framhaldsskólinn byrjar á næstu önn gætir þú fundið þig einn hérna heima - ég held að það gæti ekki sakar að íhuga að minnsta kosti að íhuga að leyfa honum að flytja inn"

„Sky, ég hef verið að íhuga háskólanám," segi ég við hana, með augljósan sársaukafullan svip á andliti hennar. „En þú verður að skilja: að taka svo stórt skref er ekki hægt að snúa við þegar ákveðið er.

Hvað ef það er aðgerð sem þú vilt ekki afturkalla, ennþá? Kannski hafa fyrstu skref þín á ferðinni leitt þig áfram og áfram í fullan sprettham."

"Það er einmitt ótti minn!" Hún hlær taugaóstyrk.

"Ég skil þig ekki stundum." "Ég skil ekki alltaf hvað er að gerast á milli okkar."

„Og ég skil þig ekki heldur," hélt hún áfram og ýtti varlega í öxlina á mér. "Ég get aldrei skilið hvers vegna þú vildir fara í almennan skóla svo innilega; þó þú segjir kannski að það hafi verið skemmtilegt, segðu mér hverjar raunverulegar tilfinningar þínar eru."
Þrjóskan mín sigrar alltaf; það er engin leið að ég segi henni hversu mikið mér líkaði við skólann í dag, þrátt fyrir að vita að hún myndi segja: "Ég sagði þér það."

„Það er gaman að heyra það," svaraði hún brosandi. "Kannski þegar ég spyr aftur á morgun muntu sýna sannari svör." Taskan mín dúndrar af rúminu mínu, ég dreg upp bókina sem Breckin gaf mér og byrja að lesa síðu tvö þegar Sex kemur inn um gluggann minn og byrjar að tala aftur til mín.

„Fyrst skóla og svo til staðar," segir hún þar sem hún sest við hliðina á mér á rúminu og ég legg bókina á náttborðið mitt.

"Skólinn var helvíti. Þökk sé þér og vanhæfni þinni til að segja nei við stráka erfði ég hræðilega orðspor þitt. En fyrir guðlega forsjón var ég bjargað frá sjálfum mér af Breckin: ættleiddur samkynhneigður mormóni sem hvorki syngur né leikur heldur elskar að lesa - nú er nýr besti vinur minn um allan heim!

Sex pælingar. "Af hverju hefurðu ekki sagt mér að þú hafir fundið einhvern annan ennþá?" Vitlaus. Til að taka það fram, þá snýst málið mitt um að segja nei við krakka frekar í vanhæfni til að skilja siðferðislegar afleiðingar kynlífs fyrir hjónaband - mikið og mikið kynlíf fyrir hjónaband."

Hún setti ópakkaðan kassa í fangið á mér.

"Ég veit hvað þú ert að hugsa," svarar hún, "en núna ættir þú að skilja að skortur minn á gjafaumbúðum endurspeglar ekki hvernig mér finnst um þig; ég er bara löt."

„Þar sem þú ert að fara ætti ég að fá þér eitthvað sem hluta af skilnaðargjöfinni okkar.

"Já, þú ættir að gera það. Hins vegar hefur hæfileikinn þinn að gefa gjafavöru alltaf verið undirstöðu og ég býst ekki við að það breytist af minni hálfu."

Hún hafði rétt fyrir sér. Ég er hræðilegur gjafagjafi, aðallega vegna þess að ég er pirruð að fá þær - óþægindin geta næstum keppt við að gráta um mig! Um leið og kassinn er kominn til viðtakanda þarf að opna hann vandlega; losaðu flipann, dragðu út pappírspappír og opnaðu innihald hans - oft birtist óæskilegur farsími innan nokkurra mínútna!

„Sex," svara ég. "Þú veist að ég get ekki..."

"Hættu að tala svona - það er engin leið að ég sé að ferðast hálfan heiminn án þess að eiga samskipti við þig, jafnvel þó við deilum ekki netfangi!"

"En ég get ekki borgað. Án atvinnu get ég ekki staðið undir þessum kostnaði..."
Slakaðu á. Þetta er bara fyrirframgreiddur sími. Ég setti bara nógu margar mínútur á það svo við getum sent hvort öðru SMS einu sinni á dag á meðan ég er í burtu; því miður hef ég ekki efni á símtölum til útlanda,

þannig að þú færð ekkert þar heldur; og bara svo móðir mín fari ekki yfir grimmt, snúið foreldragildi, þá er ekki einu sinni internet um þetta - bara sms.“

„Ef þú finnur heitan kærasta á meðan ég er farinn, gætu auka mínútur bæst við síðar; en ef einhverjar mínútur hans fara til spillis mun ég segja þeim upp án fyrirvara.“
Hún gefur mér símann til baka og þegar ég ýti á hann heim sé ég að tengiliðaupplýsingarnar hennar birtast sem „mjög, MJÖG besti vinur þinn í heiminum“.

Ég er hræðileg að þiggja gjafir og sérstaklega að kveðja. Eftir að hafa skilað símanum í kassann beygði ég mig og tók bakpokann minn; dró bækurnar fram og setti þær á gólfið áður en ég sneri mér við til að sturta byrðinni yfir hana og sjá alla þessa dollara seðla falla í fangið á henni.

"Hérna eru þrjátíu og sjö dollarar sem ættu að koma þér yfir þar til þú kemur heim. Gleðilegan gjaldeyrisdag!"

"Aðeins einn dagur í almenningsskóla og þegar hafa þeir látið skápinn þinn rigna?" Hún hlær undrandi og setur sig aftur í rúmið. "Það er áhrifamikið."

"Heldurðu að það sé áhrifamikið?" svaraði hún sem svar. "Viltu sannanir? Komdu og horfðu á mig vinna á stönginni á kaffistofunni!"

Hún grípur kortið mitt og nuddar fingrunum yfir yfirborð þess, brosandi. Þegar hún þekkir kveikjupunktana mína, opnar hún það ekki heldur setur það aftur að brjóstinu áður en hún hallar höfðinu á öxlina á mér til að sofa rólegur.

„Þú ert svo mikil drusla,“ hvíslar hún lágt og berst gegn tárum sem við reynum bæði að fella ekki.

„Svo ég hef heyrt.
Þegar vekjaraklukkan hringir íhuga ég í augnabliki að hætta að hlaupa í dag þar til ég man hver bíður fyrir utan. Án þess að hafa hugsað mér að klæða mig nógu hratt síðan ég byrjaði, flýt ég mér að glugganum þar sem er spjald sem er límt upp með rithönd Six sem segir „drusla“ áður en ég brosi um leið og ég tek það niður þaðan áður en ég henti því upp í rúmið mitt áður en á leið út.

Hann situr á kantinum og teygir fæturna. Sem betur fer er bakinu snúið að mér; annars hefði hann gripið greyið mitt um leið og ég tók eftir skyrtunni hans. Þegar hann heyrir mig koma nær snýst hann um til að horfast í augu við mig áður en hann heilsar mér aftur.

„Hæ,“ heilsa ég um leið og hann stendur upp. Þegar hann sest aftur, tek ég eftir því að skyrtan hans er þegar rak eftir að hafa hlaupið tvo kílómetra hingað og þrjár í viðbót með mér áður en hann keyrir yfir tvo heim aftur. "Þurfum við að teygja fyrst?" spyr hann.

Hann teygði sig svo fram og snerti kinn mína með þumalfingrinum, "Lítur ekki svo illa út," sagði hann og spurði svo: "Ertu sár?"

Ég hristi höfuðið. Býst hann við að ég svari raddlega á meðan fingur hans snerta andlit mitt? Það getur verið erfitt að koma orðum á framfæri meðan þú heldur andanum.

Hann tók höndina á mér til baka og brosti: "Gott, ertu tilbúinn?". Ég dró andann. "Já."

Í fyrstu hlupum við hlið við hlið þar til leiðin minnkaði, þegar hann féll aftur fyrir aftan mig og olli mér mikilli sjálfsvitund. Ég missi mig venjulega þegar ég hlaupa, en í þetta skiptið var allt frá hárgreiðslunni minni, stuttri lengd og svitinn sem lak af bakinu á mér í brennidepli með þessari ákafa meðvitund. En loksins, þegar leiðin stækkaði og hann fór aftur að fylgja mér fann ég léttir yfir því að við hefðum báðir fallið aftur í takt saman aftur.
"Þú ættir að prófa að fylgjast með." Rödd hans var stöðug og gaf ekki til kynna langan dag við að hlaupa fjórar mílur í dag. „Þú hefur meira úthald en flestir strákarnir úr liðinu í fyrra.

„Ég veit ekki hvort ég vil," svara ég hikandi, óaðlaðandi andlaus. „Ég þekki í raun engan í skólanum; þó ég hafi ætlað að prófa þá hefur flestir verið frekar vondir og ég vil ekki eyða meiri tíma í kringum þá í skjóli þess að vera hluti af teymi.

Gefðu almenningsskóla tíma. Börn í heimaskóla ættu ekki að búast við því að koma á fyrsta degi með hundruðum nýrra vina."

Hættu dauður í sporum mínum! Hann tekur nokkur skref í viðbót áður en hann áttar sig á því að ég hafði yfirgefið hann og hleypur í áttina að mér og grípur um axlirnar á mér og spyr: "Er allt í lagi með þig eða ertu með svima?" "Finnur þú fyrir svima?" spurði hann um leið og við töluðum.

„Það er allt í lagi með mig," svaraði ég með heyranlegan pirringartón í röddinni.

— Sagði ég eitthvað vitlaust? spyr hann.

„Smá," svaraði ég um leið og við byrjuðum að labba aftur í átt að húsinu mínu. Ég skar augun í átt að honum áður en ég hélt áfram: „Í gær grínast ég með að elta en þú viðurkenndir að hafa leitað mig upp á Facebook rétt eftir að hafa hitt mig og krafðist þess að hlaupa með mér þó að það væri ekki í vegi þínum; núna veistu greinilega hversu lengi ég var í almenningsskóla og heimakennslu? Þetta er örugglega pirrandi!"

„Ég spurði í kringum mig," segir hann að lokum með þungu andvarpi. "Ég hef búið hér síðan ég var 10 ára, svo ég þekki marga. Ég var forvitinn um þig."

Um leið og ég sný mér undan rekur augnaráð mitt niður í átt að gangstéttinni. Einhverra hluta vegna rekur augnaráð mitt aftur í átt að honum þar sem ég velti því fyrir mér hvað "vinir" hans hafi sagt honum um mig. Vissulega hafa sögusagnir verið á kreiki síðan ég og Six urðum bestu vinir, en þetta er í fyrsta skipti sem þeir láta mig vera í vörn eða skammast sín; auk þess sem hann virðist ætla að leggja sig fram til að afsanna þá! Það þykir honum undarlegt að gera slíkt; kannski gæti löngun hans til árekstra jafnvel valdið öðrum óþægindum!
Ég að biðja hann um að hlaupa með mér getur aðeins þýtt eitt. Hann hefur líklega heyrt sögusagnirnar og vonar að þær séu sannar.

Hann sá að ég var órólegur, svo hann greip um olnbogann á mér og stoppaði mig og sagði aðeins „Sky".
Við snérum við, þó ég héldi augnaráðinu fast á steypta yfirborðinu. Þó ég klæðist meira en bara íþróttabrjóstahaldara í dag, leggst handleggirnir samt saman yfir stuttermabolinn minn í viðleitni til að hugga mig og knúsa sjálfa mig; það var ekkert afhjúpað sem þurfti að hylja; samt einhvern veginn fannst mér ég ekki sannfærður um að vera yfirhöfuð núna.

„Ég held að við fórum vitlaust af stað í búðinni í gær," segir hann, „og umræðan um eltingaleik var aðeins ætluð sem grín; ég vil ekki að þér líði óþægilegt í kringum mig, myndirðu vita meira um mig. líður þér betur? Spyrðu mig um eitthvað og ég skal segja hvað sem er!"

Ég vona að hann sé ósvikinn því það er þegar ljóst að hann er ekki svona gaur sem maður verður auðveldlega hrifinn af. Þess í stað er hann þess konar maður sem þú fellur hart að og þessi framtíð hræðir mig; Ég óska þess ekki að hjarta mitt opnist svo auðveldlega fyrir nokkurri einni manneskju, hvað þá þeim sem birtist aðeins vegna þess að hún heldur að ég sé auðveldur eða hefur þegar afskrifað sig sem vonlausan; engu að síður er ég forvitinn. Mjög forvitinn reyndar.

"Ef ég spyr um eitthvað af þér, svararðu heiðarlega?"

Hann horfir á mig með fyrirlitningu. „Þetta er allt sem ég mun nokkurn tíma verða.

Lág rödd hans þegar hann talar fær höfuðið að snúast og í augnabliki óttast ég að ég fari yfir mig aftur. Sem betur fer tekur hann skref til baka og bíður eftir svari mínu; forvitni mín fær mig til að vilja spyrja hann um fortíð hans: hvers vegna hann var sendur burt; hvað leiddi til þess sem hann hefur gert í fjarveru Six; en þó er ég óviss um að ég vil fullan sannleika enn.

"Af hverju hættir þú í skóla?"

Hann andvarpar og virðist reyna að forðast þessa spurningu. Ég byrja að fylgjast með honum í þetta skiptið.

Tæknilega séð er ég ekki farinn ennþá.

"Þú hefur greinilega ekki mætt á fundina okkar í meira en ár; það myndi benda til þess að þú hættir."

Holder sneri sér aftur í áttina að mér og virtist hikandi, eins og hann vildi segja mér eitthvað, en var samt óviss um hvernig. Hann opnaði munninn en lokaði honum fljótt aftur eftir að hafa gert hlé áður en hann opnaði aftur eftir að hafa hikað. Það pirraði mig mjög að ég skildi hann ekki; flestir eiga auðvelt með að lesa; Holder reyndist hins vegar flókinn.
„Ég flutti bara heim fyrir nokkrum dögum," segir hann, eftir að hafa átt í erfiðleikum með móður sinni og búið tímabundið hjá pabba sínum í Austin. Þegar hann sótti kennslu þar fannst honum rétt að snúa aftur heim svo hér er hann.

Um leið og honum mistókst að segja frá því hvernig hann var í unglingafangelsi fór ég að efast um heiðarleika hans. Þó að það sé skiljanlegt að það sé kannski ekki eitthvað sem hann vill tala um, ætti hann ekki að láta eins og hann hafi alltaf verið sannur þegar hann er í rauninni allt annað en.

„Ekkert af þessu útskýrir hvers vegna þú valdir að fara í stað þess að flytja bara til baka.

"Ég veit það ekki. Satt að segja er ég enn að reyna að ákveða hvað næsta skref mitt ætti að vera. Þetta ár hefur verið mjög krefjandi, svo ekki sé minnst á að ég hata skólann minn; stundum lendir kjaftæðið á mér svo það myndi bara vera auðveldara ef ég prófaði bara."

"Þetta er afsökun sem er vitleysa!" Hann kinkar kolli og spyr mig hvers vegna það trufli hann að mér líkaði ekki við menntaskóla. Ég yppti öxlum og svara í góðæri að það trufli hann líka, þar sem þetta hafi alls ekki verið hluti af planinu hans. "Svo er það vitleysa að ég hati menntaskóla?!"

"Nei. Það er fáránlegt að eitt ár af slæmum ákvörðunum skuli ráða allri framtíð þinni. Þegar aðeins níu mánuðir eru eftir í útskrift er brottfall einfaldlega...óafsakanlegt."

Hann brosir. "Jæja, þegar þú orðar það svo mælskulega."

"Hlæja allt sem þú vilt; að hætta er bara að gefa eftir. Allir sem hafa efast um þig hafa sannað rétt." Ég lít niður og horfi á húðflúrið á handleggnum hans. "Ó svo þú vilt sanna að þau öll hafi rangt fyrir sér?" segi ég um leið og ég lít undan. „Að hætta er leið þín til að sýna hversu vonlaus staða þín er í raun og veru? Það mun sýna þeim! "Jæja, það mun bara sýna hversu örvæntingarfullir hlutirnir eru í raun og veru. Leið til að sanna að þú hafir rétt fyrir þér!"

Í fyrstu ætlaði ég ekki að tala um menntun - eitthvað sem hefur lengi verið ágreiningsefni milli Karenar og mín - en svo skyndilega varð þetta allt á mína ábyrgð og afleiðingar þess myndu falla á mínar herðar einar.

Holder færir augun frá húðflúrinu sem við horfðum á, hann lítur aftur upp og kinkar kolli í átt að heimili mínu með vísbendingu um að "Þú ert hér." Án svo mikið sem að þakka eða veifa bless snýr hann sér undan án þess að brosa óþægilega eða kinka kolli í áttina til mín.

Þegar ég stend á gangstéttinni og horfi á hann snúa í burtu án þess að horfa í áttina til mín, hverfa vonir mínar um að taka þátt í einum af persónuleika hans án þess að gefa í skyn að við gætum í raun átt þátt í. Svo mikið fyrir það.

5. KAFLI

Þegar ég fer inn í fyrsta blæðinga situr Breckin stóískt í heitbleikum búningnum sínum - eitthvað sem ég hafði ekki tekið eftir fyrr en í hádeginu í gær! Hvernig ég kom ekki auga á þessa björtu skó eða hann er mér óskiljanlegt.

"Hey glæsilegt," heilsa ég um leið og ég fer í autt sæti við hliðina á honum. Um leið og mér var afhent kaffibollinn tók ég sopa - vitandi vel hugsanlegar afleiðingar þess að stöðva sjálfsagðan koffínfíkil, hann leyfði það án mótmæla.
„Ég lærði mikið um þig í gærkvöldi," segir hann og harmar vanhæfni sína til að veita þeim aðgang að internetinu - það getur verið svo opnari uppspretta þekkingar um okkur sjálf að við vissum ekki einu sinni að við ættum! "

"Er mér jafnvel sama?" Ég hlæ þegar ég klára kaffið hans áður en ég skila bollanum til hans og set hann svo aftur á skrifborðið mitt. Andlit hans lýsir upp þegar hann horfir niður á það; viðbrögð hans tala sínu máli.

"Jæja," byrjar hann, "byggt á einhverri rannsókn á Facebook, þú varst með einhvern að nafni Daniel Wesley á föstudagskvöldið og það leiddi af sér óléttuhræðslu. Á laugardaginn stundaði þú kynlíf með einhverjum að nafni Grayson en rakaðir honum svo út, síðan í gær. þú sást hlaupa með einhverjum að nafni Dean Holder eftir skóla - sem snertir mig dálítið þar sem sagt hefur verið að honum líkar ekki við mormóna."

Stundum er mér létt að hafa ekki aðgang að netinu eins og allir aðrir.

„Leyfðu mér að skoða," svara ég þegar ég renna í gegnum listann yfir sögusagnir, „og við skulum sjá..."
„Jæja," byrja ég, „ég veit ekki einu sinni hver Daniel Wesley er; Grayson kom á laugardaginn. , en var rekinn út áður en ölvunarhegðun hans olli einhverjum vandræðum hjá okkur. Einnig hljóp ég í gær með einhverjum að nafni Holder sem ég veit ekki einu sinni mikið um þar sem við bjuggum bæði nálægt..."
Ég fæ fljótt samviskubit yfir að hafa sagt Holder upp. Ég skil hann ekki enn og er ekki tilbúinn að leyfa neinum að brjótast inn í Breckin og tuttugu stunda bandalagið mitt núna.

„Bara til að létta ykkur, þá opinberaði stelpa að nafni Shayna mér að ég kem af gömlum peningum og er skítugur ríkur! segir hann.

"Gott. Þannig að það er ekkert mál að færa mér kaffi á hverjum morgni!" Ég hlæ.

Um leið og Holder gengur inn um skólastofudyrnar klæddur hvítum stuttermabol og dökkum gallabuxum, þvoði hann hárið á sér eftir hlaupið okkar í morgun, ég finn strax magavírusinn/heitakófana/fiðrildin koma aftur.

„Shit," muldra ég. Holder gengur upp að skrifborði Mr. Mulligan og setur eyðublað á það áður en hann röltir í átt að bakhlið herbergisins og fiktar í símanum sínum alla leiðina. Einu sinni við skrifborðið hennar Breckin beint fyrir framan skrifborðið hennar tók hann aldrei eftir mér fyrr en hann lækkaði hljóðstyrkinn áður en hann setti það aftur í vasa sinn og skildi mig eftir fyrir dauðann.

Ég var svo hissa að hann kom, ég talaði ekki einu sinni við hann. Náði mér einhvern veginn að sannfæra hann um að skrá sig aftur? Er ég ánægður með að vita að ég gæti hafa breytt ákvörðun hans? Vegna þess að í staðinn eru tilfinningar mínar gagnvart þessu aðallega eftirsjá.
Herra Mulligan gengur inn og setur hlutina sína frá sér á skrifborðið áður en hann snýr sér að töflunni til að skrifa nafn sitt og dagsetningu á það. Ég veit ekki hvort hann heldur í alvörunni að við höfum gleymt hver hann var síðan í gær eða vill bara sýna vanþóknun sína á fáfræði okkar.

Hann snýr sér við og heilsar Holder. „Dean," tilkynnir hann þegar hann horfir frammi fyrir töflunni sinni, enn og aftur. Hann lítur yfir á Holder áður en hann snýr sér við aftur til að horfast í augu við Holder og heilsar henni innilega: "Velkomin aftur, þó að komu þín hafi verið sein; ertu viss um að við munum ekki lenda í neinum vandamálum á þessari önn??"

Kjálka minn féll strax við niðurlægjandi ummæli hans. Ef Holder þarf að þola svona meðferð í skólanum er engin furða að hann vilji ekki koma aftur. Ég fæ allavega bara svona meðhöndluð af öðrum nemendum. Kennarar ættu aldrei að vera niðurlægjandi við neinn nemanda; það ætti að vera fyrsta reglan í hverri kennarahandbók og í öðru lagi ættu kennarar ekki að skrifa nöfn sín á töflur umfram þriðja bekk.

Holder svíður aftur á herra Mulligan með jafn bituru svari: "Svo erum við sammála um að athugasemdir þínar muni ekki hvetja mig til að valda þér vandræðum á þessari önn, herra Mulligan?"
Allt í lagi, það er ljóst að "skítagjöf" er tvíhliða. Kannski ætti næsta lexía mín að einbeita sér að því að kenna honum virðingu fyrir yfirvaldi frekar en að fá hann aftur í skólann.

Herra Mulligan spennir hökuna og starir beint á Holder í gegnum gleraugun hans.

Dean, værirðu til í að koma fram og kynna þig fyrir bekkjarfélögum þínum þar sem það gætu verið einhverjir nýliðar síðan þú fórst frá okkur í fyrra?"

Holder mótmælir ekki, sem ég er viss um að var það sem herra Mulligan bjóst við að hann gerði. Þess í stað rís hann hratt upp úr stólnum sínum og gengur hratt í átt að framhlið herbergisins, sem varð til þess að herra Mulligan steig til baka augnablik áður en hann snerist um til að horfast í augu við bekkinn sinn án þess að hika eða efast um hann.

„Sællega," hrópar Holder og sker augun í átt að herra Mulligan. "Ég heiti Dean Holder. Fólk vísar oft til mín með fyrstu upphafsstöfum mínum; aðrir kalla mig H." Eftir að hafa talað nokkur orð í viðbót við herra Mulligan leit hann aftur í átt að bekknum áður en hann sneri aftur í átt að herra Mulligan og talaði: „Ég hef verið að læra hér síðan á nýnema ári fyrir utan eina og hálfa önn hvíldartíma; samkvæmt hr. Mulligan Mér finnst gaman að hræra í hlutunum svo þetta námskeið ætti að vera skemmtilegt!"

Margir nemendur hlæja að athugasemd hans, en ég finn enga skemmtun í því. Þegar ég hafði efast um hann af því sem ég hafði heyrt um hann, sýna gjörðir hans nú sitt rétta lit. Holder opnar munninn til að halda áfram með kynninguna en brosir strax þegar hann kemur auga á mig aftast í herberginu og blikkar til mín. Í fyrstu brosi ég stutt í vör áður en ég sný mér við í sætinu mínu til að sjá hver starði aftur á mig handan við skrifborðið mitt. Ég rýni í Holder í síðasta sinn áður en ég horfi niður á skrifborðið mitt áður en ég lít undan þegar aðrir nemendur byrja að snúa við og stara aftur á mig úr sætum sínum til að sjá hver starir aftur á mig hinum megin.

Einum og hálfum tíma áður gekk hann frá mér í reiðu skapi; núna brosir hann breitt til mín eins og við hefðum hittst í fyrsta skipti eftir svo langan tíma!

Breckin starir út í geiminn. "Hvað gerðist?" spyr hann félaga sína í rugli.

„Leyfðu mér að segja ykkur það í hádeginu," fullvissaði ég þá.

"Haldamaður, er það öll viskan sem þú vilt gefa okkur í dag?" Herra Mulligan spyr hann.

Holder kinkar kolli einu sinni áður en hann fer aftur í sætið sitt og slítur aldrei augnsambandi við mig á meðan hann gerir það. Þegar hann er kominn aftur í sætið sitt situr hann uppréttur með hálsinn dreginn fram á við á meðan herra Mulligan byrjar að tala.
Öll augu snúa aftur til framhliðar herbergisins; allir nema Holder. Ég lít niður í bókina mína og opna hana í handahófskenndum köflum í von um að hann geri það sama; samt þegar ég lít upp aftur starir hann beint á mig.

"Hvað?" Ég muldraði á meðan ég kastaði handleggjunum upp í loftið.

Hann dregur saman augun og fylgist grannt með mér í nokkur augnablik áður en hann segir mér að það sé ekkert fyrir okkur að ræða og snýr sér við til að opna bókina sína fyrir framan sig.

Breckin slær blýantinum sínum á hnúana á mér og horfir forvitinn á mig áður en hann beinir athygli sinni að bókinni sinni. Ef hann er að búast við því að ég gefi skýringu á því sem gerðist, gæti hann orðið fyrir vonbrigðum þegar ég get ekki gefið skýringu þar sem ég skil ekki einu sinni hvað gerðist!

Ég fæ svipinn af Holder á fyrirlestri hans, en hann snýr sér ekki einu sinni við á öllu þessu tímabili. Þegar bjölluhringurinn er kominn hoppar Breckin fram úr sæti sínu og byrjar að tromma fingrum sínum á skrifborðinu mínu villt.

"Ég. Þú. Hádegisverður," tilkynnti Breckin og lyfti augabrúninni til mín þegar hann fór út úr kennslustofunni með harðan stara í augunum. Ég sneri augnaráði mínu að Holder sem horfði á Breckin með stóreygðum augum.

Um leið og hlutirnir mínir voru komnir í hendurnar fór ég að dyrum áður en Holder gat hafið samtal. Þó ég sé þakklátur fyrir að hann ákvað að skrá sig aftur, truflaði hann mig þegar ég var kunnuglegur; Breckin eða einhver annar ætti ekki að halda að ég samþykki það sem Holder gerir; þess vegna vil ég helst ekki tengja mig við hann en því miður gæti þetta reynst erfitt í reynd.

Þegar ég fer aftur að skápnum mínum og skipti um bækur, gríp enska textann minn, velti ég því fyrir mér hvort Shayna/Shayla muni þekkja mig í dag - líklega ekki, þar sem það gerðist fyrir 24 klukkustundum og heilinn hennar getur líklega ekki munað smáatriði frá svo langt aftur í tíma.

"Hey þú." Augu mín þéttust af hræðslu þar sem hann stóð þarna með alla sína fallegu prýði fyrir framan mig.

"Ó! Svo þú komst." Ég laga bækurnar í skápnum mínum áður en ég sný mér við til að horfast í augu við hann og ná augnsambandi. Brosið hans yljar mér svo um hjartarætur þegar hann hallar sér að nágrannaskápnum mínum í næsta húsi og segir eitthvað.

Hann brosir mér áður en hann segir mér að þrífa upp og horfast í augu við hann aftur síðar. Þó er sveitta útgáfan ekki svo slæm heldur.“

Hann lítur líka vel út - eitthvað sem ég ætlaði ekki að segja honum. "Ertu hér að elta mig eða hefurðu í raun skráð þig aftur?" spyr ég og hann bregst við með því að brosa vandræðalega og tromma fingrunum á skápinn sinn: "Bæði." "Bæði."

Ég þarf að hætta að elta brandara; þeir væru fyndnari ef ég trúði ekki að hann væri fær.

Þegar ég lít í kringum mig í salnum kemur í ljós að fólk er farið að fara í kennslustund. „Jæja,“ fullyrði ég. „Jæja þá,“ kemur svarið. "Velkominn aftur."

Eins og hann skynji óþægindi mín, snýr hann augun að mér og segir við mig: "Þú ert skrítinn."

"Hvernig gat hann vitað hvernig ég hef það?" voru fyrstu viðbrögð mín, áður en ég yppti öxlum og svaraði: "Ég er bara hissa að sjá þig hér." Í stað þess að tala upphátt og viðurkenna innri spurningar mínar upphátt, yppti ég bara öxlum og svaraði: "Ég er bara hissa að sjá þig hér."

"Nei. Eitthvað annað," svaraði hann og yppti öxlum.

"Viltu að ég sé heiðarlegur?" „Það er það eina sem ég bið þig um.

„Fínt,“ svaraði ég um leið og ég dró varirnar í þétta línu og kinkaði kolli. Ég velti öxlinni að skápnum og horfði beint á móti honum. „En ekki fá rangar hugmyndir: alltaf þegar þú daðrar og gefur í skyn að það gætu verið rómantísk áhugamál á milli okkar sem ég deili ekki... og þú virðist... (Hlé)
"Hver ertu?" spyr hann forvitinn til mín.

„Þú ert...ákafur,“ lýsi ég því yfir án þess að segja það beint. „Stynning líka; kannski jafnvel ógnvekjandi; það er annar þáttur.“ En á endanum, það sem ég á við að koma á framfæri er þetta: Ég vil ekki að þú fáir ranghugmyndir.

"Hvað annað?" Hann virðist vita hvað annað ég er að vísa til, en skorar samt á mig að nefna það.

„Jæja,“ byrja ég og vil ekki draga fortíð hans lengra en nauðsynlegt er.

Holder stígur upp fyrir framan mig og leggur hönd sína á skápinn minn, áður en hann hallar sér að mér með annan handlegg framlengdan í átt að mér og horfir beint niður á andlit mitt - ekki meira en sex tommur frá því! Ég lít aftur upp og verð heimsk þegar hann starir aftur niður á mig með annað augað lokað.
"Ég skil ekki hvers vegna þú ert að reyna að forðast að takast á við mig um hvað sem það er sem þú hefur með mér, eins og þú sért of feiminn eða vandræðalegur til að koma með einhver mál sem þú gætir haft við mig. Segðu bara það sem segja þarf ."

Þegar ég horfi upp á hann núna og finnst ég vera föst eins og ég, kemur upp sömu lætin í brjósti mér og eftir fyrsta fund okkar.

"Ég heyrði um það sem þú gerðir," svaraði ég skyndilega, "og um handtöku þína fyrir að ráðast á kunningja og í kjölfarið sendingu þinni í unglingafangelsi. Á aðeins tveimur dögum frá því að þú hittir þig hefurðu hrædd við mig að minnsta kosti þrisvar sinnum ! Þar að auki, þar sem við erum að vera heiðarleg hér, ef þú hefur spurt í kringum mig þá hefur meira en líklega heyrt um orðspor mitt - líklega er það hvers vegna þú nennir að gera tilraun við mig í fyrsta lagi! Því miður verð ég að valda þér vonbrigðum en ég mun ekki gera neitt annað en að hlaupa við hlið hvort annars - það er það!

Kjálkinn spennist en samt er svipurinn óbreyttur. Hann lækkar handlegginn og tekur skref til baka og gefur mér pláss til að anda aftur. Ég skil samt ekki hvers vegna þegar einhver stígur innan við einn fet frá persónulegu rýminu mínu, þá dregur það andann úr mér; né af hverju mér líkar svona vel við þessa tilfinningu.

Ég set bækurnar mínar nálægt brjósti mér og byrja að ýta framhjá Holder þegar handleggur grípur um mittið á mér og dregur mig í burtu. Grayson stendur við hliðina á mér og horfir af athygli á Holder áður en hann herðir gripið um mitt enn þéttara.

Grayson snýr til baka, "Handhafi, ég áttaði mig ekki á því að þú værir að koma aftur. Holder viðurkennir ekki Grayson; í staðinn heldur hann áfram að stara beint á mig." "Úbbs!" Grayson var aftur dónalegur þar sem Holder neitaði að viðurkenna Grayson yfirleitt - starði beint í augun á mér í staðinn.
Grayson leit í burtu nógu lengi til að hann hætti að snerta mitti mitt áður en hann kinkaði kolli aðeins og brosti, að því er virtist átta sig á einhverju, áður en hann sneri aftur augnaráði sínu aftur á mitt.

„Jæja, ég er kominn aftur," sagði hann í frjálslegum tón, án þess að horfa beint á Grayson. Hvað nákvæmlega var í gangi hérna og hvaðan kom Grayson til að gera handlegg minn sem sinn eigin?

Holder brýst í burtu og byrjar að ganga af stað, en stoppar skyndilega og snýr aftur í áttina að mér með óvæntan vanþóknunarsvip á andlitinu. „Tilraunapróf eru á fimmtudaginn eftir skóla," segir hann mér og segir mér að vera með.

Grayson var ekki svo langt á eftir; "Ertu upptekinn þennan laugardag?" spyr Grayson mig beint í eyrað á mér áður en hann dregur mig nær sér.

„Hættu," hrópa ég, greinilega ósáttur. „Ég held að ég hafi gert mér grein fyrir því um síðustu helgi.

Þegar ég loka skápnum mínum og geng í burtu velti ég því fyrir mér hvernig í ósköpunum mér hafi tekist að forðast drama í svona langan tíma - þegar bara á síðustu tveimur dögum einum hefur verið nóg efni í heila bók!

Breckin sest á móti mér og gefur mér gos. „Þeir fengu sér ekki kaffi, en ég fann koffín," segir hann við mig.

„Þakka þér fyrir bestu vinkonu um allan heim. Ég brosi. "Ekki þakka mér, þar sem það var keypt af illum tilgangi. Ég ætla að nota það til að múta..."

Svo að ég geti metið sambandsstöðu þína.

„Jæja," hlæ ég og helli mér í gos, „þú verður líklega fyrir vonbrigðum að vita að ástarlífið mitt er nánast ekkert."

"Ó nei. Miðað við það sem ég hef verið að sjá þarna, virðist þessi vondi drengur ætla að horfa á þig frá hinum megin." Hann ýtir höfðinu örlítið til hægri.

Holder situr þremur borðum frá og starir á mig. Hann situr með nokkrum meðlimum fótboltaliðsins sem virðast spenntir að fá hann aftur; þeir klappuðu honum á bakið og töluðu í kringum hann án þess að átta sig á því að ég væri ekki hluti af samtali þeirra. Holder tók sér vatnsdrykk með augun læst á mitt eins og ég hélt í mitt; seinna þegar hann stóð upp setti hann niður drykkinn sinn aðeins of kröftuglega og ýtti síðan höfðinu til hægri á meðan hann stóð upp og fékk mig til að líta til vinstri og sjá útganginn að mötuneytinu; Ég byrjaði að ganga í átt að því og bjóst við að ég fylgdi honum.

"Ha," svaraði ég meira sjálfum mér en Breckin.

"Já. Ha. Sjáðu hvað í fjandanum hann vill, tilkynntu mér síðan." Ég tók annan sopa af gosdrykknum mínum áður en ég setti hann aftur á borðið. Um leið og hann benti mér á að fylgja sér, virtist hjarta mitt hoppa beint út. "Já herra." Líkami minn hækkaði en hjartað ekki.. Ég fann líkama minn hreyfast á meðan hugurinn reikaði; allt á meðan beðið er þolinmóður eftir honum.
Fylgdu honum, ég gæti, en fjandinn hafi það allt ef ég fæ ekki eitthvað að segja um líffærin mín.

Holder stendur nokkrum fetum fyrir framan mig og opnar hurðirnar sem síðan lokast á eftir honum. Þegar ég kem til þeirra hika ég augnablik áður en ég þrýstist í gegnum ganginn - magahnútarnir virðast jafn stífir og allir skátar.

Ég leit í báðar áttir en sá hann ekki. Eftir að hafa stigið nokkur skref í átt að brún skápanna og hringið í kringum hornið, sat hann haltur á móti einum, fótleggurinn beygður með fótinn stuttan við annan skápinn fyrir aftan hann og handleggina krosslagða yfir bringuna, augu hans horfðu beint á mig án þess að reyna að hylja. reiði þeirra með barnabláa litnum sínum.

"Ertu að deita Grayson?"
Ég rek augun og geng að skápunum hans á móti og halla mér að þeim sem svar. Nú þegar hefur skapsveiflur hans verið pirraður síðan við hittumst. "Skiptir það máli?" Forvitni mín eykst enn frekar þegar Grayson sýnir áhugaleysi þegar hann er spurður. Þetta gerist með næstum öllu sem hann segir áður en svar kemur.

„Hann er rassgat". ég svara fljótt, það tekur ekki eins langan tíma að koma með svarið mitt og hann að koma með eitt.

"Hann er ekki góður fyrir þig!"
Ég hló pirrandi þegar rök hans komu aftur til mín af kraftmikilli sannfæringu. Í fullri alvöru, þó myndi skorið sennilega hagræða mér tvisvar af þremur ef við höldum marki.

Hann sleppti handleggjunum og sneri sér við, horfði á skápana, sló einn með flötum lófa sínum - hljóðið endurómaði í gegnum ganginn og beint inn í magann á mér.

„Ekki hafa mig með," svarar hann og snýr sér við. "Ég er að tala um Grayson. Þú ættir ekki að vera með honum; þú hefur ekki hugmynd um hver hann er eða raunverulegar fyrirætlanir hans."

"Hann hlær. Ekki vegna þess að hann er fyndinn... heldur vegna þess að það er alvarlegt. Þessi tilviljanakennda manneskja sem reynir að segja mér hver ætti og ætti ekki að deita er svo pirrandi!" Ég velti höfðinu aftur á bak við skápinn minn í ósigri.
„Tveir dagar, Holder," svaraði ég. "Á þeim tíma hef ég séð fimm mismunandi hliðar á þér; aðeins ein var aðlaðandi. Að þú haldir að þú hafir nokkurn rétt á að gagnrýna mig eða ákvarðanir mínar er fáránlegt." Ég sparkaði upp skápunum mínum á eftir mér og lagði leið mína í átt að Holder. "Á þessum tveimur dögum hef

ég séð fimm aðskildar hliðar á þér sem mér finnst aðlaðandi; restin var sannarlega ósmekkleg. Þú ættir ekki einu sinni að þora að tjá skoðun um mig eða mína!"

Holder færir kjálkann fram og til baka þegar hann horfir á mig með hendurnar þétt saman að brjósti sínu, snýr niður í átt að mér með augu svo hörð og köld að þau gruna mig að ég sé að sjá aðra hlið á honum - eina reiðari og eignarmeiri en áður.

"Mér líkar ekki við hann. Og þegar ég sé svona hluti?" Hann ber höndina að andliti mínu og rennur fingri sínum varlega meðfram áberandi marbletti augnbotnsins míns. "Og sérðu hann svo með handlegginn í kringum þig? Fyrirgefðu mér ef ég verð kjánaleg."

Fingurgómarnir hans, sem liggja yfir kinnbeinið á mér, hafa gert mig andlausa, en einhvern veginn er ég sterk í þeirri ákvörðun minni að loka ekki augunum eða halla mér í lófa hans. Það er markmið mitt og vonandi einhvern daginn fljótlega náum við því báðir saman.

Ég tek skref í burtu þar til hönd hans snertir ekki lengur andlitið á mér, krulla síðan fingurna upp í hnefa áður en ég slepp handleggnum til hliðar á mér.

„Svo mælirðu með að ég haldi mig frá Grayson vegna þess að þú óttast skaplyndi hans? Ég halla höfðinu til hliðar og skelli augunum í hann, "Væri það ekki hræsni af þér? Ertu ekki sammála?"

Eftir að hafa rannsakað mig í nokkrar sekúndur í viðbót gaf hann upp stutt andvarp og ranghvolfdi augunum lúmskur, leit undan áður en hann hristi höfuðið með báðum höndum og greip aftan á hálsinn með báðum höndum. Þegar hann sneri sér hægt við aftur horfði hann ekki beint á mig - heldur lagði hann handleggina yfir brjóstið enn og aftur á meðan hann starði niður í gólfið.

— Sló hann þig? spyr hann blátt áfram en heldur höfðinu niðri til að horfa upp í gegnum augnhárin á mig. "Hefur hann nokkurn tíma slegið þig?" "Lærir hann þig aldrei?" bætti hann við með óvissum tóni í röddinni.

Hann reynir aftur og dregur mig inn í klefann með aðeins einu vanþóknunarsvip. „Nei," svara ég rólega. "Og nei. Eins og ég sagði þér áðan...þetta var slys."
Við þegjum þegar við horfum hvert á annað þar til seinni hádegisbjallan hringir og nemendur byrja að fylla gangina. Ég rjúfa augnsamband fyrst þegar ég geng aftur í átt að mötuneytinu án þess að líta aftur á hann. Ég hef hlaupið í næstum þrjú ár. Ég man ekki hvað vakti eða varðveitti áhuga minn; en það sem er víst er að hlaup eru orðin hluti af daglegri rútínu og ánægjulegri upplifun. Kannski stafar þetta af því hversu svekkjandi einangrun mér líður; þó ég reyni af fremsta megni að vera bjartsýn, sjá samskipti og sambönd annarra nemenda í skólanum sem ég er að missa af; að vera án netaðgangs hefði ekki verið svo slæmt þegar ég var í menntaskóla; núna virðist það næstum félagslegt sjálfsmorð - ekki það að einhverjum sé sama hvað einhverjum finnst samt!

Ég get ekki neitað því: Ég hef fundið fyrir yfirþyrmandi löngun til að rannsaka Holder á netinu. Í fortíðinni, þegar þetta kom fyrir mig og Six, leituðu þau einfaldlega upp saman heima hjá henni; núna er hún hins vegar á flugi yfir Atlantshafið, sem þýðir að ég get ekki spurt hana. Í staðinn kýs ég að liggja á rúminu mínu og spá í. Ég velti því fyrir mér hvort orðspor hans sé rétt; hvort hegðun hans hefði sömu áhrif á aðrar stelpur og hún hafði á mig eða ekki; hverjir eru foreldrar hans; ef hann á systkini; ef það eru einhver sambönd sem tengjast honum og hverjum þeir eru að deita? Af hverju virðist hann ætla að vera reiður allan tímann þegar við hittumst bara? Virkar hann alltaf svona, eða kemur sjarmi hans bara upp einstaka sinnum þegar hann er ekki reiður? Mér finnst svekkjandi að það sé aldrei millivegur á milli reiði og þokka í samskiptum við hann, það væri gaman að sjá afslappaðri hlið og rólegri hlið; kannski er jafnvel einhver falin dýpt innra með sér. Allt sem ég get gert núna er að velta fyrir mér þessum vonlausa dreng sem hefur látið vita af sér í gegnum hugsanir mínar.

Um leið og hugurinn hreinsar og ég fer að toga í hlaupaskóna batnar skapið fljótt. Að minnsta kosti var rifrildið okkar á ganginum í gær ekki leyst og hann mun ekki ganga til liðs við mig í dag fyrir að hlaupa; það gerir mig léttari - meira vegna þess að í dag, meira en nokkurn annan, þarf ég tíma ein í þögn með bara mér að hugsa og velta fyrir mér.

Um hann..
Um leið og ég opna svefnherbergisgluggann minn og skríð út, virðist himinninn dekkri en venjulega - vísbending um skap mitt kannski? Þegar ég lít upp virðist himinninn vera skýjaður eins og til að minna mig á að hlaupa á sama tíma og ég lít til vinstri til að ákvarða hvort það sé nægur tími til að flýja áður en allt hrynur í kringum mig.

"Sleppur þú alltaf út um gluggann þinn eða varstu einfaldlega að vonast til að forðast mig?"

Við rödd hans sný ég mér snöggt við. Stóð við brún gangstéttarinnar í stuttbuxum og hlaupaskó en engin skyrta var til staðar í dag.

„Fjandinn.
Ef ég væri að reyna að forðast þig hefði ég bara verið í rúminu." Þegar ég geng í áttina að honum með sjálfstraust og von um að fela þá staðreynd að það að sjá hann veldur því að líkami minn fer í taugarnar á mér, er lítill hluti af mér vonsvikinn yfir því að hann mætti í dag; flestir af mér eru bara kjánalega ánægðir með að hann kom. Eftir að hafa farið fram hjá honum dett ég út á gangstéttina til að teygja mig. Dreif fæturna fyrir framan mig halla mér fram og gríp skóna og grafa höfuðið að hnjánum að hluta til að teygja vöðvana en aðallega bara til að þurfa ekki að horfa beint á hann.

„Ég var ekki viss um hvort þú myndir mæta. Hann dettur skyndilega niður á gangstéttina fyrir framan mig og heldur því fram.

"Af hverju myndi ég ekki gera það?" Ég stend upp og horfi á hann. „Auk þess á hvorugt okkar þennan veg."
Án þess að skilja í raun hvers vegna, skellti ég mér á hann nánast samstundis.

Hann gerir þetta starandi og hugsandi hlutur aftur þar sem ákafa augnaráðið hans gerir mig ekki svara. Það er orðið svo vani hjá honum að ég vil næstum gefa því nafn sitt; eins og hann haldi í mig á meðan hann hugsar hljóður - gefur enga vísbendingu með tjáningu eða líkamstjáningu um hvað hann er að hugsa eða skipuleggur viðbrögð sín - aldrei hef ég hitt neinn jafn hugulsaman í svörum sínum; hvernig hann lætur hlutina sökkva inn á meðan hann íhugar vandlega möguleg svör - eins og að nota aðeins þau sem nauðsynleg eru.

Hættu að teygja þig og snúðu þér að honum, óviljugur að hverfa frá þessari sjónrænu stöðu. Ég neita að leyfa Jedi huganum hans að bregðast við mér þrátt fyrir hversu mikið ég vildi að þeir unnu gegn mér; Ófyrirsjáanleg hegðun hans vekur mig enn frekar til reiði.

"Réttu mér líka hendurnar. Ég þarf að teygja mig."
Hann situr á móti mér með útréttar hendur eins og við séum að fara að leika okkur með kökuköku og fær mig til að brosa þar sem ég get rétt ímyndað mér hvað fólk sem keyrir framhjá myndi hugsa! Svo ég set

hendurnar í útrétta lófana hans og hann togar mig fram í áttina að sér í nokkrar sekúndur þar til spennan minnkar, en þá teygir hann sig fram án þess að horfa niður; hélt augnaráði sínu læst á mitt á meðan hann gerði það.

„Bara til að hafa það á hreinu," segir hann, „var ég ekki sá sem átti við vandamál að stríða í gær, heldur var það ég sem lagði harðar að mér, meira af illsku en nokkurri einlægri löngun til að hjálpa til við að teygja sveigjanleika hans. Ertu að gefa í skyn að ég sé það. ábyrgur?" spurði hann orðrétt. "Nei?" svaraði vinur hans dularfullt.

„Skýrið," sagði ég við hann, „þar sem ég kann ekki að meta óljósleika".

"Sky, eitt sem þú ættir að skilja um mig er að ég geri ekki óljóst. Eins og ég sagði þér áðan þýðir það að vera óheiðarlegur við þig að vera ekki sannur við sjálfan mig og þig. Svo fyrir mér þýðir óljós óheiðarleiki." Hann togar hendurnar á mér áfram á meðan hann hallar sér aftur á bak.

„Þetta var afskaplega óljóst svar sem þú gafst mér bara," harma ég.

"Enginn hefur nokkurn tíma spurt mig neinna spurninga beint. Eins og ég hef sagt þér áður, ef það er eitthvað annað sem þú vilt vita skaltu bara spyrja. Jafnvel þó að þú virðist eins og þú þekkir mig nógu vel til að hafa aðgang að mér beint og aðgang að öllum spurningum beint. mér."

"Ég þekki þig ekki,"
hann hló aftur áður en hann hristi höfuðið og sleppti höndum mínum með "Gleymdu því". Hann stóð upp og fór að ganga í burtu.

Bíddu... ég hætti að liggja á jörðinni og fylgi honum, að skilja rétt minn til að vera reiður hér er minn einn. "Hvað hef ég sagt sem kemur þér svona í uppnám? Af hverju ertu aftur svona fjandsamlegur við mig?"

"Eftir að hafa eytt svo miklum tíma með þér undanfarna daga, vonaði ég að ég fengi betri viðbrögð í skólanum frá þér. Þó að ég gaf þér fullt af tækifærum til að spyrja hvaða spurninga sem þér datt í hug, af einhverjum ástæðum allt sem þú heyra virðist trúverðugt þó þú hafir aldrei heyrt neitt af því beint frá mér." Og komandi frá einhverjum með sinn hlut af sögusögnum hefði hún átt að vera minna dæmandi í garð mína!

"Þýðir það að þú heldur að það að hafa eitthvað sameiginlegt með mér muni hjálpa honum að öðlast hylli? Ekki búast við að þessi nýliði hafi samúð með kúgandi skoðunum sínum!" "Svo er þetta það sem þetta snýst um? Hefurðu hugsað þér að aðlaðandi nýja stúlkan myndi styðja manneskjuna sem móðgar hinsegin fólk?"

Hann stynur og rennur höndunum í gegnum hárið af pirringi. "Sky! Vinsamlegast hættu!" biður hann reiðilega.

"Kalla ég þig gay-bashing rassgat? Allt í lagi. Við skulum prófa þessa heiðarleikastefnu þína með því að iðka það sem við prédikum: réðst þú eða ekki réðst þú á þann nemanda svo alvarlega að hann var í eitt ár í unglingafangelsi?"

Hann setur hendurnar á mjaðmirnar og hristir höfuðið áður en hann horfði á mig með það sem virtist vera óánægja með svip hans.

"Þegar ég sagði ekki gera það, þá var ég ekki að tala um að þú móðgaðir mig beint, heldur snerist þetta um að þú móðgaðir sjálfan þig. Hann tók árásargjarna afstöðu til mín og tók skref í átt að því að minnka bilið á milli okkar. Og já - hann varð fyrir barðinu þar til ekkert hold var eftir af líkama hans - ef þessi fífl stæði hérna núna myndi ég halda áfram að gera það!"

Augu hans fyllast reiði og ég er of hrædd til að spyrja hann hvers vegna eða hvað er að angra hann. Þó að hann lofaði að vera heiðarlegur í að svara, hræða svör hans mig meira en spurningar mínar. Við stígum skref aftur saman; þögn fellur yfir báða aðila þegar þeir íhuga hvernig þeir komust hingað.

„Í dag snýst ekki um að hlaupa með þér," segi ég við félaga minn.

„Mér finnst heldur ekkert gaman að hlaupa með þér.

Saman förum við aðskildar leiðir - hann í átt að húsinu sínu og ég í átt að glugganum mínum. Í dag finnst mér ekki gaman að hlaupa ein!
Um leið og rigningin byrjaði, klifraði ég aftur inn í gluggann minn rétt í tæka tíð til að verða vitni að því að Holder hljóp heim þrátt fyrir allt - en aðeins í stutta sekúndu; Karma er ljót kona og Holder var örugglega skotmark í hefndaráætlun sinni. Svo ég lokaði glugganum og fór beint aftur upp í rúm - hjartað sló eins hratt og ég væri nýbúinn að klára þrjá kílómetra - hugurinn keyrði enn hraðar vegna mikillar reiði minnar yfir nærveru hans hér!

„Ég hitti Holder aðeins fyrir tveimur dögum síðan, en samt höfum við þegar átt í harðari rifrildi en við nokkurn mann á ævinni. Allur ágreiningur okkar Six og ég stenst ekki samanburð við Holder; eftir þennan morgun getur hann líka hætt.

"Ég rífa upp umslagið mitt á náttborðinu og tek upp bréf Six. Ég hallaði mér aftur á koddann og las það til að reyna að komast undan allri ringulreiðinni í huganum."
Sky, það er von mín að þegar þú lest þetta (sem ég veit að þú munt ekki gera) þá verði ég orðinn yfirhöfuð ástfanginn af ítölskum kærasta og sé alveg sama um þig lengur.

En ég veit að það verður ekki þannig - þar sem ég mun stöðugt hugsa til þín og hversu mikið ég sakna þín.

Ég mun hugsa til baka um öll kvöldin sem við áttum saman með ís, kvikmyndum og strákunum okkar; síðast en ekki síst mun ég muna allar ástæður þess að ég elska þig.

Bara til að nefna nokkur dæmi: Ég elska hversu mikið við báðir glímum við kveðjur og tilfinningar; þú ausar alltaf af jarðarberjum eða vanillu þegar þú býður mér súkkulaði; Ég met það þó að þú elskar báðar bragðtegundirnar jafn vel. Þar að auki ertu ekki skrítinn eða óþægilegur þó að þú hafir verið alvarlega skorinn frá félagslegum samskiptum að svo miklu leyti að Amish myndi líta stílhrein út í samanburði.

En síðast en ekki síst, ég elska að þú dæmir mig ekki. Á fjórum árum hefur þú aldrei einu sinni mótmælt vali mínu (sama hversu lélegt), sambönd (þar á meðal þau sem ég tel kannski ekki lengur hentug) eða skoðanir varðandi skuldbindingu (jafnvel þegar það gæti hafa komið upp). Þakka þér fyrir að vera ófordómalaus vinur minn; sama hvað mér finnst stundum auðvelt að dæma þig ekki og öfugt. Vinsamlegast sættu þig við þakklæti mitt fyrir að hafa aldrei látið eins og þau séu æðri (jafnvel þó við vitum bæði að þau eru það). Þakka þér líka fyrir að koma aldrei fram við mig niðurlægjandi eða yfirburði (jafnvel þegar það gæti hafa verið raunin!). Ég met svo sannarlega vináttu okkar! Þó mér finnist það skemmtilegt þegar aðrir segja niðrandi hluti um okkur á bak við okkur, þá er mér sárt að þeir segja þetta sama um þig - fyrir það biðst ég innilega afsökunar. En mér þykir það ekki mjög leitt því ef þú myndir velja mig ef þú hefðir valið á milli þess að vera druslusamur besti vinur minn eða stelpan með gott orðspor. Það er vegna þess að þú elskar mig svo mikið - og þess vegna leyfi ég það vegna þess að mér þykir svo vænt um þig.

Eitt að lokum um þig sem ég elska - og svo skal ég loka því að skrifa þetta bréf gerir það erfitt fyrir mig að stökkva ekki út um gluggann minn og koma og gefa þér stórt knús - er brosið þitt.

Ég dáist að afskiptaleysi þínu. Þér virðist vera sama hvað öðrum finnst um þig; Áhersla þín liggur á framtíð þína frekar en að þóknast einhverjum öðrum. Og mér fannst sérstaklega viðbrögð þín þegar ég sagði þér að ég væri að fara frá Ítalíu eftir útskrift!
Eftir að hafa talað þig um að skrá þig í skólann minn, brostir þú einfaldlega og yppti öxlum frá því sem venjulega myndi valda því að flestir bestu vinir skildu. Jafnvel eftir að ég skildi þig eftir hangandi til að elta drauma mína einn, lést þú ekki ástríðu mína neyta þig eða veita mér sorg vegna ákvörðunar minnar - í raun, þú gerðir mér ekki einu sinni sorg yfir því!

„Ég elska hvernig (í nýjustu áhorfi okkar á The Forces of Nature, þegar Sandra Bullock gekk í burtu í lokin og ég var hneyksluð og reið yfir svona ljótum endi), þú yppir öxlum og svaraðir að þetta væri raunverulegt og þú ættir að gera það. Ekki verða reiður yfir alvöru endi; sumt getur verið ljótt! Það sem ætti að reita okkur til reiði er falsað hamingjusamlega alltaf eftir."

Ég mun aldrei gleyma því sem þú sagðir; þú hafðir alveg rétt fyrir þér í því sem þú sagðir og afskiptaleysi þitt kom með virkilega áhrifaríka staðhæfingu: ekki mun allt alltaf fara eftir mér og ekki allir hafa fagurlegan endi á sögu sinni; lífið getur stundum verið ljótt og óútreiknanlegt og við þurfum bara að læra hvernig á að takast á við það. Svo takk fyrir að sýna mér annað sjónarhorn; nú tek ég við hlutunum eins og þeir koma, samþykki báðar hliðar sem gildar punkta á lífsleiðinni, á meðan ég held áfram.

Hins vegar nóg um það. Ég vil bara að þú vitir að ég mun sakna þín sárt þegar ég kem heim eftir hálfs árs fjarlægð og þessi nýja besti vinur ætti að hætta þegar ég kem heim. Vonandi viðurkennir þú hversu ótrúlegur þú ert; ef ekki, búist við endalausri textastreng með ekkert nema jákvæðum staðfestingum um Sky.

Brjóta saman bréfið mitt, ég brosi án þess að gráta; hún myndi ekki búast við því að ég myndi gera það sama hversu mikið það kann að hafa valdið uppnámi í tilfinningum mínum. Þegar ég teygði mig að náttborðinu tek ég símann hennar upp úr skúffunni - nú þegar hafa tvö SMS-skilaboð borist síðan við töluðum saman síðast.

Hef ég nýlega sagt þér hversu ótrúlegur þú ert? Sakna þín sárt.

Dagur tvö er kominn og ég þarf að senda mér skilaboð strax þar sem það er eitthvað mjög mikilvægt sem ég vil ræða um Lorenzo.

Þú ert líka ótrúlega greindur.

Ég brosi þegar ég sendi henni skilaboð. Eftir fimm tilraunir virkar það loksins; getur það virkilega verið að þetta sé fyrsti sms-inn minn sem ég sendi næstum 18 ára? Þetta hljóta að hafa verið örlögin!
Vertu einn fyrir Guinness. Ég get vanist daglegum jákvæðum staðhæfingum - vertu viss um að minna mig á hversu falleg og hæfileikarík ég er, óaðfinnanlegur tónlistarsmekkur og að vera fljótasti hlauparinn alltaf (bara nokkrar hugmyndir til að koma þér af stað!). Sakna ykkar beggja og get ekki beðið eftir fréttum um Lorenzo; það var frábær skemmtun.

6. KAFLI

Næstu dagar í skólanum hafa verið jafn dramatískir, ef ekki meira. Skápurinn minn hefur orðið þungamiðjan fyrir límmiða og viðbjóðslega stafi án þess að sjá neinn setja eða setja neitt þar; eins og einn festist við skápinn minn í morgun sem sagði einfaldlega: "Hóra."

Í alvöru? Hvar er sköpunarkrafturinn í því? Þeir gátu ekki stutt ásakanir sínar með áhugaverðri sögu eða að minnsta kosti veitt upplýsingar um geðleysi mitt? Þar sem ég verð að lesa slík bréf á hverjum degi, gætu þau að minnsta kosti gert þau aðlaðandi; annars gæti ég gripið til þess ráðs að skilja eftir svipaðar athugasemdir á skápum sjálfur með einhverju eins og: "Ég sá þig sofa hjá kærastanum mínum í gærkvöldi, og kann ekki að meta að þú setur nuddolíu á gúrkurnar mínar. Hóra."

Ég lendi í því að hlæja upphátt að mínum eigin hugsunum, finnst það frekar undarlega þægilegt að gera það. Þar sem enginn er eftir á ganginum nema ég, frekar en að taka fram pennann minn til að rífa seðla úr skápnum mínum eins og ég ætti að gera, nota ég þá á skapandi hátt í staðinn - takk fyrir, vegfarendur.

Breckin setur bakkann sinn niður á móti mínum. Við erum byrjuð að skipta á bökkum þar sem hann virðist halda að allt sem ég vil sé salat. Þegar hann brosir til mín eins og það sé eitthvað leyndarmál sem ég vilji frá honum, en ef það reynist vera annar orðrómur mun ég ekki taka þátt.

"Hvernig gengu brautarprófanir í gær?" spyr hann.

"Nei."
Hann brosir. "Vegna þess að mér finnst gaman að fá allar staðreyndir áður en ég trúi þeim - af hverju fórstu ekki?" Ég kinka kolli hægt sem svar.

"Hvað er með öll þessi öxl yppir öxlum? Ertu með kvíðakast?", spurði kærastinn minn. Ég kinkaði kolli aftur og yppti öxlum einu sinni enn.

„Mér finnst ég ekki tengjast neinu liði hér, það hefur misst aðdráttarafl sitt.

„Í fyrsta lagi,“ mótmælir hann, „Track er ein af fleiri einstaklingsíþróttum sem þú getur tekið þátt í og í öðru lagi hélt ég að þú sagðir að útivist væri ástæðan fyrir því að þú komst hingað.

„Ég hef ekki hugmynd um hvers vegna ég er hér,“ útskýri ég, „kannski til að verða vitni að mannkyninu þegar það er verst og búa mig undir að komast inn í raunveruleikann án þess að fá svona átakanlegt áfall.

„Já,“ kinkar hann kolli með lyftri augabrún, „þetta er satt; að afhjúpa þá smám saman fyrir samfélaginu mun hjálpa til við að létta hvaða högg þess á þá; annars verðum við að sleppa þér aftur út í náttúruna í einu ef líf þitt hefur verið dekrað við í umhverfi dýragarðs.

"Fín samlíking," Hann blikkar til mín þegar hann bítur sellerístöngina sína. "Talandi um hliðstæður: hvað var í gangi með skápinn þinn í dag? Hann var fullur af kynferðislegum hliðstæðum og myndlíkingum!"

"Takk, þetta tók smá tíma en mér fannst ég skapandi!" Hann kinkar kolli til samþykkis: „Uppáhaldslínan mín úr henni var: „Þú ert svo mikil drusla, þú nauðgaðir Breckin mormóna!".

"Það var ekki mitt að koma með þetta; það var frumleg hugsun Holder." Ég hló þegar ég sagði: "Jæja, þeir voru skemmtilegir en eru ekki lengur til - ég sá Holder taka þá úr skápnum þínum núna!" Hann hafði sitt svar:

Þegar ég sný aftur augnaráði mínu í skyndi til hans brosir hann aftur uppátækjasamlega - augljóslega leyndarmálið hans sem hafði verið svo erfitt fyrir hann að geyma.

„Það er skrítið; ég skil ekki hvers vegna Holder nennir að gera svona athöfn. Síðan við töluðum saman síðast höfum hvorki hann né ég hlaupið saman eða átt mikið samskipti - hann situr meira að segja á móti mér á fyrsta tímabilinu og sá hann sjaldan fyrir utan hádegismat (þar sem hann situr hinum megin við kaffistofuna með vinum sínum). Svo datt mér í hug eftir að ég kom hingað að kannski gæti þetta hjálpað. "Satt að segja bjóst ég við að Holder myndi sýna einhvern áhuga. Enda höfðum við ekki einu sinni átt samskipti eða talað saman síðan síðast en við þessu var ekki búist. Ég hugsaði eftir að ég kom hingað að kannski gætu hlutirnir breyst, bara kannski?" „Þetta er skrítið; eftir að hafa talað síðast um að þetta myndi ekki gerast aftur en engin slík heppni! Svo mikið að þetta gerist! " "Algjört sjokk!" eftir að hafa komið hingað að ef til vill gæti Holder sýnt áhuga, þar sem hvorug hliðin var í raun til lengur; í raun áttum við varla samskipti allan skóladaginn okkar fyrir utan hádegismat. Jafnvel þar sat hann á móti honum í fyrsta tíma og sá hann aldrei fyrr en í hádeginu þar sem hann sátu venjulega á móti hvor öðrum í fyrsta tímabili og allt. Svo mikið að hugsa áður en hann kom hingað að kannski myndu síðustu tvær veislur ekki gerast aftur?" Ég hugsaði eftir að ég kom að kannski gæti eitthvað breyst eftir að ég kom hingað í annað skiptið?" Ég hélt eftir að ég kom hingað að eitthvað myndi breytast... "Jæja eftir að hafa komið hingað...jæja kannski..." hugsaði ég eftir að hafa komið hingað eftir... "... "Bíddu myndi .." Ég hélt að eftir að hafa komið hingað gæti ég að minnsta kosti prófað eitthvað." Ég þó að eftir að hafa komið hingað gæti hann jafnvel haft samskipti þar til nú sátum við á móti hvor öðrum og sátum yfir í hádeginu eða í kaffistofu sat öðruvísi...ég hélt að eftir að hafa komið hingað gæti það breyst... "kannski þessi eða '..........." hvenær sem er....... en þá hugsaði, en hélt eftir að hafa komið hingað "að ég hélt að myndi gerast "hugsaði hvar Holder kæmi til að láta eitthvað breytast á endanum...? en eftir að hafa komið hingað að eftir að hafa komið...en að eftir að hafa komið hingað hefði það getað verið skynsamlegt... .. en.... en síðan ég kom hingað að eftir að hafa komið gæti þetta líka..... en kom nær (að í þetta skiptið"! (eða allavega þar... (kl). en eftir að hafa séð svo fljótt " en situr bara samt! þá aftur...?............... „don" þó kannski......"....." Jæja... þá!" Ef aðeins þá. .. "
Eftir að hafa komist í öngþveiti hélt ég að við hefðum náð góðum árangri í átt að gagnkvæmum forðast - hins vegar hafði ég rangt fyrir mér í mati mínu.

"Má ég spyrja spurningu?" spyr Breckin.

Ég yppti öxlum aftur til að pirra hann og valda meiri umræðu.

"Eru sögusagnirnar um hann sannar - um skap sitt og systur hans?" Athugasemd hans kemur mér á óvart; Ég hafði ekki heyrt neitt um hana áður. "Ég veit það ekki; allt sem ég veit er að hann hræðir mig nógu mikið til að ég vil ekki lengur eyða meiri tíma með honum."
„Mig langar virkilega að tala meira við hann, en þrjóska mín kemur stöðugt fram, sérstaklega í aðstæðum sem fela í sér að leita upplýsinga um Dean Holder.

"Vissulega." Þegar ég dýfði sellerístönginni minni í búgarðsdressingu og tek mér bita. "Líklega."

Grayson hristir höfuðið. "Þetta er ekki fullnægjandi svar. Við skulum hittast í bílnum þínum eftir síðasta blæðinga."

Áður en ég gat talað var Breckin þegar farinn og gaf mér engan tíma til að bregðast við eða tjá neinar andmæli. Nú lítur hann bara til baka með skemmtilegu brosi til mín.

Ég yppti öxlum.
Ég veit ekki hvað Grayson vill ræða, en ef hann heldur að hann geti komið á morgun, þá þarf hann lóbótómíu. Á þessum tímapunkti ársins gæti ég alveg eins verið án stráka og skuldbundið mig eingöngu til að borða ís með Six eftir að þeir yfirgefa húsin sín - sú töfra að gera út með strákum.

Að minnsta kosti er hann sannur við form: þegar ég kem á bílastæðið bíður hann þolinmóður við bílinn minn sem hallar sér að bílstjórahliðinni og bíður þess að ég komi. "Halló prinsessa!" kallar hann og ég hroll þegar rödd hans klikkar „Halló, prinsessa“. Um leið og ég geri það hins vegar geng ég til og halla mér að bílnum hans við hlið hans og held í hann til stuðnings.

"Ekki kalla mig prinsessu aftur. Alltaf."
Hann hlær og rennur sér þétt á eftir mér og tekur um mittið á mér. "Fínt. Hvað með fallegt?"

"Hvað með að við köllum mig bara Sky?"

Af hverju verðurðu alltaf að vera svona reiður?" Hann teygði sig upp og tók kinnar mínar á milli handanna áður en hann kyssti mig dapurlega, aðallega af virðingu fyrir allri þolinmæði hans við mig síðastliðinn mánuð; þó eftir örfáar sekúndur dró ég andlitið frá mér aftur.

"Hvað viltu?"
Hann vafði handleggina um mitti mína og dró mig að sér, kyssti hálsinn á mér með kröftugum kossum áður en hann dró sig í burtu með „Þú“. Enn og aftur spurði ég: "Hvað?" En samt fékkst ekkert svar frá hvorugum aðilum.

"Geturðu ekki tekið vísbendingu, Grayson? Ég sagði þér að ég hefði engan áhuga á að sofa hjá þér; ég var ekki að reyna að spila leiki eða fá þig til að elta mig eins og aðrar veikar, snúnar stúlkur gera; í staðinn, þú viljum meira af sambandi okkar en það sem ég býð og við verðum bara að sætta okkur við að það er öngþveiti og halda áfram héðan."

Hann horfir á mig í smá stund áður en hann andvarpar djúpt og dregur mig að sér og knúsar mig fastar. "Ég þarf ekki meira, Sky. Allt er í lagi eins og það er; ég mun ekki ýta neitt lengra; komdu bara á morgun í kvöldmat!" „Hættu nú að vera reið út í mig og komdu hingað,“ bætir hann við um leið og við læsum vörum aftur, drögum andlit mitt að sér og kyssum það aftur.

Sama hversu reið eða í uppnámi ég kann að vera, þá léttir það að um leið og varir hans mæta mínum dregur úr pirringi mínum þökk sé deyfandi tilfinningu sem tekur völdin - þess vegna læt ég hann halda áfram að kyssa mig. Hann bakkaði mig upp að bílnum og renndi höndunum í gegnum hárið á mér áður en hann kyssti niður kjálkann á mér og á hálsinn á mér. Ég hallaði mér upp að því til að fá stuðning og bar upp úlnliðinn minn á bak við hann til að athuga klukkuna mína. Karen er að fara í vinnuna um helgina og ég þarf að byrgja mig upp af sykri fyrir mig til að halda mér þangað til. Ís hljómar svo aðlaðandi núna. Svo ég rek augun og slepp handleggnum. Í einu þrefaldast hjartsláttur minn og maginn snýst við allar þær tilfinningar sem stelpa

ætti að fá þegar varir hennar koma nálægt heitum gaur. Samt einhvern veginn gerðist þetta á meðan einhver handan bílastæðisins starði á mig!
Holder stóð við hliðina á bílnum sínum með olnboga sem hvíldi ofan á dyrakarminum og horfði á okkur. Ég ýti Grayson fljótt í burtu og sný við til að fara inn í eigin farartæki.

„Svo erum við á morgun í kvöld? spyr hann.

„Nei,“ svaraði ég í huganum og kveikti á bílnum áður en ég leit upp á hann.

Þegar ég dreg til baka út af bílastæðinu, finn ég mig í erfiðleikum með að skilja hvað hefur kallað fram svona sterkar tilfinningar í mér - reiði, vandræði eða ástúð? Hvernig gerir hann það? Hann getur ekki hafa séð mig úr allri þessari fjarlægð og samt náð að skapa þessi sterku viðbrögð í mér! Kannski myndi inngrip hjálpa.
"Ertu að taka Jack með þér?" Ég opna bílhurðina fyrir Karen svo hún geti sett allan farangur sinn í skottið.

"Hann kemur. Við verðum heima....ég kem heim á sunnudaginn," svaraði hún sjálfsörugg.

Þegar hún leiðréttir sjálfa sig lýsir hún yfir óþægindum við að telja Jack sem hluta af „við“. Ég get skilið vanlíðan hennar; enda er ég mjög hrifin af Jack og hann elskar greinilega Karen; Ég bara skil ekki hvað er málið með hana hérna. Undanfarin tólf ár hefur hún átt í nokkrum mikilvægum samböndum sem verða of alvarleg áður en hún flýr í ótta - eitt sérstaklega er afar alvarleg rómantík sem endaði fljótlega skyndilega vegna þess að þeir voru engar skuldbindingar á milli hlutaðeigandi aðila.

Karen lokar bakdyrunum og snýr sér að mér. "Þú veist að ég treysti þér, en vinsamlegast..."

"Ekki verða ólétt!" Ég hrópa upp og hún svarar með því að segja mér að þetta hafi verið sagt í hvert skipti sem hún fer í tvö ár núna. Hins vegar getur hún verið róleg; dóttir hennar verður ekki ólétt; frekar, þeir verða bara mjög háir og vonsviknir!

„Góð stelpa og eydd,“ grínar hún og faðmaði mig hlýlega, áður en hún sagði mér að gleyma ekki að verða eins full og hún getur.

„Ég lofa að gleyma því ekki og er að leigja sjónvarp um helgina svo ég geti borðað ís á meðan ég horfi á rusl á kapal.“

Hún stígur aftur á bak og horfir reiðilega á mig: "Nú er þetta ekki fyndið."

"Njóttu þess. Ég vona að þú seljir nóg af jurtavörum, sápum, tinktúrum eða hvað það er sem þú gerir á þessum viðburði," segi ég við hana hlæjandi og faðmandi.

"Elska þig. Ef þú þarft á mér að halda getur síminn hennar Six alltaf náð í mig. Hún gefur alltaf sömu leiðbeiningarnar í hvert skipti." Ég rek augun í augun þegar hún gefur þeim.
„Sjáumst,“ svaraði ég þegar hún settist upp í bílinn sinn og ók af stað og skildi mig eftir foreldralausa um helgina. Á þessum tímapunkti í lífi flestra unglinga, hefði þetta verið vísbending þeirra til að þeyta út símana sína og senda boð í gegnum samfélagsmiðla - eða að minnsta kosti athuga samfélagsmiðlastrauma þeirra til að senda boð ef þörf krefur.
Ekki mig; í staðinn fer ég inn og ákveð að baka smákökur sem mína leið til að vera uppreisnargjarn.

Ég elska að baka, þó ég geti ekki sagt að ég sé sérstaklega góður í því. Oftar en ekki lendir hveiti og súkkulaði í andliti mínu eða hári en í nokkurri raunverulegri lokavöru. Kvöldið í kvöld er engin undantekning - nú þegar hef ég búið til tvær lotur af súkkulaðibitakökum, brúnkökum og eitthvað sem ég er enn í vafa um hvað átti að vera áður en ég hellti hveitiblöndunni fyrir heimabakaða þýska súkkulaðiköku þegar dyrabjöllunni hringir!

Ég ætti að vita hvað ég á að gera við aðstæður eins og þessar - dyrabjöllur virðast hringja allan tímann eftir allt saman - en mín gerir það sjaldan. Svo um leið og það hringir tvisvar set ég frá mér mælibikarinn og þurrka hárið af augunum áður en ég geng til að opna hann - og sé að Holder er þarna - þó hissa - þó ekki við fyrstu sýn.

"Hæ," svaraði ég. Ég gat ekki hugsað mér annað að segja; jafnvel þótt ég gæti hugsað mér eitthvað annað að segja, þá var hálsinn á mér þurr eins og eyðimörk! Hann stóð á tröppunum mínum með hendurnar í vösunum dinglandi lauslega; hárið hans þurfti enn að klippa en þegar hann dró aðra höndina upp og ýtti henni út úr augunum fannst mér tilhugsunin um að hann væri að klippa hárið vera svo hræðileg hugmynd að það varð ómögulegt fyrir mig.

"Halló. Þessi strákur er svo aðlaðandi! Óþægilega brosið hans og taugasvipurinn gera sannfærandi samsetningu; í bili að minnsta kosti. Hver veit hvenær skap hans getur breyst aftur og hann gæti farið að rífast."

"Um," svara ég óþægilega. Þrátt fyrir að næsta skref ætti að vera að bjóða honum inn er sú ákvörðun enn óákveðin.

"Svo ertu upptekinn?" Hann spyr um leið og ég lít aftur inn í eldhúsið mitt þegar það er rugl.

"Já. Það er satt; ég er alveg upptekinn."

"Já. Held að ég fari..." Hann tók eitt skref aftur á bak af efsta þrepinu áður en hann kinkaði kolli og kinkaði kolli aftur.

„Nei,“ sagði ég of fljótt og of hátt og sendi skelfingarbylgjur í gegnum mig. Þó ég viti ekkert annað, veldur jafnvel þessi samtalsviðbrögð óþægindum fyrir báða aðila sem taka þátt.
"Vinsamlegast komdu inn, en búist við að við getum sett þig í vinnu." Ég stíg aftur til að hleypa honum lengra inn. "Þú getur komið inn, en vinsamlegast vitið að við gætum látið þig vinna."

Hann hikar, gengur svo upp tröppurnar aftur áður en hann fer inn í húsið mitt um lokaðar dyr mínar. Áður en vandræðagangurinn getur versnað fer ég inn í eldhúsið mitt og sæki mælibikarinn eins fljótt og ég get áður en ég fer aftur - alveg eins og það hafi ekki verið óvænt heitur strákur sem stóð fyrir utan þetta allt saman!

"Ertu að skipuleggja bökunarútsölu?" spyr nágranni minn um leið og hann tekur inn allt gotteríið mitt á borðinu mínu.

Mamma er í burtu um helgina og sem sykurandstæðingur finnst mér sykurneysla mín verða þráhyggja án þess að hún sé þarna til að nöldra í mig.“

Hann hlær og tekur eina af kökunum, horfir fyrst á mig til að fá leyfi áður en hann tekur hana upp. „Vinsamlegast hjálpaðu sjálfum þér," svara ég, en taktu það fram að þó ég hef gaman af því að baka þá þarf ég ekki endilega að gera það gott. Þegar við höldum áfram umræðunni sigti ég meira hveiti í skálina til að blanda saman og bæti við nauðsynlegu hráefni eins og súkkulaðibitum til að klára þetta meðlæti.

„Svo þú færð húsið alveg út af fyrir þig á föstudagskvöldið og eyðir því í að baka? stríðir hann kaldhæðnislega.

"Hvað get ég sagt?" Ég yppti öxlum. "Ég er uppreisnarmaður."

Hann lítur snöggt í gegnum einn af skápunum mínum áður en hann lokar honum og færir sig til vinstri, opnar annan skáp, tekur fram annað glas og spyr: "ÁTTU MJÓLK?" áður en ég hélt í átt að ísskápnum mínum og dró mjólk auðveldlega fram fyrir aftan hurðina hans - hellti upp á glas um leið og ég var að hræra í núðlunum mínum! „Áttu mjólk?," spyr hann á leiðinni þangað um leið og ég hræri í potti af pastasósu og horfi á hann dregur fram aðra öskju og hellir í sig glas áður en hann snýr sér við og starir á mig áður en hann glottir til mín og tekur aðra. kex áður en hann settist á barinn með honum og mjólkurbirgðum hans áður en hann hreyfði sig í átt að mér einu sinni enn.

„Ég áskil mér gestrisni mína fyrir boðsgesti," segi ég og fer aftur að afgreiðsluborðinu.

"Átjs." Ég kveiki á hrærivélinni og bý til afsökun fyrir því að þurfa ekki að tala við hann í þrjár mínútur á miðlungs til háum hraða. Um leið og það byrjar að keyra reyni ég að muna hvernig útlit mitt var án þess að leita að spegli eða leita að endurskinsflötum; Mig grunar að það sé mjöl um mig; hárinu mínu hefur verið haldið aftur af með blýanti og buxurnar mínar eru notaðar fjórða kvöldið í röð - óþvegið. Þó að reyna að fjarlægja sýnileg leifar af hveiti án þess að hafa augnsamband er ómögulegt. Ég reyni að þerra af sýnilegum ummerkjum af látlausri hætti; en að vita það getur leitt til þess að skilja eftir sig sýnileg merki.
Jæja, ekkert gæti litið verra út núna en þegar ég lá í sófanum með möl inn í kinnina.

"Viltu þýskt súkkulaði? Hér, leyfðu mér að gefa þér það!" Ég ýtti á takkann og kom með einn fyrir mig, áður en ég bauð honum líka einn.

"Hvílík gestrisni!" Hann tekur það af hendinni á mér og brosir gestrisið, segir mér að fara á undan og sleikja það, annars geymi ég það fyrir mig! Um leið og hann fór fór ég aftur inn í skápinn til að sækja minn eigin bolla handa mér; en fyllti það í staðinn af vatni í staðinn - "viltu vatn eða erum við að láta eins og þetta vegan dót muni ekki trufla magann?"

Hann brosir og krukkur saman nefið áður en hann ýtir bollanum yfir barinn í áttina að mér og sagði: "Ég var að reyna að vera góður en ég get ekki tekið annan sopa af hverju sem þetta dót er; vinsamlega megum við fá vatn?"

Ég hló þegar ég skolaði úr bollanum hans og rétti honum síðan glas af vatni. Þegar ég sat á móti honum í stól, tók ég auga á meðan ég beit í brúnköku og horfði á hann á meðan ég beið eftir skýringu á því hvers vegna hann kæmi. Í staðinn sat hann bara og horfði á mig á meðan ég maulaði í burtu; engum frekari spurningum var nokkurn tíma skipst á milli okkar þar sem samtöl okkar á milli leiddu yfirleitt til heitra orðaskipta. Mér líkaði mjög vel við samband okkar þegar hlutirnir voru þögulir - þar sem rifrildi hafa tilhneigingu til að myndast einu sinni í umræðum á milli okkar beggja.

Holder gengur inn í stofu án útskýringa og horfir áhugasöm í kringum sig á allar myndirnar sem hanga á veggjunum og fanga augað hans strax. Hann gengur nær og greiðir hægt hverja mynd um leið og ég halla mér aftur í stólnum og horfi á forvitni hans taka völdin.

Hann virðist aldrei vera að flýta sér og er mjög öruggur með hverja hreyfingu sem hann gerir. Ég get ímyndað mér að hann skrifi niður öll orðin sem hann ætlar að nota daginn eftir í svefnherberginu sínu - þau hljóta öll að hafa merkingu!

„Mamma þín virðist mjög ung," segir hann.

"Hún er ung." svaraði ég. — Líkist þú föður þínum? Allt í einu sneri hann sér við og horfði beint á móti mér.

"Ég man ekki hvernig andlit hans lítur út." Ég yppti öxlum.

"Er pabbi þinn dáinn?" Hann virtist svo viss um að hann vissi það; það vakti grunsemdir um að hann vissi kannski hvað hafði gerst.

Pabbi minn er ekki dáinn ennþá, annars hefði hann ekki spurt þessarar spurningar svona kæruleysislega og ég veit ekki hvar hann hefur verið síðan ég var þriggja ára."

"Það er það?" hann harmar þegar hann gengur aftur í átt að eldhúsinu og tekur annað sæti við hliðina á mér. "Engin skýring?" bætti hann við í vanþóknun.

"Ó, það er saga. Ég vil bara ekki deila henni."

Hann brosir varlega til mín en með skemmtilegt augnaráð. Þegar hann er spurður hvort kökurnar mínar hafi verið bragðgóðar segir hann fljótt til að skipta um umræðuefni: "Kökurnar þínar voru virkilega bragðgóðar; ekki vanmeta bakstursheæfileika þína!" "Ekki gera lítið úr bakstursheæfileikum þínum! Ekki gera lítið úr sjálfum þér!" hann varaði mig við þegar við skiptumst á skemmtilegheitum.
Eitthvað pípir og ég hleyp hratt í átt að ofninum, opna hann aðeins til að komast að því að kakan mín var ekki einu sinni tilbúin. Holder snýr sér við og heldur á farsímanum mínum og hlær. Hann segir mér að það hafi verið frá honum með góðum fréttum: Kakan þín ætti að vera í lagi.

Þegar ég geng aftur í sætið mitt byrjar ókunnugi maðurinn að fletta textunum mínum án tillits til friðhelgi einkalífsins; samt hef ég ekkert á móti, svo ég leyfi það.

"Ég hélt að þú ættir ekki að hafa einn?" spyr hún, virðist afvegaleidd af afsökun til að forðast að gefa upp númerið sitt.

„Besti vinur minn gaf mér það um daginn; hins vegar getur það bara sent skilaboð.

Hann sneri skjánum við svo hann sneri á móti mér og spurði: "Hvað eru þetta textar?" Eftir að hafa snúið símanum sínum við og lesið eitt textaskilaboð frá þeim sneri hann honum aftur við til að horfast í augu við mig og lesa eitt textaskilaboð frá þeim.

"Sky, þú ert sannarlega töfrandi. Ég mun berjast við hverja manneskju eða aðila sem segir þér annað." Hann hneigir augabrúnina og lítur upp áður en hann lítur aftur niður á símann sinn áður en hann lítur aftur upp til mín til skýringar. "Ó guð minn góður. Þetta lítur allt eins út; vinsamlegast segðu mér að þeir þjóna ekki sem dagleg hvatning."

"Hættu!" hrópaði ég þegar ég teygði mig yfir barinn til að grípa símann hans úr hendi hans og ná stjórn á honum sjálfur.

"Guð minn góður," hrópar hann og hlær, "þetta eru allir frá þér?"

"Nei!" segi ég fljótt í vörn. "Þau eru frá Six, besta vinkona mín frá hálfum heimshornum sem saknar mín sárt og vill að ég haldist hress; svo hún sendir mér falleg skilaboð á hverjum degi bara af því. Mér finnst það sætt."

"Nei. Þér finnst þær líklega pirrandi og les þær samt ekki."

Hvers vegna skyldi hann vita það?
Ég lagði símann frá mér og krosslagði handleggina yfir brjóstið. „Hún meinar vel," segi ég við sjálfan mig á meðan ég viðurkenni ekki að þessir textar séu að pirra mig mikið.

"Þeir munu eyðileggja þig. Textaskilaboð munu blása upp egóið þitt að óviðráðanlegu marki." Hann grípur símann minn upp úr vasa mínum og dregur líka sinn eigin upp úr honum, flettir báðum skjáum áður en hann kýlir nokkur númer í símann sinn. Hann skilar mér hins vegar á sama tíma og hann skrifar eitthvað inn í sitt eigið. Allt í einu hljómar síminn minn sem gefur til kynna ný textaskilaboð - ég lít niður og hlæ!

Kökurnar þínar lykta. Og þú ert ekki mjög aðlaðandi.

"Hvernig gengur, elskan?" spyr hann og stríðni glettnislega. "Hefur egóið tæmt nóg?"

"Þú veist bara réttu orðin til að segja við stelpu." Ég geng fram í stofu og sný mér við. "Viltu skoðunarferð um húsið mitt?"

Hann stendur upp og fylgir mér á meðan ég bendi á hversdagslegar staðreyndir, atriði, herbergi og myndir; auðvitað tekur hann þessu öllu rólega á meðan hann stoppar til að skoða allt á leiðinni - án þess að segja eitt einasta orð í túrnum okkar!

Þegar við komum að svefnherberginu mínu opna ég hurðina með stolti og kynni mig sem Vanna White-stíl: „Þetta er herbergið mitt; ekki hika við að líta í kringum þig, en þar sem það er enginn átján eða eldri hérna enn þá vinsamlegast farðu fram úr rúminu mínu þar sem ég má ekki verða ólétt um helgina."

Hann staldrar við þegar hann gengur inn um dyrnar og snýr sér að mér með svip sem gefur til kynna smá áhyggjur: "Bara um helgina? Eða ætlarðu að verða ólétt um næstu helgi í staðinn?"

„Nei," svara ég og við förum inn í svefnherbergið mitt. "Ég held ég bíði aðeins."

Hann skoðar herbergið og snýr sér hægt þangað til hann snýr aftur á móti mér. „Ég er átján ára," segir hann mér.

"Jæja fyrir þig?" spyr ég ráðalaus.

„Þú sagðir að ég ætti að halda mig af rúminu þínu því ég er ekki átján ára, en ég vildi bara benda á að ég er það.
Lungun mín hertust um leið og hann leit á rúmið mitt; Augnaráð hans færðist hægt aftur yfir mig þegar ég reyndi að útskýra að nítján væri það sem hann meinti með því að halda sig frá því. "Ó," svaraði hann reiðilega. "Jæja þá, nítján er það sem þú meinar."

"Svo er þetta hinn frægi gluggi, þá?" Hann snýst um og gengur svo hægt í átt að opnum glugga. Hann beygir sig niður og rekur höfuðið út áður en hann dregur sig inn aftur.

Hann horfir ekki beint á mig, sem gæti hafa verið viturlegt þar sem útlit getur drepið. Hvað var þessi gaur að hugsa með því að koma með svona ásakandi athugasemd þegar ég hafði í raun og veru notið félagsskapar hans í eitt skipti? Þess í stað snýr hann sér aftur í átt að mér með svip sem virðist kunnuglegt en samt krefjandi á sama tíma.

"Hvað viltu, Holder?" Holder hefur tvo möguleika fyrir mig - annað hvort að segja mál sitt skýrt um hvers vegna hann er hér, eða fara strax. Um leið og handleggir hans fara yfir brjóstið á honum og augun þrengjast að mér, brýtur hann þá saman og þrengir sjáöldur hans enn frekar.

"Sagði ég eitthvað rangt, Sky? Eða rangt eða ástæðulaust?" Háðleg ummæli hans gera það ljóst að hann veit nákvæmlega hvað var gefið í skyn með gluggaummælum hans. Ég hef ekki tíma fyrir svona leiki - það eru kökur til að baka! Og éta.

"Þannig að það sem þú sagðir og þú fékkst nákvæmlega þau viðbrögð sem þú óskaðir eftir var rétt skilið og skilið að fullu? Þakka þér fyrir, nú er óhætt fyrir þig að fara."

Hann svaraði ekki. Þess í stað sleppti hann handleggjunum og sneri sér við áður en hann hélt áfram í átt að náttborðinu mínu þar sem hann tók upp bókina sem Breckin gaf mér og rýndi í hana eins og ekkert hefði gerst í samtali okkar.

"Handhafi, vinsamlegast farðu af svæðinu eins fljótt og auðið er. Þessi beiðni hefur verið sett fram eins kurteislega og hægt er."

Hann setur bókina hægt frá sér áður en hann heldur áfram að leggjast á rúmið sitt.

Hann bókstaflega bara liggur á rúminu mínu! Og það er svo sannarlega á mínu!

Þegar ég geng yfir, rek ég augun, teygi mig niður og dreg fæturna af rúminu mínu til að fjarlægja hann líkamlega úr húsinu. En þegar ég gríp um úlnliði hans og lyfti mér upp, dregur hann mig fljótt nær en hugur minn getur skilið, veltir mér á bakið á meðan ég heldur handleggjunum þéttum að dýnunni - ég hef ekki einu sinni tíma til að berjast við hann; helmingurinn af mér langar meira að segja ekkert heitar en að gefast upp. Þegar ég horfi upp til hans núna veltir ég fyrir mér hvort ég eigi að öskra á hjálp eða rífa af mér fötin?

Hann fjarlægir síðan handleggina á mér og ber aðra höndina upp að andlitinu á mér, strýkur þumalfingrinum yfir nefið á mér á meðan hann hlær vitandi og hlær af einhverju "mjöli". Þegar við snúum okkur frá þurrkar hann kinnina á mér. „Hveiti," segir hann áður en hann þurkar ennið á mér aftur.
„Þetta hefur verið að trufla mig". Hann hallar sér að höfuðgaflnum mínum og færir fæturna aftur upp í rúmið á meðan ég ligg áfram flatt á dýnunni minni og stari upp á stjörnurnar - finn eitthvað frekar en ekkert á meðan ég horfi á þær í eitt skipti!

Ég get varla hreyft mig, þar sem ég er hræddur um að hann gæti verið geðveikur - klínískt geðveikur í raun - sem myndi útskýra sérvitringinn persónuleika hans, samt getur sú staðreynd að mér finnst hann svo aðlaðandi aðeins þýtt eitt; er ég kannski líka geðveikur?

„Ég hafði ekki hugmynd um að hann væri samkynhneigður.

Hann hlýtur að vera brjálaður.
Ég sný höfðinu að honum en tala ekki upp; hvað á maður að segja við einhvern sem neitar að fara út úr húsi og byrjar svo að spúa út handahófi drasli?

"Ég réðst á hann vegna þess að hann var pirrandi einstaklingur; ég hafði aldrei ímyndað mér að hann væri samkynhneigður. Þar sem handleggir hans lágu þvert á hnén og horfðu beint á mig eftir viðbrögðum eða viðbrögðum; hvorugur kom strax þar sem ég þurfti tíma til að vinna úr þessum upplýsingum.

Þegar ég leit upp til stjarnanna og gaf mér tíma til að íhuga hvað var að gerast, rann það upp fyrir mér: þessi maður hlýtur að vera að koma með einhverja staðhæfingu eða punkt. Samt hvers vegna? Kom hann hingað óboðinn til að verja mannorð sitt á meðan hann móðgaði mitt? Akkúrat af hverju að nenna að gera tilraun hér þegar þessi manneskja myndi samt bara hugsa um mína skoðun?

En þessi tilhugsun fær mig til að brosa, sem lætur mér finnast ég vera skítug og röng fyrir að vona að svona brjálæðingur líkar við mig. Því miður, þó, ég hafði það að koma; að hleypa honum inn þýddi að hleypa honum einum inn á mitt heimili; núna veit hann að ég verð ein heima alla helgina líka - eitthvað sem hefði aldrei átt að gerast! Ákvarðanir kvöldsins gætu hæglega velt skalanum í átt að heimskulegum ákvörðunum þar sem þetta ástand gæti endað á tvennan hátt; annað hvort náum við einhverjum gagnkvæmum skilningi okkar á milli; eða hann drepur mig og saxar upp í litla bita áður en hann bakar smákökur (eitthvað sem gerir mig leið).

"Köku!" hrópaði ég þegar ég stökk fram af rúminu. Þegar ég hljóp fram í eldhús rétt í tæka tíð til að finna lyktina af nýjustu hörmungunum mínum, greip ég ofnhantling og dró bökuna mína af stað í ofninum, bara til að henda því ósigrandi á borðið - þó það sé ekki alveg brennt gæti það líklega verið enn bjargað með því að bæta við fullt af kökukremi!
Um leið og ég slökkti á ofninum ákvað ég að skipta um áhugamál - gæti verið gaman að búa til skartgripi? Svo ég greip tvær smákökur í viðbót áður en ég fór aftur inn í svefnherbergið mitt þar sem ég gaf Holder eina áður en ég lagðist aftur við hliðina á honum á rúminu sínu.

„Þannig að samkynhneigð rassgats athugasemd mín var sannarlega á villigötum þá? "Nei, var ekki í raun fáfróður samkynhneigður sem eyddi síðasta ári í unglingafangelsi?"

Hann brosir breitt þegar hann sest aftur á rúmið mitt við hliðina á mér og horfir til himins. "Nei," svarar hann og hristir höfuðið eindregið, "engan - reyndar eyddi ég öllu síðasta ári með föður mínum í Austin - hugmyndin um að ég fari í burtu er hreinn skáldskapur! "Sá sem kom með þessa hugmynd að ég var sendur í fangelsi segir líklega mikla sögu!"

"Hvers vegna ver þú þig ekki gegn þessum fölsku sögusögnum ef þeir eru ósannar?" Hann sneri sér að mér á koddanum, sneri sér að mér með augnaráði sínu og spurningu. Ég tók saman varirnar og kinkaði kolli. "Snerta."

Ég sit þegjandi við hlið hans á rúminu og borða smákökurnar okkar. Sumt af því sem hann hefur sagt undanfarna daga er farið að meika sens og mér finnst ég vera sífellt líkari fólki sem ég hata. Þó hann hafi sagt mér beinlínis að hann myndi svara öllum spurningum sem ég hefði beint til hans, treysti ég þess í stað sögusagnir - engin furða að hann væri svona pirraður; það virðist sem ég hafi komið fram við hann alveg eins og allir aðrir gerðu við mig.

"Um hvað var þessi gluggakommentuð eiginlega? Ætlaðirðu ekki að gera athugasemd við sögusagnir?" svaraði ég.

„Ekkert móðgað, Sky. Ég meina ekki það sem þú heldur að ég meini; styrkleiki þinn er nógu raunverulegur; það þýðir samt alls ekki að ég sé vondur. Þótt ég sé ákafur, en ekki vondur." Hún skýrði.

„Ég tek ekki þátt í samkynhneigðum.

„Svo erum við öll á hreinu?
Hún hlær. "Já, ég býst við því."

Ég dreg djúpt andann og anda svo rólega frá mér. Að búa mig undir að biðjast afsökunar, eitthvað sem ég geri sjaldan, ég tek mér tíma til að gera eitthvað sem ég geri sjaldan: biðjast afsökunar. Hefði ég ekki verið svona þrjóskur gæti ég jafnvel viðurkennt að dómhörð hegðun mín í þessari viku hafi verið algjörlega óviðeigandi og haft fullan rétt á að vera reiður við mig; í staðinn hef ég afsökunarbeiðnina stutta og góða.

„Vinsamlegast fyrirgefðu mér," muldra ég lágt.

Hann andvarpar þungt. "Já, Sky. Ég skil."
Í fyrstu sátum við rólegir í það sem leið eins og eilífð en í sannleika sagt var varla klukkutími eða svo. Nú var liðið að líða og ég var hrædd um að hann gæti sagt mér að það væri kominn tími til að hann færi þar sem ekkert nýtt var að segja, en það var gott að vera saman; ekki hugmynd af hverju en gerði það einhvern veginn bara.

„Ég þarf að spyrja þig að einhverju," tilkynnti hann eftir að hafa rofið þögnina, en ég svaraði ekki þar sem yfirlýsing hans þurfti ekki á því að halda. Þess í stað fannst mér meira eins og hann þyrfti pláss og tíma til að hugsa í gegnum hvað sem það er sem hann vill spyrja mig. Eftir að hafa dregið andann velti hann sér á hliðina og horfði beint á mig með annan handlegginn undir höfðinu og stakk honum undir olnbogann; hjarta mitt hljóp við brjóstið á mér; eitthvað nær myndi líklega enda líf mitt; eins langt og ég vissi gæti girnd gert það -- miklu verra en að flýja!

Af hverju leyfðirðu Grayson að halda áfram hegðun sinni á bílastæðinu?

„Ég vil hörfa í sængina mína og fela mig," svaraði ég, „og hann er ekki kærastinn minn; hann olli því ekki svarta auga mínu.

„Ég meina ekkert illt hérna, frekar, ég var einfaldlega að fylgjast með hvernig þú brást við og var undrandi á því hvers vegna hann gæti haldið áfram að gera þessa hluti á meðan þú vilt greinilega ekki að snerting hans sé nálægt manneskju þinni.

Orð hans senda höggbylgjur í gegnum líkama minn og mér finnst ég skyndilega vera föst og svitna mikið. Ég er ekki viss um að tala um þetta efni við hann og samt veit hann einhvern veginn svo mikið um mig á meðan ég skil ekki neitt sem hann segir við mig. "Var áhugaleysi mitt svo augljóst?" spyr ég hann.

"Hann tók ekki vísbendingu mína!" „Já, í fimmtíu metra fjarlægð.

"Já, það er satt; ég get ekki einu sinni talið hversu oft ég hef hafnað honum en hann heldur áfram að koma aftur! Þetta er virkilega sorglegt og óaðlaðandi!" „Jæja," segi ég þegar olnbogi minn hvílir upp að hlið hans. "En ég þarf að minnsta kosti ekki að þola hann lengur!" "Jæja þá... það er skynsamlegt. Þar sem þessi gaur heldur áfram að plaga okkur..."

"Af hverju leyfirðu honum að gera það?" spyr hann og snýr sér snögglega að mér á rúminu þar sem við sitjum báðir andspænis hvor öðrum og horfum beint í augun á mér og snertum varirnar á mér með augnaráðinu - sem hvetur mig til að renna upp augunum til að bregðast við.
Handleggurinn minn fer beint um axlir hans þegar hann veltir sér aftur á bakið. Að vita ekki hvernig honum líður, samt - kannski það sama og ég? - en við rúllum báðir á bakið aftur.

"Þetta er flókið," svarar hann og bætir við "Þú þarft ekki að útskýra. Þetta kemur mér í raun ekkert við."

Ég set hendurnar fyrir aftan höfuðið og horfi á stjörnurnar sem hafa orðið mér kunnuglegri eftir því sem tíminn hefur liðið. Síðan ég var lengur með Holder en nokkur annar strákur þá dettur mér í hug að ég hafi ekki fundið fyrir neinni þörf til að telja eina stjörnu í rúminu okkar saman.

Hefur þú átt alvarlega kærustu?"

„Já," svarar hann. „En vinsamlegast ekki spyrjast fyrir um smáatriði, það væri óviðeigandi.

„Það er ekki þess vegna sem ég spyr. Eftir að hafa tekið smá pásu reyni ég aftur: "Þegar þú kysstir hana, hver voru fyrstu kynni þín?"

Hann hikar, ef til vill er þetta bragðspurning að sjá fyrir sér.

"Mettu heiðarleika mikils?" spyr maðurinn orðrétt.

"Það er allt sem ég vil alltaf."
Ég sé hann brosa út úr augnkróknum. "Jæja, þá. Kannski fannst mér ég ... horaður."

Þegar ég heyri þetta orð af vörum hans reyni ég að láta það ekki hafa áhrif á mig en...vá. Að krossleggja fæturna hjálpar til við að draga úr hitakófum sem streyma í gegnum mig. "Svo upplifir þú fiðrildi, sveitta lófa og hraðan hjartslátt?" spyr hann mig.

Hann hlær. „Ekki með hverri stelpu sem ég hef verið með, heldur flestum."

Ég lít í áttina til hans og reyni að greina ekki hvernig þessi setning kom út. Hann snýr sér að mér með skemmtilegan svip á andlitinu.

"Það voru ekki svo margir." Brosið hans er alltaf svo aðlaðandi í návígi, dældin enn sætari. Eitt augnablik er ég týndur í þessu öllu saman. En svo kemur eitthvað yfir mig - "Hver er tilgangurinn með þér?" "Hvers er tilgangurinn eiginlega?" "Á móti hverjum erum við að verjast?" "Nei herra." "Jæja, hver er eiginlega tilgangurinn með þér?" spyr ég til baka.

"Mín punktur er sá að ég finn ekkert fyrir þessu; þegar ég er að gera út við stráka þá finn ég bara dofi. Stundum þegar Grayson gerir það sem hann gerir við mig, ekki af ánægju heldur einfaldlega til að finna ekki neitt, hans þögn gerir mig órólegan og lætur mig velta því fyrir mér hvort hann sé að merkja mig andlega eða ekki."
„Ég skil að þetta kann að virðast ruglingslegt; nei, ég er ekki lesbía; hins vegar, af hvaða ástæðu sem er, hef ég aldrei laðast að neinum á undan þér og skil ekki hvers vegna.

Þegar ég sagði það upphátt, skaust hann hausnum í átt að mér um leið og hann heyrði. Augun mín lokuðust saman þegar handleggurinn huldi andlit mitt - ég trúði ekki að ég hafi bara viðurkennt aðdráttarafl mitt upphátt; nú væri of snemmt.

"Hef ég áhuga á þér?" Hann hallar sér aftur á bak og kúrir úlnliðinn minn með hendinni, lyftir handleggnum mínum varlega frá augum mínum og opnar þau hægt fyrir mig til að sjá hann sitja á hendinni með bros á vör, stuttur á öðrum fæti. Ég hika áður en ég opna þær hægt og rólega til að komast að því að hann styðst við einn. "Svo erum við aðlaðast?" Ég spyr undirmeðvitund mína.

„Ó nei,“ hrópa ég. "Það er líklega satt," hló hann til baka, áður en hann sneri sér við og gaf í skyn eitthvað móðgandi gegn mér áður en egóið mitt verður jafn stórt og þitt.

"Þú þarft að klippa hárið illa!" hrópa ég. „Lákarnir þínir halda áfram að komast í augun á þér, neyða þig til að kíkja eða færa þá úr vegi eins og Justin Bieber gerir, sem gerir lífið virkilega truflandi fyrir þig.

"Ó nei," hún kinkar kolli þegar hönd hennar heldur áfram að renna í gegnum hárið á honum áður en hún sekkur aftur niður í rúmið. "Þetta var mjög sárt; ég held að þú hljótir að hafa hugsað þetta vel út áður en þú bregst við þessu."

„Síðan á mánudag,“ viðurkenni ég.

„Svo tæknilega séð, síðan á mánudaginn þegar við hittumst, hefurðu verið að hugsa um hárið á mér?

"Ekki á hverri stundu." Hann staldrar við áður en hann brosir aftur: "Ég trúi ekki að þú haldir að ég sé heitur!"

"Þegiðu." Þú hefur líklega falsað að líða út bara svo ég gæti tekið þig í heitum, sveittum örmum mínum.

"Hættu." Ég veit að þú ímyndar þér um mig á nóttunni á meðan þú sefur hérna á þessu rúmi! "Williamson mun segja þér að halda kjafti. Hann verður víst að ímynda sér eitthvað hér!"

"Þegiðu, Holder."
Ég teyg mig fram og legg höndina yfir munninn á honum til að þagga niður í honum. „Þú ert miklu heitari þegar þú talar ekki.

Þegar hann lokaði munninum tók ég höndina fljótt frá mér og setti hana aftur fyrir aftan höfuðið. Við fórum þá báðir nokkurn tíma án þess að tala; hann hafði líklega gaman af því að vita um aðdráttarafl mitt á meðan ég fann fyrir niðurlægingu að þessar upplýsingar lægju nú hjá honum.

„Mér leiðist," svaraði hann og fór svo heim.
Hins vegar var það ekki hans val þar sem þau hafa ekki aðgang að interneti eða sjónvarpi - hvað annað eiga þau að gera en að hugsa um líkama sinn og hvað gæti gert þig hamingjusaman?

"Ég les," svara ég, "og baka stundum eða hleyp."

"Lestu, bakaðu og hlauptu. Og dreymdu mig. Þvílíkt hvetjandi líf sem þú lifir."

"Mér líkar líf mitt."
Hann brosti. Hann velti sér yfir, tók bókina af náttborðinu mínu og bauð mér hana að lesa.

"Viltu að ég lesi upphátt fyrir þig, er þér virkilega svona leiðinlegt?", spyr ég hann.

"Fjandi leiðinlegt." Þetta er rómantík," vara ég við.
Eins og áður hefur komið fram gæti lestur verið krefjandi en þess virði."

Þegar ég er búinn að koma mér fyrir á lestrarstaðnum mínum nota ég koddann til að styðja mig, láta mér líða vel áður en ég byrja að lesa.

Í dag ef einhver hefði sagt mér að ég myndi lesa rómantískar skáldsögur fyrir Dean Holder í rúminu í kvöld, þá hefði ég sagt þeim að þeir væru brjálaðir - þó ef til vill geti skilgreining mín á brjálæði verið mjög breytileg frá skynjun annarra.

Í fyrstu, þegar ég opnaði augun, fór höndin mín ósjálfrátt í átt að hinum megin við rúmið en fann engan þar. Ég sat upp og leit í kringum mig. Ljósið mitt var slökkt en kveikt var á hlífunum mínum. Bók lá lokuð á náttborðinu mínu svo ég tók hana upp; það var meira að segja bókamerki næstum þrír fjórðu í gegnum síðurnar þess!

Hvernig var þegar þú sofnaðir að lesa? Nei. Um leið og hlífarnar losnuðu og ég opnaði ljósið í eldhúsinu, sleppti kjálkinn á mér af vantrú: allt var fullkomlega hreint með allar smákökur og brúnkökur pakkaðar inn fyrir mig í hillum sínum!
Síminn minn situr aðgerðarlaus á afgreiðsluborðinu þegar ég fletti í gegnum textaskilaboð á honum. Í hvert sinn kemur nýr texti.

Hvernig dirfist þú, sofandi einmitt þegar hún var að fara að frétta af leyndarmáli móður sinnar!? Á morgun kem ég hingað aftur svo við getum haldið áfram að lesa það upphátt saman. Við the vegur, andardráttur þinn illa lyktar og hrjóta allt of hátt - þetta voru báðir eiginleikar sem trufla hana mjög.

Ég hlæ upphátt á meðan ég glotti líka eins og hálfviti; enginn er hér til að sjá heimska andlitið mitt. Þegar ég horfi á klukkuna á eldavélinni sýnir hún 02:04 svo ég fer aftur inn í svefnherbergið mitt í von um að hann komi á morgun - einhvern veginn hefur þessi vonlausi drengur skriðið inn í líf mitt í þessari viku og ég er ekkert að flýta mér að hann fari aftur!

7. KAFLI

Í dag lærði ég ómetanlega lexíu um losta: hún tvöfaldar vinnu þína. Í dag, í staðinn fyrir eina sturtu á dag og tvö fataskipti á skiptiáætlun (venjulega tvö), voru tvær teknar á sama tíma í stað einnar, ég þrífaði húsið mitt einu sinni (oftar en venjulega), athugaði tímann á klukku nr. minna en 1000 sinnum, auk þess að leita að texta að minnsta kosti svo oft!

Því miður var ekki tilgreindur komutíma í textanum hans frá því í gær, svo klukkan fimm sit ég nokkurn veginn og bíð. Það er ekki mikið annað sem ég get gert þar sem ég bakaði nú þegar nóg af sælgæti fyrir ársbirgðir og hljóp fjóra kílómetra í dag - kvöldmaturinn var eitthvað annað á listanum en án þess að vita hvenær hann kæmi þá myndi ég ekki vita hvenær ég ætti að fá hann tilbúinn; loksins þegar ég sit í sófanum mínum og trommar neglurnar á hann kemur texti frá honum.

Hvenær get ég komið? Ekki það að ég hlakka til; þú ert allt of sljór!

Af hverju hafði ég ekki hugsað út í það fyrr? Í stað þess að hafa áhyggjur og pirra sig yfir komutíma sínum hefði það sparað svo mikið óþarfa, óþarfa pirring.

Vertu hérna klukkan sjö og komdu með eitthvað handa mér að borða þar sem ég mun ekki elda í kvöld.

Um leið og síminn minn hringdi og samtalinu lauk lagði ég hann frá mér og starði út í geiminn í um 45 mínútur áður en ég leit aftur um stofuna; nú voru hlutirnir að verða áhugaverðir aftur! Fyrir einu sinni fóru leiðindi að hafa slæm áhrif á mig; þangað til á þessari stundu.
Í síðustu viku var ég nokkuð sáttur við líf mitt. Síðan að verða fyrir tækni hefur skilið mig eftir að vilja meira eða Holder. Kannski bæði.

Ég teygi fæturna út á kaffiborðið og fer úr æfingabuxunum í eitt skipti. Að klæðast gallabuxum og stuttermabol í dag hefur loksins gefið gallabuxunum mínum nauðsynlega hvíld frá því að vera aðal klæðnaðurinn minn; líka að vera með hárið á mér því Holder hefur aldrei séð mig án hesta í návist hans - ekki vegna þess að ég vilji heilla hann heldur bara til að hann sjái eitthvað nýtt frá mér!

Ég er svo sannarlega að reyna að heilla hann.

Fóturinn á mér hristist óstjórnlega og lætin gera það að verkum að það er ómögulegt að einbeita mér að lestrinum, svo eftir þrisvar sinnum að lesa sömu síðuna aftur og aftur hendi ég blaðinu aftur á stofuborðið og sekk aftur í sófastólinn minn þar sem ég stari út glugga á ekkert sérstaklega á meðan ég horfi á loftin mín, veggi, tær og tánögl sem þarfnast málningar eins og allt.

„Ég var að verða brjálaður.
Að lokum gaf ég út andvarp og teygði mig í símann minn til að senda honum skilaboð aftur.

Komdu fljótt. Mér leiðist alveg og ef þú kemur ekki núna gæti ég klárað að lesa bókina mína áður en þú kemur!

Með símann minn í báðum höndum horfi ég á hvernig skjárinn skoppar óreglulega við hnéð á mér. Hann svarar strax með texta.

LOL, dúndrandi buxur! Ég er með mat á leiðinni fyrir þig - 20 mínútur munu duga vel.

Hvað þýðir það nákvæmlega? Ó nei. Engum líkar við ást svo ég mun ekki taka þann sénsa með því að hann yfirgefi þetta fljótt...En í alvöru, hvað þýðir það eiginlega?

Tuttugu. Tuttugu mínútur. Það virðist of snemmt. Ég flýti mér á klósettið til að athuga hárið, fötin og andann áður en ég þríf í annað skiptið. Loksins, þegar dyrabjöllan hringir, þá veit ég í raun hvað ég á að gera: opna hana.

Hann stendur þarna með tvo handleggi af matvöru og lítur mjög heiminn út á meðan ég horfi grunsamlega á þá. „Ein okkar hlýtur að vera húsfreyjan“. Þar með léttir hann sig framhjá mér og gengur beint inn í eldhús, setur báða pokana á borðið áður en hann segir: "Ég vona að þetta gangi vel hjá okkur báðum!" „Ég vona að við höfum ekki komið öðrum á óvart.“
Hann byrjar að taka hluti upp úr sekkum og taka eldunaráhöld úr skápum, eins og að útbúa pasta og kjötbollur væri eiginlega markmiðið.

"Ó nei," hugsaði ég með sjálfum mér og gekk á barinn. "Svo ertu að búa til kvöldmat fyrir mig í kvöld?" Ég spurði strax.

„Reyndar er ég að elda fyrir sjálfan mig en þér er meira en velkomið að smakka eitthvað,“ segir hann við mig og brosir hryggilega yfir öxlina.

"Af hverju ertu alltaf svona kaldhæðinn?" Ég spyr.

"Svarar þú alltaf spurningum með spurningum?"
Hann yppir öxlum. "Er ég það?" [...] Svarar þú alltaf með fleiri spurningum (QAQAQAAAAA) (gera þær? ")

Ég gríp handklæði af barnum og kasta því í hann, aðeins til þess að hann sleppi því áður en ég fer í átt að ísskápnum og spyr "Viltu eitthvað að drekka?" „Já,“ er það eina sem ég heyri þegar við náum samkomulagi um hvert hann þarf að fara næst.

"Svo ertu að bjóða mér að búa mér til eitthvað að drekka heima hjá mér?"
Hann leitaði í gegnum ísskápshillurnar. "Viltu frekar mjólk sem bragðast eins og þvag eða gos?"

"Eigum við ennþá gos?" Ég er næstum því viss um að ég hafi þegar klárað það sem ég keypti í gær.

"Getur einhver okkar sagt eitthvað sem er ekki spurning?" spyr hann og hallar sér aftur út fyrir aftan ísskápinn.

"Ég veit það ekki, getum við?" Ég hlæ.

"Hversu lengi getum við haldið þessu áfram?" Hann finnur tvær gosdósir og tvö glös áður en hann býðst til að fá þeim ís.

"Ertu að drekka ís?" Kannandi fyrirspurnir mínar hætta aldrei; Ég er mjög samkeppnishæf!

"Heldurðu að ég ætti að bæta við ís?" spyr hann og brosir hrokafullt.

"Finnst þér ís?", spyr ég.

Hann kinkar kolli, greinilega hrifinn af því að ég hafi haldið í við. "Er ísinn þinn góður?" spyr hann mig.

Hvort viltu frekar mulinn eða teningaís?

Hann grenjar augun í mig, vitandi að ég hef bara fangað hann til að svara. Þess í stað opnar hann gosdósina sína og hellir í bollann minn og segir mér að það verði enginn ís fyrir þig: "Þessi þarf hann ekki!"

"Ha!" Ég hrópa og geispandi af hlátri, eins og ég lýsi yfir sigri. Mér til undrunar hlær hann aftur inn í eldhús eins og hann skilji hvers vegna sá sem hrýtur eins hátt og þú á skilið hvíld annað slagið." "Ó!" hrópar hann sem svar; leyfði mér að sigra af samúð sagði hann þegar hann sneri aftur til baka. gagnvart því.

"Þú veist, móðganir eru í raun bara fyndnar þegar þær eru skrifaðar niður." Ég tek upp glasið mitt og drekk. Þegar ég áttaði mig á því að drykkurinn minn þyrfti eitthvað sérstaklega hressandi, geng ég að frystinum til að safna nokkrum ísmolum til að setja í bollann minn.

Um leið og ég sneri mér við stóð hann beint fyrir framan mig með augun beint á mig - þau héldu á lofti ógæfu en líka alvarleika sem varð til þess að hjarta mitt sleppti takti. Hann tók skref í áttina að mér þar til bakið á mér hitti ísskápinn fyrir aftan mig áður en hann lyfti handleggnum sínum frjálslega og lagði höndina við hlið höfuðsins á mér.

Ég veit ekki hvernig ég hef ekki fallið saman - hnén á mér finnst eins og þau séu að fara að gefa sig!

„Þú veist að ég er að grínast," spyr hann mig lágt um leið og augu hans renna yfir andlit mitt og bros hans sýnir díla sem birtast bara nógu mikið til að dílarnir hans sjáist. Þegar brosið hans sýnir dólurnar hans kinka ég kolli afsökunar á meðan ég vona að hann hverfi þar sem ég er að fá astmakast án þess að vera með astma!

„Þetta er frábært," svaraði maðurinn þegar hann færði sig nær. „Vegna þess að þú hrjótar ekki - í rauninni lítur þú frekar dásamlega út þegar þú sefur.

Hann ætti ekki að segja svona þegar hann hallar sér svona nálægt. Með eina beygju á olnboganum færði hann hann nær og hallaði sér enn nær. Ég anda snögglega að orðum hans.

"Sky," hvíslaði hann tælandi í eyrað á mér, "ég þarf að þú ... hreyfir mig. Ég þarf í ísskápnum." Þegar hann dró hægt til baka og hafði augun þjálfuð á mínum, og fylgdist með viðbrögðum mínum, byrjaði munnur hans að herðast í bros sem hann reyndi svo mikið að bæla niður, bara af því að það sprakk úr hlátri í staðinn.

"Vertu ekki svona hrokafullur!" Ég ýtti að brjósti hans og dúkkaði undir handlegginn á honum til að fá hann til að hlæja ekki frekar. Um leið og ísskápshurðin var opnuð opnaði hann hana aftur, enn hlæjandi: "Því miður að stríða þér svona en við vitum báðir að þú laðast svo augljóslega að mér að það væri erfitt að gera það ekki."

Ég veit að hann var að grínast, en það tók samt andann úr mér. Um leið og hann hætti að hlæja settist ég aftur á barnum og gaf frá sér heyranlegt andkast áður en ég stakk höfðinu í hendurnar á mér af skömm fyrir að hafa opinberað mig svona fljótt fyrir einhverjum svona nákomnum - sérstaklega þar sem þetta hefði ekki

verið næstum svo erfitt hefði ég ekki misskilið hann með því að segja honum aðdráttarafl mitt of snemma; líka það væri ekki eins erfitt ef hann væri ekki alveg svona fyndinn og ljúfur-þegar- þarf- auk heitur.
Löngun getur verið svo bitur: tilfinning hennar er óneitanlega ánægjuleg en að standast hana tekur of mikla orku og fyrirhöfn.

"Viltu vita eitthvað?" spyr hann mig og horfir niður í átt að pönnunni sinni. Þegar ég leit upp eftir að hafa hrært sá ég að augu hans voru bundin við eitthvað allt annað - maðurinn horfði einbeittur niður í átt að pönnunni sinni og hrærði í henni eins og hann væri að búast við því að ég myndi svara fyrirspurn hans um eitthvað mikilvægt eða áhugavert sem gerðist um morguninn.

"Örugglega ekki."
Hann lítur aftur niður á pönnuna sína, svo upp á mig í stutta sekúndu áður en hann horfir aftur á hana. "En það gæti látið þér líða betur."

"Ég trúi því ekki."
Augu hans sneru aftur til mín með ekkert glettnisbros á vörum hans. Hann teygði sig inn í skáp og dró upp pönnu áður en hann gekk að vaskinum til að fylla hana af vatni áður en hann setti hana aftur á eldavélina til að hræra aftur. Hann hélt áfram: "En þú veist, kannski laðast ég svolítið að þér líka."

Um leið og hún sagði það, andaði ég að mér og sleppti andanum hægt og rólega til að reyna að koma ekki á óvart með athugasemdum hennar.

"Bara smá?" spyr ég og er stolt af því að gera óþægilegar aðstæður bærilegri með húmor.

Hann brosti aftur, en hélt samt augnaráðinu þjálfað á pönnuna fyrir framan sig. Þegar við einbeittum okkur bæði að eldamennskunni varð þögn í nokkrar mínútur þar sem báðir einbeittu sér að hvort öðru; Ég fylgdist með áreynslulausri hreyfingu hans um eldhúsið þegar ég dáðist að þægindastigi hans í þessu nýja umhverfi; á meðan þetta hús er mitt og ég finn til taugaveiklunar en hann yfir vellíðan hans - gat ég ekki hætt að fikta, óskaði þess að hann myndi tala aftur þar sem þessi þögn virtist liggja í loftinu í kringum okkur báðar; samt einhvern veginn hafði þessi þögn aðeins áhrif á mig; eitthvað við nálgun hans olli okkur báðum óþægilega;

"Hvað stendur LOL fyrir?"
Hún hlær. "Já, í alvörunni."
Hún svarar því til að það hafi þegar birst í textaskilaboðum hans fyrr.

„Laugh Out Loud er notað þegar eitthvað virðist sérstaklega skemmtilegt.

Ég get ekki neitað léttinni yfir því að það var ekki fullt af ást.

„Þetta er fáránlegt," svaraði ég.

"Já, það kann að virðast kjánalegt; hins vegar gerir venjulegur ritstíll innslátt hraðar þegar þú venst styttum texta - eins og að slá inn OMG og WTF ... og IDK."

„Ó nei," hrópa ég, þegar hann reynir að halda áfram að tala í styttri textaformi. "Að tala svona er sannarlega óaðlaðandi."
contul Hann snýr sér aftur í áttina að mér með blikk og gengur í áttina að ofninum og segir: "Jæja, þá...nekkert!"

Eins og áður hefur gerst hefur þögnin á milli okkar komið aftur í kvöld - og mér persónulega finnst það mjög óþægilegt og óvíst um tilgang hennar. Kannski er ég kvíðin fyrir því hvað restin af kvöldinu kann að bera í skauti sér? Eins og efnafræði okkar sýnir er ljóst að við munum enda á því að kyssast fyrr eða síðar, en samt á ég erfitt með að vera til staðar og vera viðstaddur þegar þessi hugsun tekur svona mikið af athygli minni. Að vita ekki hvenær hann mun láta mig gera það gerir það verra! Ætlar hann að bíða þangað til eftir kvöldmat þegar andardráttur minn lyktar af hvítlauk og lauk, eða mun hann bara spretta mér upp úr engu? Burtséð frá því, ég vil að þessu verði lokið eins fljótt og auðið er svo við getum haldið áfram með kvöldið okkar.

"Er allt í lagi?" spyr hann um leið og ég snúi augnaráðinu aftur í átt að honum. Þegar ég geri það stendur hann á móti mér á barnum.

"Ég hef það gott." Hann grípur hnífinn sinn og byrjar að höggva tómat; jafnvel tómaturinn hans lifnar við!

Hækkunarhæfileikar voru greinilega áhrifamikill. Það er ekki mikið sem þessi strákur getur ekki gert! Hnífurinn hans lá kyrr á skurðarbrettinu á meðan ég horfði upp á hann með ásetningssvip á andliti hans.

"Hvert hefurðu farið, Sky?" Hann starir aftur á mig í nokkrar sekúndur í eftirvæntingu eftir svari; þegar enginn kemur, snýr hann sér aftur að skurðbrettinu sínu og sleppir aftur augunum.

"Má ég biðja þig um að lofa að hlæja ekki?" Ég spyr.

Hann hnykkir í augunum þegar hann veltir fyrir sér spurningu minni áður en hann hristir höfuðið til að svara. „Ég lofaði þér að ég myndi alltaf vera heiðarlegur, svo nei. Og þar sem þú ert frekar fyndinn, þá er það bara að setja sjálfan mig undir að mistakast.

"Af hverju ertu erfiður?!" "Af hverju getum við ekki verið sammála um neitt?"

Hann brosir en svarar ekki, heldur horfir grunsamlega á mig eins og hann sé að skora á mig að segja sannleikann minn - því miður fyrir hann, vík ég aldrei frá áskorunum!

"Allt í lagi. Gerum þetta," hugsaði ég um leið og ég settist aftur í stólinn minn og dró djúpt andann áður en ég hellti öllum hugsunum mínum út í einu. „Ég er í rauninni enginn sérfræðingur þegar kemur að stefnumótum og þetta gæti verið slíkt stefnumót eða ekki einu sinni; það eina sem ég veit með vissu er að þessi strákur og ég erum hér og spjalla.“
Hver sem þessi kynni kunna að vera, þá veit ég að það eru fleiri en tveir vinir sem eru að spjalla, sem fær mig til að hugsa um hvernig hlutirnir gætu gerst síðar þegar það er kominn tími fyrir þig að fara og hvort við ætlum að kyssast eða ekki. Þar sem óvissa hefur tilhneigingu til að trufla mig og þar sem ég kýs að vera ekki hissa þegar kemur að rómantískum málum, því lengur sem þessi óvissa heldur áfram því óþægilegri verð ég því ég vil að þú kyssir mig en er of feimin eða óákveðin til að spyrja. Þess vegna var ég að hugsa um að við gætum bara gefist upp og kysst núna svo þú getir farið aftur að elda á meðan ég get hætt að reyna að sjá fyrir okkur framtíðarfund okkar. Með ekkert eftir í lungunum anda ég djúpt að mér áður en ég anda frá mér aftur, aðeins í þetta skiptið tek ég einn stóran andann áður en ég anda frá mér.

Hann hætti að höggva einhvers staðar í miðri tízku; Ég man ekki hvaða þátt. Munnur hans virðist opinn örlítið þegar hann starir aftur á mig með augun hlaupa fram og til baka frá hlið til hlið. Ég dreg djúpt andann áður en ég anda rólega út aftur þar sem ég átta mig á því að kannski, mögulega, gæti ég hafa sent hann að hlaupa héðan algjörlega; því miður myndi ég ekki álasa honum ef það myndi gerast heldur.

Hann lagði hnífinn varlega á skurðbrettið og lagði lófana á borðið fyrir framan sig án þess að rjúfa augnsamband við mig. Ég lagði hendurnar saman í kjöltu mér á meðan ég beið eftir viðbrögðum hans; allt sem hægt var að gera.

„Þetta var án efa lengsta refsidómur sem ég hef heyrt! Hann hrópar með áherslu.

"Hvað á ég að segja núna, þegar það eina sem ég hef beðið hann um er einn koss?" hugsaði ég með mér, áður en ég lagði handleggina yfir brjóstið í gremju og rak augun í málfræðigagnrýni hans.

„Slappaðu af," brosir hann þegar hann rennir tómötunum af skurðarbrettinu á pönnu á eldavélinni, stillir hitastigið í samræmi við það og hellir svo pastanu í sjóðandi vatn til að elda. Þegar allt var tilbúið þurrkaði hann hendurnar á handklæðinu sínu áður en hann gekk aftur í sætið mitt á barnum.

„Stattu upp," skipar hann mér. Ég lít varlega upp á hann en fylgi stefnu hans hægt. Þegar hann stendur upp og snýr að sér, leggur hann báðar hendurnar á herðarnar mínar áður en hann lítur í kringum herbergið með þær enn á þeim og hugsar upphátt: "Hmm" Hann lítur inn í eldhúsið og rennir þeim síðan af öxlum mínum til að grípa um úlnliðina mína: "Ég líkaði svolítið við þetta ísskápsbakgrunn." Togaði mig inn í það eins og brúðu og lagði síðan báðar hendurnar á hana hvoru megin við höfuðið á mér áður en ég horfði aftur ofan frá!
Eflaust var það ekki nákvæmlega eins og ég hafði ímyndað mér að hann kyssti mig, en það virkaði bara vel. Það eina sem skipti máli var að klára þetta fljótt. Þegar hann byrjaði að halla sér að mér dró ég djúpt andann og lokaði augunum - í von um það besta.

Bíddu og ég bíð. Ekkert gerist.

Um leið og ég opna augun er hann svo nálægt því að hikurinn á mér fær hann bara til að hlæja meira. Hins vegar víkur hann ekki og andardráttur hans stríðir varir mínar eins og fingur; ilmurinn hans minnir mig á bæði myntublöð og gos; ólíkleg samsetning sem virkar virkilega vel saman.

Sky, ég hef þegar ákveðið að í kvöld mun ég ekki kyssa þig." Hann talar lágt.

Hjarta mitt sekkur af skelfingu við orð hans; Sjálfsálit mitt hefur fengið á sig högg, og nú meira en nokkru sinni fyrr, þarf ég að efla ego-boðskap frá Six.

Af hverju ekki?" Hann lagði aðra höndina nærri andliti mínu frjálslega og rakaði niður kinn mína með fingrunum, reyndi að hrolla ekki við snertingu hans og virtist alveg ringlaður á þessu augnabliki. Augun hans fylgdu hendi hans niður kjálka minn, háls og axlir áður en loksins endaði við öxlina á mér þar sem hún kom upp aftur með óneitanlega merki um kynferðislega spennu - áhrif sem dró aðeins úr vonbrigðum mínum.

„Mig langar að kyssa þig," lýsti hann yfir af sannfæringu, lét augun falla á varirnar mínar áður en hann kúrði kinn mína með hendinni aftur og dró mig nær sér, kúrði hana svo þétt að mér að í þetta skiptið hallaði ég mér að honum án þess að spyrja. hvað var í gangi - ég hafði gefið yfirstjórnina um leið og hann kom inn á heimili okkar; nú liggur öll stjórn eingöngu í hans valdi.

"En ef þú vilt virkilega, af hverju viltu það ekki?" Ég er hrædd um að hann muni koma með afsakanir með orðið kærasta sem skýringu á því að fara ekki.

Hann tekur báðar hendur í sínar og lyftir andliti mínu upp. Með því að strjúka þumalfingrunum fram og til baka meðfram kinnbeinunum á mér, finn ég brjóst hans hækka og falla á móti mér þegar orð hans renna framhjá eyranu mínu: „Af því," hvíslar hann í eyrað á mér: „Ég er hræddur um að þú finnir það ekki. " Ég dreg andann snöggt og held inni. Þegar ég rifja upp samtal okkar frá því í gærkvöldi á rúminu mínu, átta ég mig á að ég hefði ekki átt að deila því sem ég sagði honum; varir mínar ættu ekki að finna fyrir öðru en dofa þegar ég kyssti fólk; samt er hann undantekning frá þessari reglu. Með hendi hans upp að kinn minni, hyl ég hana með minni til að hylja hönd hans alveg.

"Þú munt finna það, Holder; ég geri það nú þegar. Mig langar að segja þessi orð upphátt en get það ekki. Þess í stað kinka ég bara kolli."

Hann lokar augunum og andar að sér og dregur mig svo frá ísskápnum inn í brjóstið á sér. Hann vefur annan handlegginn um bakið á mér á meðan hann notar hinn sinn til að snerta höfuðið á mér; Handleggir mínir voru enn óþægilega við hliðina á mér þegar þetta gerðist svo ég færði þá með semingi upp um mitti hans; þegar þetta gerðist andaði ég hljóðlega yfir því hversu friðsælt allt varð að vera að pakka svona inn í hann. Við drógumst báðir nær samtímis, drógum hvort öðru nær þar til hann kyssti mig ofan á höfuðið á mér - það var ekki það sem ég bjóst við en ég elska það jafn mikið!

Um leið og tímamælirinn á ofninum fer af stað stöndum við bæði kyrr og bíðum. Hann sleppir mér þó ekki strax, sem fær mig til að brosa; Þegar handleggir hans byrja þó að falla, dettur augnaráð mitt beint á gólfið í stað þess að snúa aftur á hann; einhvern veginn hafa tilraunir mínar til að leiðrétta hvers kyns óþægindi varðandi kyssa aðeins gert málið óþægilegra fyrir sjálfan mig.

Eins og hann skynjaði vandræði mína tók hann báðar hendur mínar í sínar og tengdi fingur okkar saman áður en hann sagði: "Sjáðu mig." Þegar ég reyndi að fela vonbrigðin sem skapast þegar ég áttaði mig á gagnkvæmu aðdráttarafl okkar liggur á mismunandi sviðum, sneri ég augnaráði mínu að hans. "Sky, þó að ég kyssi þig kannski ekki í kvöld, trúðu mér þegar ég segi þér að ég hef aldrei viljað kyssa stelpu meira. Ekki halda að mér finnist þú ekki aðlaðandi; þú hefur ekki hugmynd um hversu sterkt laðast ég er. " "Í kvöld og líklega á morgun líka, kemur enginn koss á milli okkar - það er nauðsynlegt. "Ég vil að þú vitir að allt sem ég finn þegar varir mínar snerta þínar finnst þér jafn sterkt. Vegna þess að ég vil að fyrsti koss þinn sé sá besti í sögunni." Hann dregur höndina mína nærri sér og kyssir hana ástríðufullur áður en hann segir við mig: "Hættu nú að nöldra, hjálpaðu mér að klára þessar kjötbollur."

"Ó nei!" Ég hugsaði kaldhæðnislega þegar hjarta mitt hljóp af gleði yfir því sem gæti aðeins kallast epísk endurkoma: þessi afsökun gæti komið honum í burtu með því að hafna mér hvenær sem er á komandi árum! Hann snýr sér að mér og tekur hendur mínar í báðar sínar, horfði í augun á mér áður en hann spurði: "Allt í lagi?" sem ég svaraði játandi. "Kemur það þér í gegnum nokkra stefnumót í viðbót?"

„Já, en þú hefur rangt fyrir þér um eitt," svaraði ég og bætti við. "Má ég vita meira?"

"Þú veist að þetta verður ekki fyrsti kossinn minn; þú skilur það."

Hann minnkar augun, dregur sig í burtu, byrgir andlitið á mér aftur og ýtir mér upp að ísskápnum, nálgast þar til varir hans koma hættulega nálægt mínum - brosið sem hvarf úr augum hans kemur í stað ákafur svip sem veldur því að ég hætti alveg að anda.

Hann hallar sér hægt inn þar til varir hans eru varla að bursta mínar, tilhlökkunin ein og sér nóg til að gera mig lamaða. Hann lokar ekki augunum svo ég geri það ekki heldur. Hann heldur mér þarna í langan tíma á meðan við öndum saman - eitthvað hefur mig stjórnlaust úr böndunum; ef hann bregst ekki fljótt við gæti ég reitt mig út af reiði og bitið hann fast!

Augnaráð hans, þegar það beinist að vörum mínum, hvetur mig til að draga neðri vörina aftur á milli tannanna - annars gæti ég bitið hann í hálsinn!

"Leyfðu mér að upplýsa þig," segir hann lágri röddu, "sú augnabliki sem varir mínar snerta þínar verður fyrsti koss þinn nokkru sinni. Þar sem enginn hefur nokkurn tíma haft samband við varirnar þínar áður þá þýðir það að enginn hefur kysst þig á leiðinni. Ég ætla að.

Hann missir hendurnar og starir áfram í augun á mér á meðan hann gengur aftur í átt að eldavélinni, áður en hann snýr sér við til að sinna pastanu mínu eins og ekkert hafi breyst í sambandi okkar.

Þar sem fæturnir á mér finna ekki lengur fyrir jörðu, var eina lausnin sem ég hafði í boði að renna ísskápnum þangað til rassinn á mér mætir gólfinu og anda djúpt inn.

8. KAFLI

"Spaghettíið þitt angrar!" Um leið og ég tók annan bita og lokaði augunum, bragðaði á því sem gæti hafa verið ein fínasta pastamáltíð sem menn hafa séð, varð yfirlýsing mín að veruleika.

„Þú veist að þú elskar það," segir hann við mig þegar hann stendur upp frá borðinu og grípur tvær servíettur að neðan, tekur eina til baka áður en hann gefur mér eina til að þurrka af mér hökuna (með spaghettísósu á henni að sjálfsögðu!). "Þurrkaðu nú sogið af andlitinu á þér; spaghettísósan þín hefur hellst út um allt!"

Þegar ég var búinn með ísskápsatvikið fór nóttin mín aftur í eðlilegt horf. Hann bauð mér vatnsglas, hjálpaði mér að standa upp, gaf mér svo gott rassgat áður en hann sendi mig aftur út að vinna - þetta var allt sem þurfti til að létta á hvers kyns óþægindum sem hafði myndast á milli okkar - það var frábært að loksins settu þetta óþægindi á bak við mig!

Hefur þú einhvern tíma spilað Dinner Quest?", spyr ég hann.

"Vil ég það virkilega?" Hann hristir höfuðið hægt.

„Já," svaraði ég. „Þetta er frábær leið fyrir okkur til að kynnast; eftir næsta stefnumót munum við líklega eyða mestum tíma okkar í að gera út, svo núna er góður tími til að takast á við hugsanlegar áhyggjur."

Hann hlær. "Þetta hljómar nógu sanngjarnt; hvernig myndir þú vilja spila?"

„Leyfðu mér að setja fram óþægilega og persónulega spurningu sem þú verður að svara heiðarlega við, annars skiptir það engu máli þegar þú tekur drykk eða borðar mat - öfugt!

„Hljómar auðvelt," svaraði hann, en hvað myndi gerast ef honum tekst ekki að svara spurningunni? Ef enginn svaraði rétt þá myndi hungur eiga sér stað og að lokum myndi dauðinn fylgja í kjölfarið.

"Ég er í." Þó hann hefði líklega átt að undirbúa nokkrar spurningar fyrirfram, miðað við að þeir fundu upp þennan leik þrjátíu sekúndum áður, þá hefði það verið erfitt. Þess í stað setur hann gaffalinn niður. „Ég ákvað þennan leik strax, það er enginn tími eftir núna."

Taktu annan sopa af útvatnaða gosdrykknum mínum á meðan ég gef mér smá stund til að hugsa. Ég vil ekki kafa of djúpt þar sem það endar alltaf illa á milli okkar. „Jæja," játa ég og setti bollann minn á borðið á meðan ég halla mér aftur í stólnum mínum. Af hverju fylgdirðu mér að bílnum mínum í matvöruversluninni?" spyr ég hann orðrétt.

"Eins og ég sagði, ég hélt að þú værir einhver annar." "Jæja, ég veit hver það er!" "Já en hver?"

Hann færist óþægilega til í sætinu og ræsir sig, áður en hann teygir sig í glasið sitt en ég stoppa hann í tæka tíð.

"Enginn drykkur. Svaraðu spurningunni fyrst."

Hann andvarpar djúpt áður en hann hættir að lokum. "Ég var ekki viss um hvern þú minntir mig á - aðeins eftir að hafa skoðað betur áttaði ég mig á því að þú minntir mig á systur mína."

"Hvað minnir þig á systur þína?" Ég roðna og kinka kolli. "Þetta er dálítið ömurlegt, Holder."

„Nei," hlær hann og hlær, „það var alls ekki svona - þú líkist henni alls ekki - eitthvað við það að sjá þig fékk mig til að hugsa um hana, en samt einhvern veginn að fylgja þér virtist undarlega kunnuglegur; seinna hlaupandi inn í þig heima hjá mér gerði allt ástandið súrrealískara enn og aftur..." Hann hættir í miðri setningu þegar fingur hans rekja sig um brún disksins hans með fingurgómunum: "það virtist sem þessi fundur hefði átt að gerast... "

Ég dreg djúpt andann og íhuga svar hans vandlega og forðast síðustu setninguna vandlega. Hann lítur á taugar eins og hann haldi að orð hans hafi hrædd mig, svo ég brosi hughreystandi til hans og bendi á drykkinn hans: "Nú er röðin komin að þér - drekktu upp!" "Nú er röðin komin að þér!" Ég segi honum; nú er þegar spurning þín ætti að koma.

„Ó, þessi er einföld," svarar hann. „Ég þarf bara að vita hvern ég er að stíga á. Í dag fékk ég nafnlaus pósthólfsskilaboð sem stóðu einfaldlega: „Ef þú ert að deita stelpuna mína, fáðu þínar eigin fyrirframgreiddar mínútur og hættu að nota mínar, Jackass!".

"Það væri Six, sem gefur daglega skammta mína af jákvæðri staðfestingu!" Ég grínast.

Hann kinkaði kolli. „Ég var að vona að þú myndir segja það," og hallaði sér fram með þröngsýnum augum á mig. „Vegna þess að ég hef tilhneigingu til að vera mjög samkeppnishæf, hefðu viðbrögð mín ekki verið svo vingjarnleg að öðrum kosti.

"Svo, hefurðu svarað og hver eru svör þín?"

"Er það spurningin þín?" Ef ekki, þá tek ég annan bita." Ef svo er, "haltu hestum þínum og svaraðu fyrirspurn minni," eins og venjulega skal ég gera þér grein fyrir því sem ég er að segja.

„Já, ég svaraði textaskilaboðum hennar með því að spyrja hvernig ég gæti keypt fleiri mínútur. Hjarta mitt hefur breyst í hafsjó af sorg þegar svar mitt er mætt með svari hennar: "Ó, þetta var í rauninni ekki spurningin mín - í þetta skiptið er röðin enn komin að mér!" Ég hristi höfuðið dapurlega þegar flóðið heldur áfram að rúlla aftur út á móti okkur báðum.

Hann skilar gafflinum aftur á sinn stað og hristir höfuðið. „Maturinn minn er að verða kaldur," kveinkaði hann um leið og hann leit niður.

„Mig langar að læra meira um systur þína og hvers vegna þú varst að tala um hana í þátíð," byrjaði ég.

Hann hallar höfðinu aftur, horfir með fyrirlitningu upp á það sem nýlega hefur verið beðið um af honum og nuddar höndunum meðfram andliti hans til að róa sig. "Úff. Þú spyrð alltaf svona mikilvægra spurninga," segir hann með þráhyggju.

"Þannig er leikurinn spilaður; ég fann ekki upp reglurnar hans."

„Hann andvarpar aftur og brosir dapurlega til mín; í þetta skiptið er meiri sorg í því en venjulega, sem fær mig til að óska þess að ég hefði ekki spurt.
Hvenær sagðirðu mér að fjölskyldan mín hefði átt hræðilegt ár í fyrra?" „Ó já... Manstu ekki hvenær ég sagði þér það?" Strax kemur röðin að mér að svara spurningu hans um að árið okkar hafi verið svo erfitt?" Ég segi þetta sem svar og held að það gæti hjálpað honum að hugsa til baka. interieur "Manstu nú þegar ég sagði þér að fjölskylda mín hefði átt í erfiðleikum á síðasta ári?"

"Hún dó fyrir þrettán mánuðum síðan. Móðir mín vill frekar að við notum hugtakið, "vísvitandi of stór skammtur." Ég kinka kolli til samþykkis. Rödd hans skýrist og byrjar aftur að rekja í kringum diskinn hans.

Hann horfir alltaf beint á mig þegar hann talar, svo ég geri mitt besta til að sýna sömu virðingu, þó það geti verið erfitt. Því miður voru það mín eigin mistök að koma þessu máli upp. "Hver heitir hún?" "Leslie. Ég kallaði hana Les."

Að heyra gælunafnið hans yfir hana vekur upp djúpstæða sorg innra með mér og ég finn að ég borða ekki lengur. "Var hún eldri en þú?" Ég spyr.

Hann hallaði sér fram, tók upp gaffalinn sinn, áður en hann hringdi honum í skálinni áður en hann færði gaffal af pasta beint upp að munninum og sagði í yfirlætislausum tón: „Við vorum tvíburar," áður en hann tók sér bitann.

Jesús greip drykkinn minn í burtu og hristi höfuðið. „Það er komið að mér," sagði hann með munnfylli. Eftir að hafa tuggið tók hann sopa áður en hann þurrkaði munninn af sér með servíettu sem fylgdi með og þurrkaði varirnar áður en hann spurði um föður minn.

"Eins og ég sagði áður, þá hef ég ekki séð hann síðan ég var þriggja ára. Að mínu viti eru engar minningar til og ég man ekki einu sinni útlit hans," andvarpa ég þegar endurgreiðslan kemur.

"Mamma þín á engar myndir af honum?"

þegar sonur minn spurði, rann upp fyrir mér að hann hefur ekki einu sinni hugmynd um svörin mín.

„Manstu þegar ég sagði að mamma væri svona ung?

Jæja, það er vegna þess að hún ættleiddi mig.

Það hefur aldrei verið mér til skammar eða skammar að vera ættleiddur; Ég skammaðist mín aldrei, skammaðist mín eða neyddist til að fela staðreyndina. Samt hvernig Holder horfir á mig núna gerir það að verkum að ég hafi bara opinberað að ég fæddist án getnaðarlims! Hann heldur áfram að stara óþægilega og lætur mig flakka af kvíða. "Hefurðu ekki hitt neinn sem er ættleiddur?" spyr ég hann sem svar.

"Svo varstu ættleidd klukkan þrjú af Karen?" það stóð.

"Ég var fimm ára þegar ég fór í fóstur eftir að líffræðileg móðir mín lést, vegna þess að pabbi minn gat ekki lengur alið mig upp sjálfur eða vildi það ekki. Hvort heldur sem er, það gekk vel - Karen var tilvalin samsvörun og það er engin löngun af minni hálfu til að leita að því hvar hann hefur falið mig."

Af augnaráðinu á honum get ég sagt að hann hefur ekki enn lokið við spurningarnar sínar og vill nota tækifærið til að setja stjórnina aftur fyrir dómi mínum.

"Hvað táknar húðflúrið þitt?" spyr ég hann og bendi í átt að handleggnum á honum með gafflinum mínum.

Hann réttir út handlegginn og rennir fingrunum eftir honum og rifjar upp þegar þeir fengu áminningu sína eftir dauða Les.

"Á hvað minnir það mig?" Hann tekur upp bollann sinn og snýr sér frá augum mínum til að forðast augnsnertingu og tryggir að ég geti ekki fengið svar beint. Í staðinn tekur hann sopa áður en hann setur glasið aftur niður á borðið án þess að hafa beint augnsamband við mig.

Hann hlær lágt. "Það er ekki svo frábært. Reyndar er það svolítið lyktandi." En hann lítur upp á mig með svipbrigðalausu andliti og brosir áður en hann segir: "En við skulum halda áfram þar sem ég hef enn spurningar handa þér um fyrir ættleiðingu þína og manstu eitthvað frá því áður?"

"Í raun og veru. Aðeins hlutir eru eftir; þegar einhver staðfestir ekki minningar þínar finnurðu að þær hverfa með tímanum. Allt sem ég man frá því áður en Karen ættleiddi mig eru nokkrar myndir." Ég hristi höfuðið. "Linda ættleiddi mig; engar aðrar minningar eru eftir frá því áður."
"Ég man ekki hvaðan eða hvers vegna þessir skartgripir komu, nú get ég ekki lengur greint á milli þess sem var raunverulegt, draumkennt og sjónvarpsframkallað."

Manstu eftir mömmu þinni?"

„Karen er mamma mín," tilkynni ég með stolti og gef honum svar mitt áður en ég svari síðustu spurningunni hans og borðaði eftirrétt saman.

"Helduðu að það sé nóg af eftirrétt?" sagði hann hikandi.

"Af hverju barðirðu hann?" Svipur hans breytist í viðbrögðum og sýnir mér að hann þarf ekki lengur á mér að halda til að sannfæra hann um neitt.

Hann hristir höfuðið og ýtir frá honum með skálinni sinni: „Sky, þú þarft ekki að vita svarið við því, leyfðu mér að dæma þér refsingu.

„En ég er forvitinn," Maðurinn hallar höfðinu til hliðar og færir höndina nærri kjálkanum áður en hann skellir á hálsinn með annarri hendinni þétt á höku hans á meðan hann hvílir olnbogann á borðinu. „Eins og ég sagði þér áður, þá barði ég manneskjuna af því að hún var að bulla um hlutina.

"Þetta er of óljóst, það er eitthvað sem þú tekur ekki þátt í."

Hann er kyrr og heldur augnsambandi. „Þetta var fyrsta vikan mín í skólanum síðan Les dó," rifjar hann upp og allir vissu hvað hafði gerst. Þegar ég gekk framhjá einhverjum sem sagði eitthvað neikvætt um Les, var ég ósammála því og lét hann vita að það truflaði mig - að taka hlutina of langt, þar til þegar ofan á hann fór það úr böndunum og ég sló hann ítrekað án þess að vera sama, en samt ekki ekki sama að þetta gerðist! Það sem gerir það sérstaklega svívirðilegt er að þetta barn mun líklega vera heyrnarlaust frá vinstra eyra ævilangt - en samt er mér alveg sama!"

Í fyrstu líkaði mér ekki við það sem hann starði á mig, en núna þegar ég skil meira er það skynsamlegra. Augun hans höfðu ófyrirgefanlegt og fjarlægt útlit sem mér fannst bæði móðgandi og ósmekklegt í einu - það virðist sem hann treystir engum mjög auðveldlega heldur! Mér fannst ég vera föst á milli augna hans og míns; enn pirruð yfir þessu...allavega núna skil ég betur af hverju þetta gerist.

— Hvað sagði hann um hana?

Hann slakar aftur á stólinn og lokar augunum til að einbeita sér að tómum stað á borðinu á milli okkar. "Ég heyrði hann hlæja að vini sínum um að Les hefði farið auðvelda, eigingjarna leið út. Ef hún væri ekki svo huglaus hefði hún sýnt meira hugrekki."

"Hvað hefur verið erfitt?"
Hann yppir öxlum afvirðandi og svarar: "Lífið."

"Helduðu að hún hafi farið auðveldu leiðina út?" Ég spyr sem óbein yfirlýsing frekar en spurning.

Holder hallar sér fram og tekur hönd mína á milli þumalfingur sinna, teygir sig yfir borðið til að taka minn stað beggja vegna þess. „Les var einn af hugrökkustu einstaklingum sem ég hef kynnst; hún tók mikið hugrekki til að binda enda á allt án þess að vita hvað gæti fylgt eða jafnvel vita hvort það er einhver; margir gætu haldið áfram að lifa lífi sem þeir njóta ekki lengur; fyrir þá var það auðveldara bara að lifa án vonar eða tilgangs en einfaldlega að segja "Fokkið!" en hún hafði meiri kjark en flestir í því að gera það einfaldlega - eitthvað sem margir aðrir forðast að gera. Og ég hrósa henni á hverjum degi að ég sé enn á lífi og get ekki fylgt fordæmi hennar."

Hann heldur hendinni minni á milli sinna og það er þá sem ég átta mig á því að höndin á mér skalf. Þegar hann lítur upp starir hann aftur niður á mig með svipbrigðalausu andliti; það eru engin orð sem ég get komið upp til að lýsa hversu djúp áhrif þetta hefur haft á mig. Þess í stað stendur hann upp og hallar sér yfir borðið áður en hann rennir hendinni fyrir aftan hálsinn á mér áður en hann kyssir mig ofan á höfuðið áður en hann gengur í átt að eldhúsinu og spyr "viltu brúnkökur eða smákökur?" eins og ekkert hefði bara komið til að trufla þögn hans.

Hann horfði aftur á mig með stóreygðum augum, enn starandi í losti. Ég vissi ekki hvað ég ætti að segja eða gera næst - viðurkenndi hann bara að hafa verið sjálfsvígshugsandi, myndrænn eða melódramatískur? Hvað sem hann sagði mér bara vissi ég ekki hvernig ég ætti að takast á við það sem gæti mögulega verið sprengjusprengja sem hann varpaði bara í fangið á mér.

Hann kemur með disk af smákökum og brúnkökum til baka áður en hann kraup niður fyrir framan mig til að veita aðstoð.

Hann talaði blíðlega, tók andlit mitt í hendurnar og sagði hughreystandi orð: „Vertu ekki hræddur ef gjörðir mínar hafa brugðið þér, ég ætlaði ekki að hræða þig, ég er ekki sjálfsvígshugsandi og hef ekki sjálfsvígstilhneigingu; né er Ég ruglaðist eða upplifði áfallastreituröskun. „Ég er einfaldlega bróðir sem elskaði systur sína meira en lífið sjálft og verður fyrir miklum áhrifum þegar ég hugsa um hana. Ef að segja sjálfri mér hvað hún gerði var göfugt er gagnlegt til að takast á við, þá er það allt sem er að gerast; það eina sem ég er að gera er að takast á við." Hann heldur fast í andlitið á mér, horfir á mig með miklum vonbrigðum, vill að ég skilji hvaðan hann er að koma. "Ég elskaði Sky ótrúlega, en hún sá bara dauðann sem kostinn eftir fyrir hana; annars mun ég aldrei fyrirgefa sjálfum mér að hafa ekki hjálpað henni að finna aðra lausn." Hann þrýstir enninu á mig og spyr aftur "Ókei?" „Ég þarf að nota klósettið," tilkynni ég og dreg hendur hans frá andliti mínu um leið og hann byrjaði að snerta mig aftur. Þegar ég var kominn þangað lokaði ég hurðinni á eftir mér og hleypti frá mér heyranlegan grát... eitthvað sem ég hafði ekki gert síðan ég var fimm ára. Svo gerist eitthvað óvænt - tárin renna frjálst í eitt skipti.

Enginn hávær grátur. Bara eitt tár fellur niður kinnina á mér; en þetta eina tár var nóg fyrir mig, svo ég þurrka það fljótt í burtu með vefjum til að reyna að koma í veg fyrir að fleiri tár mynduðust.

Ég var enn óviss um hvað ég ætti að segja við hann, en þar sem hann virtist ekki vera til í að opna meira um efnið ákvað ég að þrýsta ekki á hann frekar. Svo í staðinn hristi ég hendurnar, dró djúpt andann, opnaði hurðina og sá að hann stóð þvert á ganginum með krosslagða fætur á ökklahæð og hendur í vösum áður en hann réttaði sig upp og færðist nær mér.

„Hæ," svara ég, brosi mínu besta brosi og kinkaði kolli kurteislega áður en ég dreg djúpt andann. "Þú ert ákafur, þetta sannar aðeins mál mitt."

"Geturðu orðið ólétt ennþá?" Hann brosti og ýtti mér í átt að svefnherberginu. Þegar við færðum okkur nær, vafði hann handleggjunum utan um mig aftan frá og lagði höku sína ofan á höfuðið á mér þegar við færðumst nær. "Má ég spyrja?" spurði hann þegar við fórum í átt að herberginu mínu.

"Nei. Ekki um helgina. Auk þess er nauðsynlegt að kyssa stelpu fyrst áður en tilraun á að tengja saman."

"Var einhver að missa af kynfræðslutímanum sínum í heimaskóla?" spyr hann þar sem hann fullyrðir að hann geti auðveldlega slegið hana upp án þess að kyssa. Viltu að ég sýni þér?"

"Ég treysti dómgreind þinni; vonandi erum við að fara að fá alvarlega kynfræðslu!" "Allt í lagi - taktu orð mín fyrir það - áður en við klárum þessa bók saman!"

Holder lá á rúminu sínu þegar ég kom inn og dró mig að mér með handleggnum þar til höfuð mitt hvíldi á brjósti hans og ég byrjaði að lesa.

Við lesturinn finnst mér ég vera algjörlega annars hugar af honum. Augnaráð hans reikar niður í munninn á mér á meðan ég les, horfir á munninn minn þegar ég bý til orð og snýst hárið mitt á milli fingurgóma hans í hvert skipti sem ég fletti blaðsíðum. Í hvert skipti sem blaðsíða snýr er eins og önnur truflun!
Einu sinni á hverri síðu horfi ég upp til hans með undrun og kemst að því að hann er alltaf með sama ákafa svipinn á andlitinu - að segja mér að hann hafi alls ekki tekið eftir því sem ég var að lesa. Að lokum, þegar lestrartíminn minn er búinn, loka ég og legg bókina upp að maganum á mér án þess að átta mig á því að hann tók eftir að ég lokaði henni!

"Af hverju ertu hætt að tala?" spyr hann, breytir aldrei svipnum eða færir augnaráðið frá munni mínum.

"Tala?" spurði ég forvitinn. "Nei," svaraði gestgjafi minn sem svar, "ég er að lesa. Það er munur; en frá öllum útlitum hefur þú ekki verið að fylgjast mikið með."
"Ó," svarar hann brosandi, "ég hef verið að fylgjast með." Athygli hans beindist að munni mínum; ekki endilega það sem var að koma út, heldur vissulega uppbygging þess og tjáning.

Þegar ég var kominn á bakið, dró hann mig fljótt nærri mér, enn starði á mig eins og hann vildi éta mig. Á því augnabliki vildi ég næstum því að það myndi gerast.
Hann ber fingurna varlega upp að vörum mínum og byrjar hægt og rólega að rekja þær, það er ótrúlegt og ég get varla andað af ótta við að hann hætti! Fingurgómar hans virðast vita nákvæmlega hvar hver viðkvæmur blettur á líkama mínum liggur - næstum töfrandi.

"Munnurinn þinn er alveg heillandi! Ég get ekki hætt að stara á hann." "Prófaðu að smakka það - það er alveg yndislegt."

Hann kreistir augun saman og stundi áður en hann hallaði sér fram og þrýsti höfðinu að hálsinum á mér. "Hættu, vonda konan!" Hann hvæsti á mig reiðilega.

"Engan veginn. Þetta er fáránleg regla þín; hvers vegna ætti ég að þurfa að framfylgja henni?" Ég hlæ af hneykslun.

"Þú veist að ég hef rétt fyrir mér: kossar leiða til annars fyrsta atriðis og fljótlega munum við klárast. Viltu ekki að við framlengjum þessa fyrstu lengur?" Hann dregur höfuðið frá hálsinum á mér og starir niður á mig áður en hann snýr sér undan aftur.

"Hvað eru til margir fyrstu?" Ég spyr.

„Þar sem við þekkjum aðeins svo fáa er brýnt að við tökum þá út. Of langur tími hefur liðið frá fundi okkar."

„Hverju fyrstur höfum við þegar náð? Ég halla höfðinu til að horfa beint í augun á honum. "Þessir fyrstu voru auðveldir. Knús, stefnumót, slagsmál og að sofa saman var auðvelt. Nú eigum við varla eftir. Fyrsti kossinn. Fyrsta skiptið að sofa saman þegar báðir eru vakandi (þar á meðal ég að sofa í gegnum það mesta!). Gifting. Krakki(s. Við erum búin eftir það þar sem líf okkar verður hversdagslegt og leiðinlegt og ég gæti þurft að skilja við þig og giftast einhverjum sem er tuttugu árum yngri svo ég geti upplifað marga fyrstu á meðan þú ala upp börnin." Hann rétti höndina út í áttina að mér til að hylja kinn mína áður en hann brosti blíðlega áður en hann sagði við mig: "Sjáðu elskan? Ég geri þetta allt þér til hagsbóta - því lengur sem ég bíð áður en ég neyðist í burtu frá þér! Hann hélt þétt um kinnina mína fyrir að gefa honum kossinn eins og lofað var: "Sjáðu?! Svo þetta gerist allt í þágu þín eina!" sagði hann að lokum: "Svo þú sérð elskan, þetta er allt fyrir þínar sakir: þessi seinkun á kossum því að seinka að kyssa þig þýðir meiri tími áður en þú verður skilinn eftir hátt og þurrt".

"Rökfræði þín hræðir mig og mér finnst þú ekki lengur aðlaðandi." Ég hlæ aftur.

"Finnst þér mig ekki aðlaðandi? En kannski gæti það líka þýtt að þér finnist ég aðlaðandi."

"Þú ert ekki aðlaðandi; reyndar finnst mér þú fráhrindandi. Ekki kyssa mig þar sem það virðist sem ég hafi bara verið með þátt." Ég yppti öxlum. "Nei takk. Vinsamlegast farðu núna þar sem ég gæti hafa ælt í munninn!"

Hann hlær, færir síðan þyngd sína yfir á annan handlegg á meðan hann svífur enn fyrir ofan mig, sleppir kjálkanum á hársvörðinn á mér áður en hann þrýstir vörum hans að eyranu mínu til að hvísla: "Þú lýgur að sjálfum þér um hversu laðast að mér þú ert - leyfðu mér að sýna það til þín!" "Leyfðu mér að sýna það!" hvíslaði hann aftur með trausti í raddblæ sínum: "Við skulum sýna þeim!" „Þeir ljúga allir," hugsaði ég með sjálfum mér í gremju áður en ég tók annan sopa af drykknum mínum að eigin vali: romm.

Lokaði augunum og andvarpaði um leið og varir hans snertu hálsinn á mér. Mjúkur koss fylgdi rétt fyrir neðan eyrað á mér; og allt í einu virtist allt herbergið snúast í kringum mig í snjöllum hreyfingum sínum. Hann færði varirnar hægt og rólega aftur í átt að eyranu mínu og spurði "Finnstu fyrir þessu?".

kinka kolli og hristi varla höfuðið sem svar.

"Viltu að ég reyni aftur?"

„Ég kann að virðast þrjósk stundum, en heilinn minn er að segja mér annað - já, það var gott og já, vinsamlegast gerðu það aftur! ".

Hann hlær þegar ég hristi höfuðið nei, svo hann færir varirnar nær munninum á mér og kyssir mig á báðar kinnar, goggar svo varlega niður að eyranu á mér áður en hann stoppar og hvíslar aftur: "Hvað með það?"

Guð minn góður! Aldrei áður á ævinni hef ég fundið fyrir þessu lifandi og jafn hressandi af því sem er að gerast í kringum mig. Án þess að kyssa mig enn þá er þessi koss þegar orðinn einn sá besti sem ég hef upplifað. Með lokuð augun og aftur hristandi höfuðið líður þetta eins og hvert stórt ævintýrið á eftir öðru. Eins og einhvers konar leynileikjasýning.
Hönd sem var nýbúin að gróðursetja sig á ytra læri mínu hreyfist í átt að mitti mínu, rennur undir skyrtuna mína þar til fingurnir hans bursta varla brún buxna minna, situr eftir með þumalfingur hans kippist hægt og vísvitandi yfir magann. Á því augnabliki er ég svo meðvitaður um allt við hann að ég held að ég gæti valið þumalfingur hans í röð.

Hann rekur nefið meðfram kjálkalínunni minni, andar þungt eins og ég; það fullvissar mig um að hann muni ekki bíða þangað til á morgun með að kyssa mig; það er allavega von mín.

Þegar hann kemur aftur, talar hann hins vegar ekki í þetta sinn; í staðinn kyssir hann eyrað á mér og sendir gára af ánægju niður í gegnum alla taugaenda líkama míns frá toppi til táar. Frá höfði mínu og niður í tær, þráir öll vera mín koss hans.

Ég legg höndina á hálsinn á honum og samstundis gára kuldahrollur yfir húð hans. Þessi eina einfalda hreyfing virðist brjóta ásetningur hans í nógu langan tíma til að tungan hans hitti mína áður en ég stynji og sendi hann til að hristast af spenningi.

Hönd hans færðist frá mitti mínu til hliðar á höfði mínu og dró háls minn að munni hans án þess að hika, breytti hegðun hans fljótt í kossa, sleikja, stríðni og andköf þegar nauðsyn krefur - þar til stjörnur birtust fyrir ofan höfuðið á mér, þar sem augu mín byrjaði að rúlla aftur inn í hausinn á mér um leið og einni talningu var lokið áður en kjálkinn féll niður af vandræðum - enn og aftur. Ég gat ekki sagt neitt því munnur minn myndi ekki lengur innihalda það sem orð gætu ekki tjáð.

Hann færir varirnar nær brjósti mér. Ef það væru fleiri fyrstu í boði gæti ég rifið skyrtuna af mér og látið hann halda áfram; í staðinn gefur hann mér ekki einu sinni þennan valmöguleika: í staðinn kyssir hann aftur upp á hálsinn á mér, upp á hökuna á mér, og dregur mjúka kossa um allan munninn á mér án þess að snerta varirnar einu sinni; augun mín eru kannski lokuð en ég finn andardrátt hans gegn munni mínum; hann er í örvæntingu að berjast gegn hvötum sínum um að kyssa mig ekki til baka og stjörnur á vörum mínum aftur þegar ég opna þær aftur.

"Varirnar þínar eru svo fullkomnar!" hrópar hann af spenningi. "Eins og hjörtu. Ég gæti starað á varirnar þínar allan daginn án þess að láta mér leiðast."

"Nei. Ekki gera það. Ef það eina sem þú gerir er að stara, þá mun ég leiðast." Andlit hans þéttist af vandræðum þegar það kemur í ljós að hann á í erfiðleikum með að kyssa mig ekki þar og þá. Hvað gæti það verið við það að hann starði svona fast á varirnar mínar sem fær hann til að vilja kyssa þær svona mikið?
Í fyrstu reyndi ég að gera það ekki. Nú er það svo sannarlega að koma í ljós hvers vegna allt þetta ástand er að hitna: þegar þeir nálguðust gerði ég eitthvað sem ég ætti líklega ekki að - sleikti hægt andlit þeirra!

Hann stynur aftur og þrýstir enninu á mitt. Handleggurinn gefur sig fyrir neðan hann og hann hneigist að mér og þrýstir sér að mér út um allt. Við stönum samtímis þegar líkami okkar finnur þessa fullkomnu tengingu; þegar það gerist rífum við skyrtuna hans saman á meðan á hnjám hjálpum við að draga hana yfir höfuðið á honum; eftir að það er algjörlega slökkt, vef ég fæturna um mittið á honum til að læsa hann að mér þar sem allar tilraunir til afturköllunar gætu aðeins stefnt sambandi okkar í hættu.

Hann færði ennið varlega aftur í átt að mínu og líkamar okkar voru færðir aftur saman eins og týndu bita í púsluspili. Þegar hann ruggaði hægt á móti mér færðust varir hans nær þar til þær snertu mínar varlega - þó ekki lokuðu bilinu á milli munnanna okkar; varir okkar hvíldu einfaldlega saman án þess að kyssa hvor aðra; með hverri hreyfingu á móti mér hleypti hann frá sér andanum sem seytlaði inn í munninn á mér og ég reyndi að taka inn hvern andardrátt þar sem mér fannst eins og þeir væru nauðsynlegir til að lifa af þessa stund.

Við höldum þessu mynstri áfram í nokkrar mínútur, hvorugur vill hefja kossinn fyrst. Þó að báðir vilji það nógu mikið, þá skynja ég að ég gæti hafa hitt jafningja mína hvað varðar þrjósku.

Hann heldur hliðinni á höfðinu á mér tryggilega á meðan hann heldur enninu við mitt, en dregur varirnar nógu langt aftur til að hann geti sleikt þær. Þegar þeir eru komnir aftur í stöðuna, rennur bleyta þeirra meðfram mínum þar til ég er alveg á kafi og ég velti því fyrir mér hvort ég komi nokkurn tíma upp í loftið aftur.
Hann breytir þyngd sinni, sem veldur því að hausinn á mér veltur aftur á bak og orðin „Ó, Guð," koma út úr munni mínum. Þó þessi aðgerð hafi ekki verið viljandi af minni hálfu, því

ég naut þess að vera nálægt munni hans eins og alltaf þegar ég hallaði höfðinu aftur á bak; engu að síður vekur þessi nýja stefna mig meira. Til að veita stöðugleika á þessum umrótstímum vef ég handleggina um bakið á honum og legg höfuðið að hálsi Holder þegar plánetan færist ófyrirsjáanlega frá ásnum og Holder er í miðju hennar.

Ég geri mér grein fyrir því hvað er að fara að gerast og byrja að örvænta innvortis. Þó að við séum báðir þægilega klæddir í fötum, kyssum ekki hvort annað enn þá finn ég fyrir áhrifum á líkama minn af taktfastum hreyfingum hans - þær gætu orðið til þess að ég bráðni undir þunga hans, sem myndi í besta falli verða eitt vandræðalegt atriði og í versta falli hörmungar. Ef hann heldur áfram á þennan hátt gæti ég bráðnað í engu undir handleggjum hans...og það myndi örugglega marka óþægilega og niðurlægjandi vettvang!
Lífsfyllsta stund lífs míns gæti verið framundan; samt, ef ég bið hann um að hætta þá gæti sú stund breyst í eitt af því sem veldur mest vonbrigðum.

Ég reyni að halda stjórn á mér en lendi samt í því að missa sjálfsstjórn. Líkaminn minn virðist hafa gaman af þessum kosslausa núningi of mikið fyrir minn smekk og ég virðist bara ekki geta stoppað mig frá því að taka þátt í því; þannig að í staðinn mun ég nota það sem virðist vera eina ráðið sem er í boði: að biðja hann um að hætta.

„Haldamaður," hrópa ég andlaus, bjóst eiginlega ekki við því að hann myndi hætta strax en vona að einhvern veginn myndi hann skilja og verða við því. Ég þarf að hann fari núna - eins og fyrir tveimur mínútum!

Hann lét ekki þar við sitja; í staðinn hélt hann áfram að kyssa hálsinn á mér og hreyfa líkama sinn á móti mínum, eins og strákar hafa gert áður, en í þetta skiptið fannst mér eitthvað vera allt öðruvísi; eitthvað svo dásamlegt en ógnvekjandi á sama tíma.
"Handhafi." Ég á erfitt með að segja nafnið hans upphátt en það er einfaldlega ekki næg orka eftir innra með mér til að gera það.

Hann kyssti höfuðið á mér blíðlega og byrjaði að hægja á sér en stoppaði ekki, hvíslaði í eyrað á mér: "Sky, ef þú biður mig um að hætta þá mun ég gera það, en ég vona það ekki eins og ég vil eiginlega ekki." Þegar hann dró sig til baka horfði hann djúpt í augun á mér með andlausum áhyggjum og hreyfði líkama sinn varla á móti mínum þegar við héldum áfram að elskast. Þegar hann talaði bætti hann við: „Við munum ekki fara lengra en þetta en vinsamlegast ekki biðja mig um að hætta þar sem við erum nú þegar; að horfa og hlusta er svo ótrúlegt og þetta líður ótrúlega - vinsamlegast...vinsamlegast.

Varir hans lækka í átt að mínum og gefa mér mýksta pikk sem hægt er - nóg af sýnishorni fyrir hvernig raunverulegi kossinn hans mun líða að hann fær magann til að snúast af spenningi! Eftir að hafa gefið kossinn hættir hann að hreyfa sig á móti mér og ýtir sér aftur í hendurnar á sér þar til ég ákveð hvað kemur næst.

Á þeirri stundu þyngdist brjóstið á mér af vonbrigðum og ég grét næstum opinskátt; ekki vegna þess að hann hætti, eða vegna þess að ég veit ekki hvað er næst... heldur vegna þess að ég hafði aldrei ímyndað mér að tvær manneskjur gætu tengst á jafn nánu stigi og að það gæti fundist svo rétt; eins og allt í þessum heimi sé að gerast bara fyrir þetta augnablik...og á milli okkar. Allt gerðist fyrir eða mun gerast eftir þessi kynni okkar á milli var einfaldlega bakgrunnslandslag... og núna...er það horfið. Hristi höfuðið.
Þegar ég horfi í biðjandi augu hans get ég ekki sagt annað en: "Ekki hætta. Sama hvað gerist. Hvað sem þarf."

Hann rennir hendinni fyrir aftan hálsinn á mér og lækkar höfuðið og þrýstir enninu á mig. Hann andar að sér „Takk," léttir hann varlega á mér aftur til að tengja okkur aftur; kyssa munnbrúna mína nokkrum sinnum nálægt vörum eða niður höku eða yfir háls, hann kyssir brúnir mínar nokkrum sinnum og skilur eftir sig slóð af kossum nálægt vörum eða niður höku eða yfir hálsinn - því hraðar sem við öndum saman, því hraðar gróðursetur hann kossar út um allt háls - skapa pirrandi takt á milli okkar sem púlsinn minn segir okkur að líklega muni ekki endast of mikið lengur!

Þegar ég sting hælunum dýpra inn í rúmið og neglurnar í bakið á honum hættir hann að kyssa hálsinn á mér og horfir á mig með heitum augum og horfir á mig. Augnaráð hans sest enn og aftur á munninn, þó að augu mín lokist sjálfkrafa þegar kuldahrollur byrjar að fara yfir líkama minn sem vísbending um það sem gæti komið.

"Opnaðu augun!" skipar hann ákveðið.

Ég myndi gera það, bara ef ég gæti. Því miður skilur aðstæður mínar mig algjörlega hjálparvana.

Vinsamlegast.
Eitt orð var allt sem þurfti til að augu mín opnuðust undir honum; Augnaráð hans var með svo mikilli þrá að það er næstum eins náið og að kyssa mig núna. Þótt ég sé harður, held ég augnaráði mínu fastar á hans þegar ég sleppti báðum handleggjum, kreppi sængurfötin þétt með báðum hnefunum og þakka Karma fyrir að hafa sent hann leið mína; því fram að þessu augnabliki - þar til fyrsta bylgja hreinnar og algerrar uppljómunar sló í gegn - vissi ég aldrei að hann hefði jafnvel vantað í lífi mínu!

Ég titra undir honum þar sem augnaráð okkar svífur aldrei í augnablik, samt get ég ekki haldið augunum opnum lengur, sama hvað ég reyni, læt þau lokast alveg og fann varir hans renna fínlega aftur að mínum, en neita samt að kyssa mig; munnur okkar hvílir enn þrjósklega saman á meðan taktur hans leyfir síðasta styni mínu, andardrætti og kannski hluta af hjarta mínu að komast inn í hann og að lokum aftur út aftur; að lokum stendur hann kyrr og leyfir mér að jafna mig eftir reynslu sem hann gerði á einhvern hátt mun minna niðurlægjandi en búist var við!

Þegar ég er tilfinningalega og líkamlega uppgefin og allur líkami minn titrar af kvíða, heldur hann áfram að kyssa hálsinn á mér, axlir og öll svæði í kringum munninn þar sem ég vil helst að hann kyssi mig.

En hann var staðráðinn í að víkja ekki, dró varirnar frá öxl minni á meðan hann færði andlitið nær, en neitaði samt að tengjast. Þess í stað teygði hann sig upp og strauk hendinni meðfram hárlínunni á mér og sléttaði einn villustrenginn frá enninu á mér.

„Þú ert ótrúlegur," hvíslar hann lágt í augun á mér í þetta skiptið en ekki í munninn á mér og bætir upp fyrir þrjósku sína með orðum sem koma með bros frá mér. Þegar við hrynjum saman í rúmið, enn andarpandi af áreynslu, reynir hann meðvitað til að stemma stigu við hvers kyns löngun sem gæti enn streymt í gegnum hann.

Lokaðu augunum og hlustaðu á þögnina sem myndast þegar andardráttur okkar minnkar í mjúka, róandi takta. Það er friðsælt og friðsælt - mögulega ein friðsælasta stund sem hugur minn hefur kynnst.

Holder dregur hönd sína varlega nærri sér og vafði bleiku sinni utan um mína eins og hann hefði ekki styrk til að styðja alla höndina mína og gaf okkur báðum gæsahúð. Þó að þetta augnabliks blíða augnablik hafi ekki verið sérstaklega spennandi eða eftirminnilegt...minnti mig bara á að annar fyrsti hefði náðst - þó þetta hafi ekki valdið mér miklum vonbrigðum þar sem fyrstu skipta hann aldrei máli; hvort við kysstumst í fyrsta, tuttugasta eða milljónasta skiptið myndi heldur ekki skipta máli því við slóum líklega bara met fyrir besta fyrsta koss ever án þess að snerta varirnar saman!

Eftir langa þögn dró hann djúpt andann áður en hann settist upp á rúmið. Þegar hann leit niður á mig sagði hann: "Ég þarf að fara. Ég get ekki verið hér lengur."

Þegar ég halla höfðinu í átt að honum og horfi á hann stendur upp og togar til baka í skyrtunni, versna tilfinningar mínar enn frekar þegar hann brosir og beygir sig fram þar til andlit hans var aðeins tommu frá mínu, hættulega nálægt. „Þegar ég sagði að þú yrðir ekki kysst í kvöld, þá meinti ég það," en fjandinn, Sky. Ég hafði ekki hugmynd um hversu erfitt þetta yrði." Hann smeygir hendinni fyrir aftan hálsinn á mér; hjartað mitt hljóp hratt áður en hann hélt sig að lokum innan ramma þess þegar hann kyssti kinn mína áður en hann dró sig að lokum til baka.
Þegar hann nálgaðist gluggann, hélt hann áfram að horfa aftur á bak á mig þegar hann nálgaðist hann hægt. Áður en hann fór út tók hann símann sinn og renndi fingrunum stutta stund yfir skjáinn áður en hann skilaði honum í vasa sinn áður en hann sneri sér við og

horfði brosandi á móti mér áður en hann klifraði út um gluggann og lokaði honum á eftir sér.

Ég finn styrkinn til að hoppa upp og fara í eldhúsið, þar sem síminn minn sýnir textaskilaboð frá honum sem gleymdist; þó aðeins eitt orð.

Ótrúlegt. Og svo sannarlega var það.
"Hæ." Ég faðma sjálfa mig fast, vil ekki að hann sjái mig gráta aftur. Ég veit að þeir munu ekki hlæja að mér - hvorugur myndi aldrei hlæja að mér. Hins vegar skil ég ekki einu sinni hvers vegna ég er að gráta - það hættir ekki - og ég hata að þetta gerist.

Hann situr við hliðina á mér á gangstéttinni á meðan hún situr hjá hinum megin við mig. Þótt þeir séu enn sorgmæddir yfir brottför þeirra, þá finnst mér gott að hafa þá hér hjá mér.

„Þetta gæti hjálpað þér að líða betur,“ segir hún. „Ég gerði okkur báða eina í skólanum í dag. Ég lít ekki upp, enda biður hún mig aldrei um það, en ég finn hvernig hún leggur eitthvað á hnéð á mér.

Ég hreyfi mig ekki, líkar ekki að fá gjafir og vil ekki að hún sjái mig horfa á þær.

Ég held hausnum niðri, græt óstjórnlega og óska þess að einhver segði mér hvað er að mér. Eitthvað hlýtur að vera að eða mér myndi ekki líða svona í hvert skipti sem þetta gerist; þó, samkvæmt pabba ætti það að gerast samt og að ég þurfi að hætta að gráta vegna þess að tárin mín gera hann mjög í uppnámi.

Þeir sátu við hliðina á mér í nokkrar klukkustundir, þó ég væri óviss um lengd þeirra í mínútum. Á einhverjum tímapunkti beygði hann sig fram og hvíslaði í eyrað á mér: „Ekki gleyma því sem ég sagði þér: mundu hvað þarf að gerast þegar þér finnst leiðinlegt?

Ég kinka kolli í handlegginn á mér en lít ekki upp til hans. Þó ég hafi verið að gera það sem hann sagði mér að gera þegar ég er sorgmædd, þá hefur sorgin mig stundum niðurdreginn. Þeir dvelja í nokkrar klukkustundir eða mínútur í viðbót, áður en hún stendur upp og skilur okkur eftir - þó stundum vildum við að þeir myndu vera aðeins eina eða tvær mínútur í viðbót eða klukkustundir lengur en þeir virðast alltaf gera.
Það er ein ástæðan fyrir því að mér líkar svo vel við þá og vildi óska að þeir yrðu áfram.

"Hún bjó mér þessa gjöf." Ég sé fæturna á henni ganga í burtu þegar ég tek hann undir olnbogann og tek hann upp af hnénu mínu, renndi fingrunum varlega í gegnum það þegar hún bjó til teygjanlegt og fjólublátt armband með hálfu hjarta á - teygjanlegt en samt sveigjanlegt til að ég festi mig auðveldlega um úlnliðinn og brosti enn, þó ég væri að gráta að innan. Þegar hann lítur upp er hann enn hér og starir niður á mig; leit dapur út. Og það gerir mig líka sorgmædda vegna þess að það virðist sem einhvern veginn gæti þessi reynsla valdið honum vanlíðan þegar ég reyni að hugga hann með því að reyna meira eða jafnvel sjálfan mig til að gera spennandi útgöngu sjálf!

Hann stendur upp og gengur heim til mín, starir í nokkurn tíma áður en hann snýr sér að lokum við og gengur aftur í átt að sínum eigin stað án þess að segja orð. Það vekur mig forvitni þegar ég velti því fyrir mér hvaða hugsanir fóru í huga hans. Að lokum snýr hann sér við og brosir örlítið til mín áður en hann gengur í burtu aftur - og skilur augun eftir lokuð þar sem höfuðið hvíldi varlega að handleggjum mínum enn og aftur.

Af hverju ætti hann að segja svona móðgandi við mig? Allt sem ég vil er að pabbi minn hætti að kalla mig prinsessu.

9. KAFLI

Dagurinn í dag er venjulega ekki þegar ég tek það upp, en eitthvað um að tala við Holder Saturday fékk mig til að vilja líta til baka í gegnum það. Þó að ég hafi sagt Holder að ég myndi ekki leita að föður mínum aftur, þá fer forvitnin samt sem áður best í mér og fær mig til að efast um hvernig foreldrar gætu alið börn upp til að gefa þau síðar á lífsleiðinni - eitthvað sem ég skil kannski aldrei eða þarfnast þess. Kannski er það ástæðan fyrir því að ég ýti því aldrei lengra eða spyr Karen - einfaldlega vegna þess að það þýðir ekkert. Svo í staðinn ýti ég ekki á hlutina. Karen tekur það aldrei upp sjálf; það einfaldlega vegna þess að ég þarf þess ekki.

Ég tek armbandið úr kassanum og renna því á úlnliðinn á mér, án þess að vita hver gaf það eða vera alveg sama. Með tvö ár í fóstri að baki var víst nóg af gjöfum frá vinum; Það sem er öðruvísi í þetta skiptið er hins vegar að þessi minnistengda nútíð tengist beint því hver ég var áður en hún varð ég - stelpa sem ég man ekki eftir að grætur oft en á ekkert sameiginlegt með því sem ég er í dag. Það staðfestir þennan veruleika um hver ég einu sinni var sem einstaklingur og staðfestir að hluti af mér var til áður en ég varð ég í dag.

Einhvern tíma gæti ég henda þessu armbandi út vegna þess að það þjónar ekki lengur tilgangi, en í dag finnst mér einfaldlega gaman að vera með það.

Í gær ákváðum við Holder að anda frá okkur eftir maraþon laugardagskvöldsins á rúminu mínu án þess að anda neitt. Auk þess myndi Karen brátt koma heim og ég vildi ekki að hún yrði kynnt aftur með nýju...hvað sem hann er? Miðað við að við höfum ekki kysst enn þá finnst mér skrítið að kalla hann kærastann minn samt en fjandinn ef þetta pirrar mig ekki meira!
Enginn annar má koma nálægt vörum hans. Sama sambandsstöðu okkar, þá lýsi ég okkur einkarétt. Getur einhver verið einkarekinn án þess að kyssa fyrst? Virkar einkarétt og stefnumót hönd í hönd?

Ég læt mig hlæja upphátt - eða lol.

Í gærmorgun þegar ég vaknaði voru tveir textar sem biðu mín; það er eitthvað sem lætur mig alveg suðrast af spenningi í hvert skipti! Ein var frá Six og hrósaði bakstursshæfileikum mínum áður en ég gaf mér fyrirmæli um að hringja í hana úr heimasímanum sínum á sunnudagskvöldið svo við gætum náð í hana og talað í klukkutíma um allt sem hefur verið að gerast síðan Holder hegðaði sér ekki eins og við héldum að hann myndi - eða Lorenzo fyrir það mál, sem hún þekkti alls ekki! Eins mikið og ég sakna hennar að vera hér með okkur allt gerir þetta mig hamingjusama vegna þess að hún elskar það sem hún gerir elskar að gera eitthvað sem hún elskar að gera svo miklu betur en að ég sé hér með þeim báðum!

Holder sendi mér annan texta þar sem hún lýsti því hversu mikið hún óttaðist að sjá mig í skólanum á mánudaginn og skrifa „Svo slæmt“.

Hlaupa var áður daglegur hápunktur minn, en nú er það fullt af því að fá móðgandi texta frá Holder. Talandi um að hlaupa og Holder, við erum ekki lengur að gera þetta saman eftir smá sms í gær og erum sammála um að það gæti verið betra ef við myndum ekki hlaupa saman daglega þar sem það gæti orðið of mikið of fljótt - ég sagði honum þetta eins og ég viltu ekki að hlutirnir verði skrítnir á milli okkar; líka, sveitt hlaup gera mig meðvitund og illa lyktandi, svo að hlaupa sóló væri líklega best fyrir okkur bæði.

Nú stend ég við skápinn minn og stend til að forðast kennslu. Fyrsti tíminn er eini tíminn minn hjá Holder, svo ég hef miklar áhyggjur af því hvernig hlutirnir munu spilast. Ég tek bók Breckins upp úr bakpokanum mínum ásamt tveimur öðrum sem ég kom með honum áður en ég set afganginn í skápinn minn. Þegar ég er kominn inn í kennslustofuna kemst ég að því að hvorki Breckin né Holder eru enn viðstaddir - kannski snýst það um að sjá hann einhvers staðar nýr frekar en á heimasvæði; almenningsskóli er of ... opinber.

Holder og Breckin koma, byrja strax aftur á bak í herberginu, í átt að afturhornum þess. Á meðan Holder brosti til mín á meðan hann gekk eftir einum ganginum og hélt á tveimur kaffibollum fyrir mig til að dást að á meðan hann gekk niður annan, virtist Breckin hafa meiri áhuga á því sem þeir höfðu upp á að bjóða en mér og hélt niður á annan. Loks náði Holder sæti mínu við hliðina á mér og byrjaði að setja farangur sinn.
Breckin kom á réttum tíma, hlóð bakpokanum sínum á hann og byrjaði að setja niður kaffibolla á nákvæmlega sama augnabliki og ég. Báðir horfðu hvort á annað áður en þeir horfðu aftur í áttina til mín til að líta aftur og niður.

Óþægileg staða. Það sem ég geri best í svona tilfellum er að fylla það með húmor og nota kaldhæðni til að létta á því.

„Það lítur út fyrir að við eigum í töluverðum vanda hérna, strákar. Ég brosti breitt til þeirra beggja áður en ég tók eftir því að Breckin hafði komið með kaffiboðið sitt fyrir Brekkin drottningu - áhrifamikið látbragð frá honum! Hvað varðar tilboð handhafa og handhafa fyrir mig? Svo að ég geti valið hver ætti að vera með mér í hásætinu í kennslustofunni í dag? "Viltu opinbera það svo ég geti valið hverjir sitja við hlið mér í hásætinu í dag?" Ég snéri augabrúninni og horfði aðdáunarfull á Breckin áður en ég spurði Breckin um kaffiboðið hans fyrir mig svo ég gæti ákveðið hver ég ætti að fara með mér á því í dag? "Vonandi drengur!" Ég horfði í átt að Breckin áður en ég horfði yfir Breckin og tók eftir Breckin sem hélt á Breckin með kaffi sem tilboð. Breckin kom niður stigann á meðan hann hélt öllu. Ég horfði á Holder; horfði svo á Breckin þegar hann kom með kaffiboð hans er mjög áhrifamikið. Mjög áhrifamikill svo sannarlega!" Ég leit yfir til Breckin sem kom með fórn þegar ég horfði á kaffifórnina hans um leið og ég skoðaði það líka vel áður en ég tók eftir því að Breckin kom með mormóna sem færðir var til drottningarmóður jarðar þennan dag. Ég sneri mér aftur í átt að Holder; að spyrja hann hvaða framlag hans gæti mögulega komið fyrir hann áður en hann tekur ákvörðun um hver á að ganga til liðs við mig sem hásæti í kennslustofunni síðdegis í dag? "Handhafi. viltu opinbera þinn vonlausa strák svo ég geti gert upp á einn eða ættir þú að fylgja mér í dag?" Ég spurði, og spurði síðan Handhafa: skopandi augabrún ská augabrún: Viltu sýna? Holder og spurði Holder; að horfa upp úr kaffinu sem Breckin hafði komið með Breckin frá Brig og sagði að Mormón færi með fórn eins og Breckin kom með kaffi eins og Breckin leit síðan í fórn sinni svo við getum ákveðið. Svo gæti ákveðið hver gæti tekið þátt í hásætinu í kennslustofunni síðdegis?" ef það gæti verið meðfylgjandi hásæti í dag, vinsamlegast upplýstu svo við getum ákveðið! Hver á að fylgja mér í dag?" eins og svo ákveður." Vilja sýna, vonlaus strákur svo þú? Mun, svo??" svo? Vonlaus strákur myndi opinbera tilboð þitt, vonlaus strákur svo svo svo svo svo svo? hani? eða? Handhafi að sýna? hani????!".......?" Hann myndi opinbera? þá kannski vilja þeir hann.......?...... "d... svo leyfðu mér að taka þátt í dag... "Gerðu hásæti í dag hver skal fylgja mér þegar ég tek við í dag?". ....? (vona" þá ákveða?? hásæti síðdegis á því að ákveða í dag?" hásæti eða erum við að ákveða..... svo svo?... kannski?...?" og ákveða sem fórnir þínar svo............? svo?!" Gerðu það kannski?! (Haltu hann.....?)........?... .. Hann..... "......" (hopplaus strákur.....?"......?" (eða er ég búinn að ákveða hvenær ég ætla að fylgja mínum???? **** *vona....) fyrir þig í dag í skólastól?"".................?") fyrir bekkjarstól í dag...... /n/? ?) á....og/?"s ******). (vona/...?) og hver skal fylgja Þér/????) hverjum?...(?.... ????).....) ".../)........?)??) svo? *?!) "hvað? (?) eða má....??) þangað til síðar eða ætti að vera viðstaddur/?).???)/........?)?/hann?/kannski ...?" **[?)/...?" (eða (háð, vona/?!?) "?...?) eða...") þá/............ .. svo

Breckin horfir á mig eins og ég sé orðinn brjálaður, þar sem Holder hlær og tekur bakpokann sinn af skrifborðinu og segir: "Það lítur út fyrir að einhver þurfi sjálfsskrípandi texta í dag." Þegar hann færir það í autt sæti beint fyrir framan Breckin, tekur hann sæti og sest.

"Til hamingju, Breckin. Drottningin hefur valið þig í dag sem sinn útvalda og býður þér að sitja. Þvílík viðburðarík helgi sem þetta hefur verið!" Ég greip einn af bollunum hans. "Settu, þetta hefur verið mikil reynsla."

Breckin sest varlega í sæti sitt, setur kaffibollann á skrifborðið áður en hann losar bakpokann varlega af öxlunum á meðan hann horfir grunsamlega á mig. Holder sat á hliðinni á skrifborðinu sínu og starði beint á mig; Ég benti á Holder og sagði við Breckin: "Breckin, þetta er Holder; ef ég næ honum að reyna að slá metið fyrir besta fyrsta koss með annarri stelpu, gæti hann orðið minn ekki Breckin fljótlega!"

Holder hneigir augabrúnina að mér með bogaðri augabrún og blikkar mér bros í munnvikinu. "Sömuleiðis." Dílarnir hans stríða mér svo illa að ég verð að neyða mig til að stara beint í augun á honum, annars gæti ég gert eitthvað sem myndi leiða til stöðvunar frá vinnu.

"Haldamaður, þetta er Breckin. Breckin er nýr allra besti vinur minn í öllum heiminum."

Breckin lítur yfir á Holder, sem brosir og býður fram handabandi. Breckin skilar því með semingi áður en hann dregur sig til baka og snýr sér að mér með þröngsýnum augum - spyr "er-ekki-kærastinn þinn-gerar-þinn-að ég er-mormóni?"
"Ég kinka kolli. "Eins og það kemur í ljós, þá tekur Holder ekki í mál við mormóna sjálfa - bara við fólk sem kemur illa fram við þá.

„Jæja," grínast Breckin og snýr sér aftur í átt að Holder. "Í því tilviki, velkominn í bandalagið okkar!"

Handhafi staldrar við áður en hann talar. „Ég hélt að mormónar ættu ekki að neyta koffíns," segir Holder og starir einbeittur á skrifborð Breckins þar sem kaffibolli situr. Breckin yppir öxlum. "Ég ákvað um morguninn að brjóta þessa reglu."
Holder og Breckin skiptast á að hlæja og allt gengur vel í fyrsta leikhluta. Ég halla mér aftur í stólnum með sjálfstraust vitandi að þetta verður alls ekki erfitt - í raun gæti ég bara elskað almenningsskóla!

Eftir kennslustund fylgir Holder mér aftur að skápnum mínum án þess að tala; í staðinn hleður hann fleiri móðgunum yfir það á meðan ég skipti um bækur. Í dag voru aðeins tveir seðlar skildir eftir eftir kennslu sem olli mér sorg; þetta fólk virðist tilbúið að gefast upp svo auðveldlega og bara í viku tvö í skólanum!

Hann krumpur saman seðla og flettir þeim á gólfið á meðan ég loka skápnum mínum áður en ég beini athyglinni að honum. Við hallum okkur upp að skápunum okkar þegar við stöndum frammi fyrir hvort öðru.

"Ó," tek ég eftir um leið og hann rennur hendinni yfir það og brosir, "Þú klipptir það." Hann hristir höfuðið til að staðfesta það og yppir öxlum áður en hann sagði eitthvað eins og: „Já, kona var alltaf að tjá sig um hvernig hárið á þér hefði minnkað" eða eitthvað í þá áttina áður en hann bætti við: „En það lítur vel út.

"Góður."
Hann brosir. Ég þeyti vörum mínum saman og rugga fram og til baka á hælunum til að bregðast við. Bros hans lætur hann líta yndislegan út; ef það væri ekki fyrir nærveru okkar á gangi fullum af fólki myndi ég grípa skyrtuna hans og draga hann nærri sér - í staðinn brosi ég bara til baka og ýti frá mér myndum sem blasti við mér aftur til hans og brosi til baka: „Jæja Ég býst við að við ættum að fara núna í kennslustund.

Hann kinkar kolli hægt. „Já,“ segir hann án þess að snúa við eða ganga í burtu.

Eftir þrjátíu sekúndur eða svo af því að standa þarna þegjandi hló ég og sparkaði í skápinn áður en ég byrjaði að ganga frá honum. Handtakið hans greip handlegginn á mér svo fljótt að ég andaði. Innan nokkurra sekúndna var bakið á mér upp við skápinn og leiðir okkar skildu aftur.
Hann stóð beint fyrir framan mig og lokaði vegi mínum með handleggjunum. Með einu djöfullegu glotti hallaði hann andliti mínu upp að sínu. Hann notaði hægri höndina og tók um andlit mitt með því að renna því undir kjálkann á mér áður en hann strauk ljúflega báðar varirnar með þumalfingrinum - minnti mig enn og aftur á að þetta er almenningsrými og að það væri óviðeigandi að bregðast við hvötum mínum við slíkar aðstæður. Með því að þrýsta mér upp að skápum fyrir aftan mig reyndi ég að nota stuðning þeirra til að vega upp á móti því sem hnén mín veittu ekki lengur til stuðnings.

„Ég vildi að ég hefði kysst þig á laugardagskvöldið,“ muldrar hann lágt til mín um leið og þumalfingur hans strýkur varlega um varir mínar, lokar svo augunum sem situr lengi á yfirborði þeirra af þrá. Hann þrýstir þumalfingrinum sínum að miðvörinni minni áður en hann tengir munninn sinn í stutta stund við minn án þess að færa þumalfingur hans frá blettinum - allt á því augnabliki að ég sé varla brottför hans fyrr en gangurinn hættir að snúast og ég get staðið uppréttur aftur.

Ég þoli það varla lengur. Að rifja upp taugahrópið mitt frá laugardagskvöldinu þegar ég vildi að hann kyssti mig bara í eldhúsinu var átakanlega úr takt við það sem myndi koma. Ég hafði ekki hugmynd um það.

"Hvernig?"
Bara eitt orð getur miðlað svo miklum upplýsingum; þegar ég lagði bakkann minn á móti Breckin, skildi ég nákvæmlega hvað þessi setning fól í sér. Við hlógum saman þegar við deildum smáatriðum áður en Holder birtist við borðið okkar - ef hann kæmi fram, hefðu sambandsmerkin ekki verið rædd enn þá hvað þá sætisfyrirkomulag í hádeginu.

"Hann kom heim til mín á föstudagskvöldið og eftir smá rugl í upphafi áttum við okkur á því að við hefðum einfaldlega misskilið hvort annað. Eftir að hafa bakað saman og lesið smá dútl fyrir hvort annað skildu leiðir þar til hann kom aftur á laugardagskvöldið til að borða kvöldmat. ; eftir það gekk hann til liðs við mig í svefnherberginu mínu..."

Holder kemur og sest hjá mér og ég tek mér sæti strax.

„Haltu áfram,“ hvetur Holder. „Mér þætti gaman að vita hvað við gerðum næst.“

„Og við slógum metið fyrir besta fyrsta koss sögunnar án þess að kyssa! Þess
Breckin kinkar kolli hægt og horfir enn á mig grunsamlegum eða forvitnum augum og svarar með því að kinka kolli varlega: "Þetta er alveg áhrifamikið!"

„Þetta var afskaplega leiðinleg helgi,“ harmar Holder við Breckin. Ég hló sem svar en Breckin virtist hneykslaður yfir því að einhver eins og Holder gæti notið svona viðburðaríkrar helgar svona mikið. Ég fullvissaði Breckin um að Holder ætlaði það í jákvæðum skilningi.

Breckin starir fram og til baka á milli okkar áður en hann hristir höfuðið og hallar sér fram og tekur upp gaffalinn. „Flest hlutir koma mér ekki á óvart eða gera mig óráð,“ segir hann við okkur um leið og hann bendir gafflinum sínum að okkur báðum. "En þið standið uppúr."

Ég kinka kolli fullkomlega sammála.

Í hádeginu höfum við öll þrjú samskipti á eðlilegan hátt. Holder og Breckin byrja að ræða bókina sem ég fékk lánaða hjá Holder; mér var þetta eitt og sér skemmtilegt; þegar þeir byrjuðu að rökræða um samsæri þess við Breckin var sannarlega hjartfólgið! Annað slagið lagði hann höndina á fótinn á mér eða nuddaði bakið á mér eða kyssti höfuðið á mér án þess að ég vissi það; hver aðgerð hans var eitthvað til að taka eftir - viðleitni hans fór algjörlega fram hjá mér!

Ég hef verið að reyna að vinna úr umskiptum frá síðustu viku yfir í þessa viku og get ekki skákað þeirri tilfinningu að við séum kannski bara of góðir. Hvað sem þetta er og hvað sem við erum að gera virðist of rétt og fullkomið; minnir mig á allar skáldsögurnar sem ég hef lesið þar sem hlutirnir virðast of fullkomnir til að þeir verði skyndilega - óþolandi. Það veldur mér áhyggjum. Skyndilega - skyndilega breytist allt.

Holder, sem kallar mig Sky, smellir fingrunum fyrir mér til að láta mig vita hvert hann er horfinn. Þegar ég horfi á hann horfir hann grunsamlega á mig áður en hann spyr: "Hvert hefur þú farið?" "Hverjum ertu með?." "Hver megin erum við?" spyr hann mig spyrjandi. "Hvar hefur þú verið?" spyr hann nánar.

"Hættu að kíkja svona, það pirrar mig svolítið!" Maðurinn renndi hendinni rétt fyrir neðan eyrað á mér og strauk þumalfingrinum meðfram kinnbeininu á mér áður en hann sagði: "Þú mátt ekki gera það, það hræðir mig svolítið."

„Fyrirgefðu,“ segi ég og yppir öxlum. „Ég truflast auðveldlega.“ Með aðra höndina upp, tek ég handlegginn varlega frá hálsinum á mér á sama tíma og fullvissa fingur hans með kreistum sem veita þægindi og fullvissu: "Í alvöru, það er í lagi; allt verður í lagi."

Augu hans féllu á hönd mína. Hann sneri því við, dró upp ermina mína og sneri síðan úlnliðnum mínum fram og til baka nokkrum sinnum.

"Hvar fékkstu það?" spyr hann mig og horfir niður á úlnliðinn á mér.
Ég lít niður og átta mig á því að hann er að tala um armbandið mitt sem ég setti á mig í morgun, lít svo aftur upp á hann áður en ég yppti öxlum þar sem útskýringin á þessu ferli er flókið og getur leitt til margra spurninga - ekki beint tilvalið þegar hádegisverður er næstum búinn!

"Hvar fékkstu það?" Hann endurtók spurninguna af meiri þrá í þetta skiptið, herti gripið um úlnliðinn á mér á meðan hann starði beint á mig og krafðist skýringa. Þegar leið á þessi orðaskipti dró ég mig fljótt í burtu og varð óþægileg.

"Helduðu að ég hafi fengið það frá strák?" spyr ég í vantrú þar sem viðbrögð hans komu mér á óvart. Þó að þetta gæti virst sem afbrýðisemi við fyrstu sýn, þá virtist mér þessi hegðun frekar vera brjálæði en nokkuð annað.

Hann svarar ekki spurningu minni og heldur bara áfram að stara á mig ásakandi eins og ég hafi einhvers konar stórt leyndarmál að deila. Viðhorf hans gæti leitt til þess að hann yrði fyrir höggi í stað þess að ég útskýrði það.

Breckin færist óþægilega til í sætinu og ræsir sig. "Handhafi. Slakaðu aðeins á."

Svipur handhafa breytist ekki; heldur verður það enn kaldara. Halla sér fram um nokkra tommur og tala hljóðlátara þegar talað er. "Hver gaf þér þetta helvítis armband, Sky?" spyr hann með ásakandi tón í röddinni.

Orð hans urðu óhreyfanleg byrði í brjósti mér og öll sömu viðvörunarmerkin frá því að við hittumst fyrst leiftraðu allt í einu hátt og skýrt í neonstöfum. Þó að munnurinn minn kunni að gapa og augun stækka af skelfingu, er ég þakklátur fyrir að vonin sé ekki til sem raunverulegur hlutur vegna þess að allir í kringum mig myndu verða vitni að því að vonir mínar sundruðust í ryk.

Hann lokar augunum og snýr sér að mér með olnboga hvíla á borðinu, leggur lófana að enninu á sér um leið og hann andar djúpt í langan tíma sem gæti annað hvort róað hann eða dregið athyglina frá því að öskra upphátt. Með því að renna fingrunum í gegnum hárið grípur hann aftan í hálsinn á sér til stuðnings og rennir síðan hendinni eftir endilöngu þess aftur áður en hann andar frá sér aftur með öðru djúpu andvarpi.

"Shit!" Hann hrópar með harðri röddu sem varð til þess að ég hrökk við undrandi. Án fyrirvara stóð hann upp og fór skyndilega í burtu án þess að líta til baka, skildi bakkann sinn eftir á borðinu á eftir sér þar sem augu mín fylgdu honum yfir kaffistofuna án þess að hann horfði aftur á mig eða stoppaði þar til fingur hans slógu í báðar hurðir mötuneytisins og lemdu þær samtímis. algjörlega - skildi engan tíma eða anda eftir fyrir mig þar til þeir hættu að sveiflast að fullu áður en þeir hætta alveg aftur.
Breckin kom til og hélt í höndina á mér, sagði ekki mikið í fyrstu því við misstum báðar öll orð þegar Holder hvarf inn um þessar dyr. En um leið og hann tók við því hélt hann fast í það en sagði ekki orð fyrr en seinna þegar Holder kom heim aftur. Ég gat aðeins ímyndað mér áfallið hans, blikka augunum og hrista höfuðið, endurtaka það sem hafði gerst síðustu tvær mínúturnar í huga mér. Breckin teygði sig yfir og tók minn í handlegg hans án þess að segja mikið heldur; við töluðum bæði hljóðlaust vegna þess að orð okkar voru þögguð þegar Holder hvarf inn um þessar dyr - hvorugur okkar gat talað nema annar talaði fyrst.

Um leið og bjallan hringdi lifnaði yfir mötuneytinu af starfsemi - allt í kringum mig hljóp fólk um að hreinsa borð og tæma bakka á meðan heimurinn okkar var kyrr. Breckin sleppir loksins hendinni á mér og grípur bakkana okkar áður en hann kemur aftur í bakkann hans Holder og hreinsar af borðinu. Hann grípur bakpokann minn áður en hann tekur í höndina á mér aftur til að draga mig upp á sig áður en hann setur pakkann minn yfir axlir hans áður en hann leiðir mig út úr mötuneytinu. Hann gengur ekki með mér í skápinn minn eða kennslustofuna; heldur heldur hann í höndina á mér og dregur mig á eftir sér þangað til við erum komin út um dyrnar og yfir bílastæðið og hann er að opna hurð og ýtir mér inn í ókunnugan bíl hann sest inni í sjálfum sér og snýr sér svo aftur til mín áður en hann lokar honum. aftur og sneri sér í sæti sínu til að horfast í augu við mig enn og aftur.

„Ég mun ekki tjá mig um það sem gerðist þarna inni; hins vegar veit ég að það var sárt og hef ekki hugmynd um hvers vegna þú ert ekki að gráta núna - hjarta þitt og stolt gæti bæði verið illa sárt núna - svo við ættum að fara að fá okkur ís krem!" Hann setti bílinn sinn í bakkgír og ók síðan frá bílastæðinu.

"Ég skil ekki hvernig hann gerir það; ég var við það að gráta og gráta um allan bílinn hans þegar þessi orð frá honum komu út. Þess í stað fengu þau mig til að brosa."

"Ég elska ís."
Þó að það hafi hjálpað eitthvað að borða, þá skildi Breckin mig bara af í bílnum mínum og núna sit ég bara hér og get ekki hreyft mig - er sorgmædd, hrædd, reið... Allar þessar tilfinningar sem koma upp eftir að atburður hefur gerst eiga svo sannarlega við og réttlætanleg viðbrögð... en ekki flæða tárin frjálslega hér.

Og ég mun ekki gráta. Þegar komið er heim er það eina sem virðist hjálpa að hlaupa. Því miður, eftir að ég kom aftur og hoppaði í sturtu, áttaði ég mig á því að, rétt eins og með ís, þá var þetta ekki eins áhrifaríkt til að hjálpa.

Kvöldið mitt er eins og hvert annað: að hjálpa Karen að undirbúa kvöldmat, borða með Jack og Karen um kvöldmatarleytið, vinna við skólanám og lesa bók. Þó ég reyni að láta það ekki hafa nein áhrif á mig, um leið og ég klifra upp í rúm eftir að hafa slökkt ljósið reikar hugurinn að einu: hvers vegna hefur hann ekki beðist afsökunar ennþá.

"Þegar við Breckin komum heim úr ís bjóst ég við að Six biði við bílinn minn; en þegar ég kom inn á heimreiðina mína var hann það ekki. Þegar ég fór inn í húsið mitt bjóst ég við að hann kæmi hlaupandi út til að gefa skýringar. , en ekkert slíkt svar kom. Þess í stað hélt ég símanum mínum falnum fyrir Karen svo hann myndi ekki láta hana vita af nærveru minni ennþá, athugaði hann við hvert tækifæri sem ég fékk; því miður var eina textaskilaboðin frá Six sem ég hafði ekki enn lesið. !

Svo hér sit ég, uppi í rúmi með koddann minn að kúra nærri mér og finn til samviskubits yfir því að hafa ekki brugðist við lönguninni til að eggja húsið hans, höggva dekkin hans og sparka í punginn - tilfinningar sem ég vildi að væru áþreifanlegri; að vera reiður myndi vera svo miklu ánægjulegri en að vera niðurdreginn yfir því að átta sig á því að Holder væri ekki sá sem hann sagðist vera um helgina.
Morgnarnir mínir byrja hægt; Ég bíð þangað til ég tel hverja stjörnu á loftinu mínu af áður en ég skríð fram úr rúminu og klæðist hlaupafötum. Áður en ég klifra út um gluggann á svefnherbergissvítunni minni stoppa ég stutt áður en ég byrja að hlaupa.

Hann stendur á gangstéttinni og snýr frá mér með hendurnar spenntar yfir höfuðið og vöðvana dragast saman vegna erfiðrar öndunar. Ég veit ekki hvort hann er að draga andann frá því að hlaupa, eða að bíða eftir mér persónulega; svo ég er kyrr og bíð fyrir utan gluggann minn, í von um að hann haldi áfram hlaupinu.

Eftir nokkrar mínútur safna ég loksins nógu hugrekki til að ganga inn í framgarðinn hans. Við fótspor mín sneri hann snöggt við; við náðum augnsambandi, ég hætti að labba þegar við náðum augnsambandi, og starði til baka - ekki kinkaði kolli eða brosti heldur starði bara til baka.

"Augu hans báru eitthvað nýtt fyrir mér: eftirsjá. Því miður talaði hann ekki eða baðst afsökunar, og gaf mér engan tíma til að átta mig á honum - allt sem ég þarf er að flýja."

Eftir að hafa gengið framhjá honum og stigið út á gangstéttina byrja ég að hlaupa. Brátt heyri ég fótatak hans koma á eftir mér; eftir nokkur skref heyri ég að þeir ná sér en hægja ekki á sér því ég vil að hann verði fyrir aftan mig. Á einhverjum tímapunkti á hlaupinu okkar byrja ég

að flýta mér og halda í við hann aðeins nokkrum skrefum á eftir. Þegar við komumst að merkinu mínu til að snúa við geri ég það að leiðarljósi að líta ekki aftur á hann; við snúum okkur við, sendum hvert öðru til baka í átt að heimilinu hljóðlega - allur seinni hálfleikurinn er jafn friðsæll!
Í innan við tveimur húsaröðum frá húsinu mínu er ég reiður að hann hafi mætt í dag - enn reiðari yfir því að hafa enn ekki beðist afsökunar - svo ég byrja að hlaupa hraðar og hraðar, líklega hraðar en nokkru sinni fyrr; samt þegar við beygjum inn á götuna mína eykur ég hraðann enn frekar og held áfram í átt að heimilinu eins hratt og ég mögulega get; þó þegar við náum því hnén á mér og ég beiti mig svo mikið að andardráttur minn verður naumur; tuttugu fet eru eftir þar til gluggann minn.

Ég ræð bara tíu. Um leið og skórnir mínir lenda í grasinu, hrap ég niður á hendur og hné til að draga djúpt andann áður en ég hrap ofan í þá aftur í nokkra djúpa andann. Aldrei einu sinni í öllum fjögurra mílna hlaupunum mínum hefur mér fundist ég vera svona uppgefin; velta mér á bakið á döggblautu grasi líður vel á húðina á mér. Augun mín voru lokuð og gaspurinn svo hátt að það var erfitt að heyra andardrátt Holders yfir mínum eigin. Samt voru þeir nálægt og sögðu mér að hann væri í grasinu við hliðina á mér. Við liggjum kyrr og grenjum eftir andanum, sem minnir mig á fyrir örfáum nóttum þegar við lágum báðar kyrr á rúminu mínu, að jafna okkur eftir gjörðir hans gegn mér. Hann hlýtur líka að hafa verið minntur á það, því þegar hann teygði sig á milli okkar til að vefja bleikan hans utan um minn, olli það bara sársauka í þetta skiptið í stað gleði. En í stað þess að brosa þegar hann gerði þetta áður en ég hrökk við við snertingu hans.

Ég dreg höndina frá mér, velti mér, stend upp og fer aftur heim. Ég geng tíu fet aftur í átt að herberginu mínu og klifra inn áður en ég loka glugganum á eftir mér.
Síðan hlaupið okkar 15. mars hefur hann ekki mætt aftur til að hlaupa með mér og aldrei beðist afsökunar. Þar að auki situr hann ekki við hliðina á mér í bekknum eða mötuneytinu, sendir móðgandi textaskilaboð eða kemur fram sem annar um helgar - það eina sem hann virðist gera (að minnsta kosti geri ég ráð fyrir að þetta sé það sem er í gangi) er að taka minn límmiðar út úr skápnum mínum, þar sem þeir eru áfram krumpaðir á ganggólfinu við fæturna á mér.

Ég held áfram að vera til og hann líka, en við eigum ekki lengur samleið. Dagar líða sama með hverjum ég deili tilveru minni; Þegar tíminn líður frá þessu og fram að helginni minni með honum, þá eykst byrði mín af spurningum sem eru óspurðar.

Ég vil skilja hvað olli honum svo mikilli vanlíðan þennan tiltekna dag; hvers vegna hann sleppti því ekki bara í stað þess að storma af stað eins og hann gerði; hvers vegna hann baðst aldrei afsökunar; að þekkja mig og gefa annað tækifæri hefði kannski virkað öðruvísi ef það væri ég að gera hlutina í stað þess að hann gerði þá; Þó það sem hann gerði virtist fráleitt og eignarmikið, hefði það ekki haft eins mikið vægi í samanburði þegar það var tekið á móti öllu frábæru við hann.

Breckin reynir ekki lengur að greina fortíð okkar saman, svo ég reyni að gera það ekki heldur. Samt virðist eitthvað við samverustundir okkar súrrealískt núna og fær mig til að spyrja hvort þetta hafi bara verið einhver slæm minning sem gæti aldrei einu sinni átt sér stað í raunveruleikanum.

Allan mánuðinn hefur hugur minn verið upptekinn af einni hugsun umfram aðra: að ég fengi aldrei að kyssa hann. Að vita að ég mun aldrei upplifa þessa reynslu er hjartnæm og skilur eftir djúpstæða tilfinningu um missi í mér.
Þegar við áttum samskipti hreyfðust hendur hans áreynslulaust á móti mínum; snerting hans virtist áreynslulaus; kossar myndu koma án þess að hvetja eða vænta -- þeir bjuggu allir til eitthvað stærra sem þarfnast viðurkenningar frá honum, jafnvel þó að við kysstumst aldrei. Þess í stað hefur það verið meðhöndlað sem eitthvað rangt - það er sárt. Ég veit að hann fann það líka og ef á sama hátt og ég fann það, þá gerir hann það enn líka.

Ég er ekki niðurbrotinn eða hef fellt eitt tár yfir þessu ástandi; sem betur fer hafði ég ekki gefið honum stykki af sjálfum mér til að brjóta. Sem sagt, það kemur ekki í veg fyrir sorg við þessa atburðarás; þó það taki tíma þar sem mér líkaði mjög vel við hann. Svo í bili hef ég það gott; sorglegt kannski og ruglað stundum en fínt engu að síður.

"Hvað er þetta?" Ég spurði Breckin eftir að hann setti kassa fyrir mig - líka fallega pakkaðan.

"Bara áminning." Ég lít upp spyrjandi. "Til hvers?"

Hann brosti og færði kassann til mín. "Þetta er til að minna þig á að þú átt afmæli á morgun - vinsamlegast opnaðu það núna!"

"Ég var að vona að þú myndir gleyma." Ég andvarpa og rek augun, áður en ég ýti umræðuefninu til hliðar. "Ég var að vona að þú myndir sjá framhjá þessu."

Hann grípur gjöfina mína og ýtir henni að mér og krefst þess að ég opni hana strax. "Sky, opnaðu þessa gjöf nú þegar - jafnvel þótt það þýði að þú fáir aðra gjöf; ekki vera svona niðurdreginn - opnaðu og elskaðu þessa gjöf í staðinn, knúsaðu mig þegar þú ert búinn, þakka mér og knúsaðu mágkonu þína fyrir þetta allt! "

„Þú gerðir svo vel að pakka þessu inn," segi ég við hann og tek aftur tóma bakkann minn áður en ég tek kassann hans aftur fyrir framan mig. Um leið og það kemur losar ég boga hans og ríf annan endann áður en ég opnar pappírshlífina. Þegar ég horfi niður á myndina hennar efst, lyfti ég augabrúninni: "Ertu með sjónvarp fyrir mig?"

Breckin hlær og hristir höfuðið áður en hann tekur upp öskjuna: "Þetta er raflesari, ekki sjónvarp!"

"Ó," svara ég, með enga þekkingu á rafrænum lesendum en vitandi að þeir ættu ekki að tilheyra mér. Ef þessi hlutur væri ekki of stór gæti ég sætt mig við hann eins og farsími Six var, en þessi hlutur gerir of mikinn hávaða til að passa í vasa minn. Hann hallar sér nær. "Ekki segja mér að þú vitir ekki hvað rafræn lesandi er!" "Ó," svara ég aftur, skorti þekkingu á rafrænum lesanda; né að þetta tiltekna líkan sé til! (þessi hlutur búinn til af Kogan!)

"Fyrir mér," yppti ég öxlum, "þetta virðist enn vera pínulítið sjónvarp."

Hann hlær aftur um leið og hann opnar öskjuna og dregur raflesara úr hlífðarumbúðunum, kveikir á honum og réttir mér hann aftur. "Þetta rafeindatæki geymir fleiri bækur en þú gætir nokkurn tíma mögulega lesið!" Þegar ýtt er á hann kviknar á skjánum; þá rennur fingur hans yfir framhlið hennar til að lýsa upp tugi lítilla mynda af bókum áður en hann snertir eina og lætur kápu hennar fylla skjáinn; Fingurinn rennur aftur yfir hann til að fletta blaðsíðum þar til ég lendi í því að stara niður fyrsta kaflann.

Um leið og ég sá það byrjaði ég að fletta fingrinum hægt yfir skjáinn og horfði á hvernig hverri síðu snerist áreynslulaust, á eftir annarri. Það er sannarlega ótrúlegt; Fleiri hnappar voru ýttir á, smellt var á bækur, köflum flett í gegnum - sannarlega ein mesta uppfinning allra tíma!

„Vá," muldra ég. Þegar ég horfi á lesandann og vona að hann hafi ekki gert grimmilegan brandara á mig, eins og ef einhver reynir að taka þetta frá mér mun ég hlaupa.

"Hvernig hefurðu gaman af því?" spyr maðurinn spenntur og hleður inn í hana um tvö hundruð ókeypis bækur.

Ég lít upp á Breckin og hann glottir frá eyra til eyra, svo ég legg lesandann niður á borðið, áður en ég sting mig fram yfir hann til að gefa honum gjöfina mína: raflesara! Að kreista hann fast gerir brosið mitt breikkað þó þetta hefði átt að vera óþægilegt en þegar við sleppum þéttist faðmlagið hans enn þéttara þegar ég kreisti hálsinn á honum svo fast að ég gleymi öllu því að fá ekki gjafir almennilega! Hann faðmaði mig aftur með því að kyssa mig á kinnina - þó að um leið og við slepptum takinu og opnuðum augun þá fann ég að ég horfði í átt að því frekar en í burtu - nýja venjan mín!

Holder horfir á okkur úr sæti sínu og brosir blíðlega - yndislegt bros, ekki eitt sem mér finnst móðgandi eða tælandi - samt þegar öldur sorgarinnar lenda í hjarta mínu finn ég sjálfan mig að horfa frá honum og í átt að Breckin aftur.

"Jæja, Breckin. Þú ert virkilega frábær!" Ég tek upp raflesarann og sest í sæti. „Sem sagt..." Ég held áfram, „Veistu, Breckin...Þú ert virkilega frábær.

Hann brosir og blikkar til mín áður en hann segir mér frá mormónarótum sínum: "Þetta hlýtur að vera hluti af því sem ég er; þeir eru æðislegur hópur!"

10. KAFLI

Karen er aftur að vinna úti á flóamarkaðinum sínum um helgina, sem olli mér sorg því afmælið mitt rann upp í ferðinni hennar. Í staðinn fögnuðum við í gærkvöldi og opnuðum gjafirnar mínar - þar á meðal rafrænan! Aldrei hef ég verið spenntari fyrir sjálfstæðri helgarferð.

"Karen var aftur í burtu um helgina, svo ég bakaði ekki eins mikið af hlutum í þetta skiptið og síðast. Ekki vegna þess að mér finnst ekki gaman að borða bakkelsi, frekar vegna þess að lestrarfíkn mín virðist hafa náð algjörlega nýju stigi." Það er næstum því miðnætti og augu mín munu ekki vera opin - samt einhvern veginn hefur mér tekist að klára næstum tvær heilar bækur þá - þar til loksins kemur ein málsgrein og vekur mig til að lesa aðra málsgrein eða svo áður en ég blundaði einu sinni enn áður en ég vakna með skjálfta aðeins að reyna að lesa aftur áður en hann blundar aftur áður en hann vaknar aftur aðeins augnabliki áður en blundar aftur áður en blundar aftur aðeins til að reyna aðra málsgrein frá Breckin sem hefur alltaf mikinn smekk á bókum - þó það hafi tekið hann heilan mánuð að deila þessari með mér - annars gæti ég læst báðar persónurnar inni í þessum raflesara að eilífu

Augnlokin mín lokast hægt, þegar ég reyni að opna þau, en samt halda orð áfram að þokast saman á skjánum og engin meika sens. Að lokum slökkti ég á rafrænum lesanda og slokkna á ljósinu mínu og hugsa til baka um hvernig síðasti dagurinn minn sem sautján hefði átt að vera svo miklu ánægjulegri.

"Augun mín opnast fljótt en hreyfa mig ekki. Það er enn dimmt úti og ég veit að ég sofnaði bara aftur. Þegar andardrátturinn róast, hlusta ég eftir kunnuglega hljóðinu þegar gluggi opnast."
Um leið og ég heyri fortjaldið skafa við stöngina og einhver nálgast, segir eðlishvöt mín mér að ég ætti að öskra eða hlaupa í átt að dyrunum mínum eða líta í kringum mig eftir vopnum sem ég get notað sem vörn gegn þessari hættu. Þess í stað er ég frosinn þar sem sá sem kemur inn í herbergið mitt gerir enga tilraun til að vera einlæg um að gera það - sem leiðir mig til að gera ráð fyrir að það hljóti að vera Holder. Samt hrífst hjartað í mér og hver vöðvi stífnar þegar þyngd hans færist yfir á rúmið mitt og allur líkami minn stífnar til að bregðast við. Eftir því sem Holder kemst nær verður líkami minn sífellt sannfærðari um að þetta sé hann; engin önnur orsök myndi láta líkama minn bregðast svona við núna. Að kreista saman augun og þrýsta höndunum að andlitinu þegar sængin lyftast á eftir mér er nóg til að hrolla niður hrygginn á mér; Ég er alveg steinhissa því ég veit ekki hvaða Holder hefur læddst inn í rúmið mitt á þessari stundu!

Handleggurinn hans rann undir koddann minn áður en hann vafðist þétt um líkama minn þegar hann uppgötvaði hendurnar á mér. Að toga mig að brjósti hans, reima fingurna í mitt og grafa höfuðið í hálsinn á mér voru gjörðir hans; allt á meðan ég klæddist ekkert meira en bolnum mínum og nærbuxunum. Þó ég sé enn óviss hvers vegna hann var hér þar sem það var ekki einu sinni samtal við sögu - samt vissi ég einhvern veginn þegar handleggir hans fóru í kringum mig, andaði ég heyranlega; heldur mér eins þéttri og hægt er á meðan hann plantar varunum sínum í hárið á mér af og til til að kyssa mig...

Ég er reiður út í hann fyrir að vera hér, en enn reiðari út í sjálfan mig fyrir að vilja hafa hann hér. Sama hversu mikið ég reyni að öskra á hann og láta hann hverfa, allt sem ég vil er að hann kreisti mig aðeins meira - því þetta er þar sem staður hans liggur og ég óttast að hann yfirgefi mig á skömmum tíma.

Mér finnst ég vera svekktur yfir því að það eru svo margar hliðar á honum sem ég skil ekki og í hreinskilni sagt, kæri mig ekki um að skilja. Þó að sumir þættir séu frábærir - það eru þættir sem ég elska jafn mikið og þættir sem hræða eða koma á óvart - hefur einn þáttur aðeins valdið mér vonbrigðum; það hefur alltaf verið erfiðasti þátturinn fyrir mig.

Ég veit ekki nákvæmlega hversu lengi við liggjum hér þegjandi; það eina sem ég veit er að hann hefur ekki sleppt takinu eða reynt að útskýra sjálfan sig; ekkert nýtt þar; það verður ekkert unnið með því að spyrja frekari spurninga og eins og er, þá finnst mér bara ekki vera að spyrja neinna.
Hann leysti fingurna mína úr greipum sínum og færði hendina upp að höfðinu á mér, þrýsti vörum sínum að hárinu á mér á meðan hann breiddi upp handlegginn undir koddanum mínum og vöggaði mig þétt um leið og ég grét af sársauka eftir ákafa tök hans á mér, handleggir hans titruðu aðeins. þar sem styrkleiki hans við að halda var hjartnæmur; það eina sem gat komið í veg fyrir að tárin streymdu voru lokuð augun sem komu í veg fyrir að þeir flúðu. Brjóstið mitt lyftist, kinnarnar brenndu af spennu; það eina sem ég gat hugsað um voru flóttaleiðir fyrir tár sem gætu sloppið við þetta ákafa faðmlag frá því að streyma út.

"Ég þoli ekki lengur að þegja. Ef ég tjái ekki það sem segja þarf gæti ég misst stjórn á mér og byrja að öskra. Þótt rödd mín muni líklega innihalda sorg og ástarsorg á meðan ég reyni að bæla niður tár, dreg ég djúpt andann engu að síður og tala upp á eins heiðarlegan hátt og ég mögulega get.

"Ég er svo reið út í þig." Eins og hann heyrði mig segja þetta, þrýsti hann mig enn fastar áður en hann færði munninn í átt að eyranu mínu til að kyssa það og hvíslaði einhverju í eyrað á mér - "Ég veit, Sky." Hönd hans smeygði sér síðan undir skyrtuna mína til að þrýsta á magann á mér á sama tíma og dró mig nær honum - "Ég veit." "Ég veit."

Ótrúlegt hvað það getur gert hjarta þínu að heyra röddina sem þú hefur þráð að heyra. Hann sagði aðeins fimm orð en á þessum stutta tíma fannst mér allri verunni eins og hún hefði verið rifin í tætlur áður en hún var sett aftur inn í brjóstið á mér með von um að hún gæti fundið einhvern takt aftur.

Ég renna fingrunum í gegnum höndina sem hvílir þétt að mér og kreisti, veit ekki nákvæmlega hvers vegna; hver hluti af mér vill snerta, halda í og fullvissa hann um að hann sé raunverulegur og ekki bara enn einn líflegur draumur.

Varir hans þrýstust að öxl minni og skildu sig mjúklega áður en hann kyssti mig mjúklega með tunguna við húðina mína - upplifun sem sendi strax hitabylgju í gegnum mig - þegar roðinn steig upp úr maganum og upp í kinnar mínar.

„Ég veit það elskan," hvíslar hann lágt á meðan hann skoðar kragabeinið mitt og hálsinn hægt með vörunum. Óþægileg rödd hans og viðkvæma snertingin láta höfuðið snúast svo ég loka augunum til að vernda sýn mína fyrir óþægilegum orðum hans og snertingu. Þegar ég teygði mig fyrir aftan mig renn ég hendinni í gegnum hárið á honum og þrýsti honum dýpra inn í hálsinn á mér þar sem hlýi andardrátturinn hans stækkar við húðina á mér.
Um leið og hann byrjar að kyssa hálsinn á mér tvisvar, eykst öndun okkar samhliða því að hann hylur hvern tommu tvisvar yfir.

Hann lyftir mér upp á handlegginn sinn og ýtir mér á bakið á mér áður en hann burstar hárið varlega frá augum mínum með fingurgómunum. Að vera svona nálægt honum vekur allar tilfinningar frá fortíðinni fyrir þennan dreng - bæði jákvæðar og neikvæðar. Ég skil ekki hvernig hann gat sett mig í gegnum það sem hann hefur þegar það er svo mikil sorg í augum hans - annað hvort það, eða kannski er ég bara of góður í að lesa hann... En þegar ég lít upp til hans núna veit ég að hann skilur nákvæmlega hvernig mér líður... gerir gjörðir hans enn dularfyllri og óvæntari.

„Ég veit að þú ert reiður við mig," viðurkennir hann, augu hans og rödd full af eftirsjá, en engin afsökunarbeiðni fylgir. Hann hélt áfram: „En, Sky, ég þarf að hafa mig hér hjá þér enn meira en áður.

Brjóstið á mér þéttist við orð hans og það verður erfitt fyrir mig að draga andann. kinkaði kolli aðeins, þar sem ég finn mig vera sammála því sem hann sagði; á meðan ég er reið út í hann, vil ég hafa hann hér meira en nokkru sinni fyrr. Enni hans snerti mitt þegar við héldum andlitum hvors annars þétt upp að andlitum hvers annars með örvæntingarfullum starandi augum; hvorugur vissi hvort hann myndi kyssa mig eða fara; en eitt er víst - eftir að þessi stund er liðin verð ég aldrei söm ef önnur meiðandi samskipti eiga sér stað; eftir þetta augnablik er viss um að eftir þessa stund munu báðir aðilar sem taka þátt breytast að eilífu; vitandi af tilveru sinni að ef ég meiða mig aftur af honum aftur mun ég verða óbætanlegur niðurbrotinn óviðgerð þrátt fyrir það sem gæti gerst;

Þegar þögnin og spennan eykst, rísa brjóst okkar og falla saman sem eitt. Þétt grip hans um andlit mitt má finna út um allt; næstum eins og hann grípi mig innan frá. Tárin streyma óvænt upp í augun á mér vegna ákafa þessa stundarsamskipta; Ég er algjörlega hissa á þessum óvæntu tilfinningum.

„Ég er reiður út í þig, Holder," lýsi ég yfir með óvissri en samt öruggri röddu, „en sama hversu vitlaus ég hef verið, þá hætti ég aldrei að vilja hafa þig hérna hjá mér.

"Jesús, Sky." Andlit hans breytist í ótrúlegan léttir við að sjá mig aftur; augu hans stækka af létti við að heyra þessi orð aftur; Tungan hans fellur samstundis og rekast kröftuglega við mína til að veita sætu bragði myntulaufa í góminn minn.
Þegar ég sötra gosið mitt er hann allt sem ég ímyndaði mér að hann yrði og meira til. Varir okkar tvinnast saman í fyrsta, tuttugasta eða milljónasta skiptið; hvenær sem þetta kann að vera - það er algjörlega fullkomið og er næstum þess virði allra baráttu okkar til að ná þessu augnabliki í sambandi okkar.

Varir okkar fléttast ákaflega saman þegar við erum að berjast við að koma okkur nær. Ég mótmæli viðkvæmum en grimmum hreyfingum hans á munni hans á móti mínum þegar ég passa hans. Saman slepptum við nokkrum stynjum og andardráttum, allt sem hann sló upp í eigin munn.

Koss eftir koss og verum eins aðhaldssöm og við mögulega getum, þar til ég finn ekki lengur fyrir vörum mínum og er ekki lengur viss um að við séum að kyssa þegar hann þrýstir höfðinu sínu að mér aftur. Við látum hvert annað svitna þegar við elskum í öllum mögulegum stellingum og höldum aðhaldi eins og hægt er. Að lokum kyssumst við þar til varir mínar bregðast ekki lengur, þannig að ég er örmagna og eydd.

Og þetta er nákvæmlega hvernig við sofnum: enni við ennið, vafið saman og þögul. Engin orð töluð á milli okkar. Ekki einu sinni afsökunarbeiðni.
Þegar ég endurskoða rúmið mitt og velti því fyrir mér hvort það sem hafði gerst í nótt hefði bara verið draumur, var Holder ekki viðstaddur, en í hans stað var lítill gjafapakkinn kassi með einhverju inni sem líktist prentuðum texta í kreditkortastærð - hlut sem ég tek upp og byrja strax að lesa.

Hann gaf mér símakort sem innihélt fullt af sms-mínútum.

Þegar ég átta mig á mikilvægi þessa korts brosi ég því ég skil merkingu þess: Sex sendi honum skýr skilaboð um að stela stelpunni hennar og nota allar mínúturnar hennar. Að sjá þessa látbragði fær mig til að brosa og teygja mig fljótt í símann minn á náttborðinu til að athuga textaskilaboðin mín; það var einn frá Holder sem beið.

Ertu svangur?
Textaskilaboðin hans voru stutt og einföld en þau létu mig vita að hann væri enn einhvers staðar í nágrenninu, kannski að búa til morgunmat? Svo ég fór inn á klósett áður en ég fór inn í eldhús. Að bursta tennurnar áður en ég skipti yfir í kjólinn minn úr gömlum bol var fylgt eftir með því að draga hestahalann minn til baka. Þegar ég lít í spegil lít ég á sjálfan mig sem einstakling sem reyni í örvæntingu að fyrirgefa brotamanni en án mikillar árangurs hingað til.

Um leið og ég opna svefnherbergishurðina fyllir loftið af beikonlykt og snarkandi fitu. Þegar ég geng niður ganginn og handan við hornið, staldra ég við og stari vantrúaður á hann: skólausar gallabuxur þaktar jafn látlausum hvítum ermalausum stuttermabol eru klæðnaður hans; þegar líður þér heima aftur? Hvað á ég að gera um það?
„Ég fór snemma í dag," heldur hann áfram og talar enn með bakið til mín, því ég var hræddur um að mamma þín kæmi inn og héldi að ég væri að reyna að gera þig ólétta. Á meðan ég var á hlaupum fór ég framhjá húsinu þínu aftur og tók eftir því að bíllinn þinn var ekki í því og minntist þess að þú sagðir að hún hefði viðskiptadaga fyrstu helgi hvers mánaðar. Svo ég ákvað að sækja matvörur svo ég gæti búið til morgunmat fyrir þig (keypti næstum því líka hádegis- og kvöldmatarvörur; kannski ættum við að taka hlutina skref fyrir skref í dag) áður en ég snéri mér í áttina að mér og horfði hægt upp og niður áður en ég snéri mér hægt og rólega við mig upp og niður áður en hann sneri sér aftur í áttina að mér brosti hann "Til hamingju með daginn. Mér líkaði mjög vel við kjólinn þinn; fékkstu alvöru mjólk?" spurði hann með röddinni þegar rödd hans hækkaði hægt innan frá sjálfum sér: "Ó já herra... viltu eitthvað?" - áður en hann snýr sér við og snýr sér hægt í áttina að mér "Til hamingju með daginn. Mér líkaði mjög vel við kjólinn þinn; keyptirðu alvöru mjólk svo þig langar í?" Hann sneri sér hægt við á meðan hann horfði hægt og rólega á mig upp og niður áður en hann sneri sér hægt til baka áður en hann ávarpaði mig: "Til hamingju með daginn; viltu alvöru mjólk?" Hann sneri sér hægt og horfði á mig: sagði: Ég keypti alvöru mjólk; viltu?" Hann sneri sér hægt í áttina að mér: horfði hægt og rólega á mig upp og niður og ávarpaði mig: horfði hægt upp og niður á meðan hann sagði: Ég keypti alvöru mjólk; viltu?" Hann sneri sér svo að mér og horfði hægt upp og niður og horfði hægt upp og niður og horfði hægt upp og niður í mig þar til við tökum eina máltíð í dag?" Þegar hann sneri sér við og horfði hægt upp og niður um leið og ég horfði hægt upp og niður og sneri mér hægt og rólega í átt að mér með "Til hamingju með afmælið. Fannst þér líka mjög gaman að kjólnum þínum? Ó hjá þessum herra ég keypti alvöru mjólk?"... sneri svo við "Til hamingju með daginn ég keypti alvöru mjólk; langar mig í?" Ég horfði rólega og spurði svo: horfði hægt og rólega burt. Til hamingju með afmælið óska ég mér eins og - gætirðu farið á fætur áður en þú spurðir þig: Gerir þú það?" og sagði. Gerðu það ekki ... ekki þú ... Ekki bara ... keyptirðu ekki eitthvað.".... Til hamingju með afmælið ..., keyptirðu ekki?" Ef þessi kjóll... jæja?... Jæja, ég keypti alvöru mjólk myndir þú? -Ég keypti alvöru mjólk keyptir þú líka alvöru mjólk, ekki satt?." Ef bara eina núna?" Þú spurðir:

Þegar ég nálgaðist barinn, beindust augu mín áfram að honum þegar ég reyndi að skilja allt sem hann sagði. Um leið og ég renndi stól út undir borðið hans, lét hann vita af nærveru sinni með því að hella upp á mig mjólkurglasi án þess að spyrja, sem hann gaf mér síðan og leið út með skemmtilegu brosi á vör áður en hann lokaði á milli okkar og tekur um höku mína í höndum hans.

"Ég þarf að kyssa þig. Í gærkvöldi var munnurinn þinn svo ótrúlega fullkominn að ég held að mig hafi kannski dreymt það." Um leið og tungan hans strýkur um mína eigin tungu veit ég að þetta verður erfitt - varir hans, tunga og hendur eru of ótrúlegar fyrir orð! "

"Nei," svaraði hann brosandi, "dreymdi það ekki." Ég greip í skyrtuna hans og þvingaði munninn minn upp að honum enn harðar, þar sem hann stundi áður en hann greip hnefann í hárið á mér áður en hann gafst allt í einu og gekk brosandi í burtu.

Enn og aftur sneri hann aftur að eldavélinni, slökkti á brennurunum, færði beikonið sitt yfir á disk skreyttan eggjum og ristað brauð áður en hann gekk aftur til mín á barnum, byrjaði að fylla diskinn minn fyrir framan mig af mat áður en hann tók hann. sæti á barnum og byrjaði máltíðina sína - brosandi alla leiðina - það sló mig að lokum: þessi maður hefur stolið hjarta mínu.

"Ég veit nákvæmlega hvað er að honum; hvers vegna hann er ánægður en reiður; skapmikill en samt óútreiknanlegur og algjörlega óskipulagður - allt meikar fullkomlega sens núna!"

„Getum við spilað Dinner Quest þó að það sé morgunmatur? spyr hann.

"Ef ég fæ fyrstu spurninguna." Ég tek sopa af mjólkinni og kinka kolli.

"Ég var að hugsa um að kannski væri hægt að spyrja allra spurninga þinna hér." Hann brosir þegar hann setur gaffalinn á diskinn sinn og svarar þeim öllum sjálfur.

„Það eina sem ég þarf er eitt svar," andvarpar hann og hallar sér aftur að sætinu áður en hann horfir niður á hendurnar.

Með því hvernig hann forðast augnaráð mitt, gat ég sagt að hann vissi nákvæmlega hver ég var.

Viðbrögð hans eru sektarkennd. Ég halla mér fram í stólnum mínum og stari á hann.

Hversu lengi hefur þú notað eiturlyf, Holder?

Hann lítur upp, augnaráð hans hittir mitt með svip sem sýnir engar tilfinningar. Við horfðum á hvort annað í nokkur augnablik áður en ég hélt afstöðu minni; vildi að hann vissi að ég myndi ekki sleppa fyrr en hann sagði mér sannleikann. Eftir að samankeyptar varir mynduðust í þröngar línur leit hann aftur niður á hendurnar í aðra sekúndu áður en hann leit upp með undrun og sá eitthvað á andliti hans sem ég bjóst alls ekki við; óvænt dæld.

Hann svíður, reynir eftir fremsta megni að halda í svip, en svo gefa munnvikin sig og brosið breytist í hlátur.

Hann hlær mjög hátt og það er virkilega að trufla mig.

"Fíkniefni?" Hann spyr á milli hlátursköstanna, áður en hann heldur áfram að hlæja þar til hann áttar sig á því að mér finnst þetta alls ekki fyndið. Að lokum dreg hann djúpt andann áður en hann teygði sig yfir og tekur hönd mína í sína. Hann lofar mér: "Ég lofa Sky; veit ekki af hverju þú heldur annað!"

"Hvað í fjandanum er að þér?!"

Hann andvarpaði mjúku með þessari spurningu og sleppti hendinni varlega úr greipum hans. "Geturðu verið minna óljós?" Hann féll svo aftur í stólinn og lagði handleggina þegjandi yfir brjóstið.

„Hvað gerðist á milli okkar og hvers vegna ertu að láta eins og það hafi aldrei gerst? spyr ég hana.

Olnbogi hans hvíldi á borðinu þegar hann horfði niður á handlegginn og rakti hægt og rólega hvern staf í húðflúrinu sínu með fingrunum í djúpum hugsunum. Þó þögn teljist ekki hljóð, þá var þögnin á milli okkar hæsta hljóð sem til var. Loks dró hann sig frá borðinu og leit upp til mín; og við skiptumst báðar á augum, brostu hvort til annars áður en við kvöddumst.

"Ég vildi ekki valda þér vonbrigðum, Sky. Eftir þetta hádegisdeiti vissi ég að ég myndi svíkja alla sem elskuðu mig; svo ... ég skildi eftir tækifæri fyrir okkur til að vaxa nær, annars allar tilraunir til að ekki vonbrigði að þú værir tilgangslaus.
Orð hans voru full af afsökunarbeiðni, sorg og eftirsjá - samt gat hann aldrei stillt sig um að segja þau. Tilfinningar hans fóru úr böndunum vegna afbrýðisemi; hefði hann bara sagt þessi tvö orðin hefði ég ekki getað þjáðst af tilfinningalegu kvölinni í heilan mánuð. Höfuðið á mér titrar þar sem ég get ekki skilið hvers vegna hann gat ekki bara sagt "ég biðst afsökunar".

"Af hverju geturðu ekki bara sagt það, Holder? Af hverju geturðu ekki einfaldlega beðist afsökunar?"

Í fyrstu hikar hann, áður en hann teygir sig yfir og tekur í höndina á mér með báðum höndum og horfir beint í augun á mér: „Ég biðst ekki afsökunar því ég vil að þú fyrirgefur mér.

Sorg hans hlýtur að endurspegla mína, svo ég lokaði augunum þétt til að fela eymd mína fyrir honum. En svo sleppti hann hendinni á mér, gekk um þar til handleggirnir hans voru í kringum mig þegar hann tók mig upp, setti mig niður á stöngina þannig að við værum báðir í augnhæð, burstaði öll hár af andlitinu á mér og hvatti mig til að opna þau aftur ; Augabrúnirnar drógu saman, sársauki hans sem var augljós í andliti hans var hrár og raunverulegur og hjartnæmur.

"Sky, ég geri mér grein fyrir því að ég klúðraði. Oftar en einu sinni. En trúðu mér þegar ég segi þér hvað gerðist í hádeginu þennan dag var ekki vegna öfundar eða reiði - eða neins sem ætti að vekja ugg eða hneykslan. Ég vildi að ég gæti sagt þér það sem gerðist en núna get ég það ekki. Einhvern tímann kannski, en ekki núna og það þarf að samþykkja af þér sem og að biðjast ekki afsökunar þar sem þetta gerir aðeins kleift að gleyma og aldrei fyrirgefa það sem átti sér stað; ekki afsaka mig, aldrei."

"Ég sagði sjálfum mér að vera í burtu frá þér og leyfa þér að vera reiður við mig, því það eru mál sem ég vil ekki deila ennþá. Hins vegar, sama hversu mikið ég reyni að tala ekki," hélt hann áfram, "en það Ég virðist bara geta það ekki. Ég get ekki lengur neitað því sem gæti verið á milli okkar. Í gær í hádegissalnum þegar þú knúsaðir Breckin og hlóst með honum fannst mér svo frábært að sjá þig svona hamingjusaman, Sky. Hins vegar, allt sem ég vildi var fyrir mig að vera að fá þig til að hlæja svona sjálfur. "Mér var mjög brugðið að hugsa til þess að þú hélst að mér væri ekki sama um okkur, eða að það að eyða helginni með þér væri ekki mesta reynsla í lífi mínu - því í sannleika sagt, það er svo sannarlega var! Mér þótti gríðarlega vænt um og það var einfaldlega ótrúlegt!"
Hjarta mitt keyrði eins hratt og orð hans komu út. Hann sleppti takinu og strauk höndunum yfir hárið á mér, lét þær falla í hnakkann á mér áður en hann dró djúpt andann til að safna sér áður en hann hélt áfram.

"Þetta er að drepa mig," hvíslar hann í rólegri tón, "því ég vil ekki annan dag án þess að segja þér hvaða tilfinningar ég hef til þín. Þó að ég sé ekki tilbúinn að segja þér að ég elska þig ennþá - þó eitthvað öflugri gæti verið að gerast á milli þess að líka við þig og elska þig - og það sem mér finnst fer framhjá mér og ég þarf skilning einhvers annars til að tjá það almennilega." Á nokkrum vikum barðist hann við orð um hvernig honum leið nákvæmlega við hana en án árangurs; þó. Vanhæfni hans þýddi að tjáning hans heyrðist ekki vegna þess að ekkert annað orð í orðabókinni var til sem lýsti tilfinningum hans til hennar; í staðinn var það rödd hans sem miðlaði nákvæmum tilfinningum hans til hlustunar hennar til að heyra skilningssvip hans.

Hann dró andlit mitt nær og kyssti mig mjúklega, aðallega pikka en kyssti mig ítrekað með tímanum og beið þar til ég svaraði með öðrum kossi áður en hann dró til baka í hvert skipti.

Hann biður þig um að tala. "Segðu bara eitthvað!" hvetur hann.

Þegar ég horfi í skelfingu lostin augu hans, í fyrsta skipti síðan við hittumst, finnst mér ég skilja Dean Holder í heild sinni. Hann lætur ekki svona því það eru ýmsar hliðar á honum; frekar svarar hann svona vegna þess að það hefur bara verið ein hlið á Dean Holder.

Ástríðufullur.
Hann hefur brennandi áhuga á lífinu, ástinni, orðunum og Les. Og svo virðist sem mér hafi verið bætt við þann lista líka! Styrkurinn sem hann gefur frá sér er ekki pirrandi ... hann er fallegur. Eftir svo langan tíma að leita leiða til að dofna hvaða tækifæri sem ég fæ, hvetur eldmóð hans mig til að finna allt um lífið - gott, slæmt, fallegt ljótt ánægjuverk...allt! Að sjá eldmóð hans á bak við augu hans nú hvetur mig til að byrja að finna lífið eins mikið og hann gerir - byrjar á því að þessi vonlausi drengur úthellir hjarta sínu og leitar í örvæntingu að þessu eina orði sem bætir tilfinningu aftur inn í lífið! Fyrsta skrefið mitt til að umfaðma tilfinningalífið var að byrja með því að þessi drengur úthellti hjarta sínu og leitaði sálar sinnar í örvæntingu og reyndi að hjálpa mér að bæta tilfinningu aftur inn í lífið...og hjálpaði mér að bæta tilfinningu aftur inn í lífið!

Þegar ég sný aftur að lifa, hefur orðið komið aftur inn í vitund mína eins og það hafi alltaf verið þarna á milli ástar og eins í orðabókinni - "Living," boða ég.
"Hvað?" Hann er enn ringlaður við svarið mitt og hlær stuttan, ringlaðan hlátur áður en hann hristir höfuðið í ruglinu.

„Lifandi er afleiðing þess að blanda stöfum frá líkingu og ást saman; þú getur notað þetta hugtak frjálslega.

Hann hlær enn og aftur, í þetta skiptið af létti. Hann vefur handleggina um mig og kyssir mig af engu minni en mikilli ánægju og segir við varir mínar: "Ég elska þig svo mikið."

11. KAFLI

Enginn virðist vita hvernig hann gerir það, en einhvern veginn á fimmtán mínútum fann ég sjálfan mig að fyrirgefa honum, hrifinn af honum og kyssa hann stanslaust - allt án þess að hika eða eftirsjá! Leið hans með orðum pirrar mig svo sannarlega ekki og núna þegar hann dregur sig í burtu brosir hann á meðan hann heldur báðum höndum um mittið á mér!

"Hvað myndir þú vilja gera í afmælinu þínu?" spyr hann og dregur mig frá barnum. Með annan snöggan koss á vörum mínum stefnir hann í átt að veskinu sínu og lyklum á endaborði í stofunni.

„Engin þörf fyrir auka skemmtun eða hátíð bara vegna þess að ég á afmæli.

Hann setur lyklana snöggt í buxnavasann áður en hann lítur upp á mig, andlit hans gefur frá sér ótvíræða vísbendingu um illskulegt bros þar sem hann hættir ekki að stara á mig.

"Af hverju?" Ég spyr. "Þú lítur út fyrir að vera sekur."

Hann hlær og yppir öxlum. „Ég var bara að hugsa um allar þær leiðir sem ég gæti skemmt þér ef við yrðum hér í dag; það er einmitt ástæðan fyrir því að við þurfum að fara.“

Þess vegna vil ég vera áfram.

„Við skulum fara til mömmu minnar,“ legg ég til.

"Hver er mamma þín?" spyr ég varlega. Hann starir til baka sem svar.

„Hún rekur jurtabúð á flóamarkaði. Hún fer þangað fyrstu helgi hvers mánaðar; en ég fer aldrei því að vera í kringum hana í 14 tíma verður fljótt leiðinlegt; engu að síður er þetta einn stærsti flóamarkaður í heiminum og mig hefur langað í að heimsækja einn í nokkuð langan tíma - aðeins í einn og hálfan klukkutíma akstursfjarlægð - auk þess sem þeir bjóða upp á trektköku!" Ég segi með eldmóði í von um að fólk verði með henni.

Holder gengur til og umvefur mig í fanginu. "Við skulum fara á flóamarkaðinn ef það er þitt val; ég þarf að hlaupa heim til að breyta til og hafa eitthvað sem ég þarf að gera fyrst - getum við hittst hér aftur eftir klukkutíma?"

Ég kinka kolli, kinka kolli. Jafnvel þó að þetta sé bara flóamarkaður þá spennir hann mig samt gríðarlega. Ekki viss um hvernig Karen mun bregðast við þegar ég mæti fyrirvaralaust með Holder; þar sem hann var ekki kynntur fyrr en í dag og mér finnst óþægilegt að vera óvænt með hann hér; þó það væri ekki henni að kenna; hefði tæknin verið leyfð gæti ég hringt og látið hana vita fyrirfram.

Holder býður mér enn eitt prósent og gengur að útidyrunum. „Hæ," segi ég, einfaldlega þegar hann er að fara að rölta út. Hann snýst í hring og birtist
Að mér. „Ég á afmæli og kossarnir sem þú hefur gefið mér hafa verið frekar skröltandi sorglegir. Ef þú gerir ráð fyrir að ég eyði deginum með þér, þá mæli ég með því að þú byrjir að kyssa mig eins og kærasti kyssir hann…"

Setningin rennur mér úr munninum og að ég dragi strax úr restinni af setningunni. Við höfum enn ekki rætt merki ennþá og raunveruleikinn sem við gerðum einfaldlega upp á síðustu 1/2 klukkutíma gerir það að verkum að ég nota slælega notkun mína á setningunni kærasta reynslu eins og eitthvað sem Matty-boy hefði getað sagt við mig. "Ég meina..." ég stama, svo gefst ég bara upp og þrýsti munninum. Ég mun ekki komast yfir það.

Hann snýr sér á móti mér, enn staða í gegnum útidyrnar. Hann brosir ekki lengur. Hann horfir á mig með þessu augnaráði einu sinni enn, varðveitir augnaráð mitt ásamt sínu, talar nú ekki. Hann hallar höfðinu nær mér og eykur hverja augabrún sína að því er virðist.
„Varstu bara að tala um mig sem kærastann þinn?
"Hmm..." spurði ég sem svar.

Hann hefur greinilega móðgast yfir því að ég vísaði nýlega til hans sem kærasta míns og þessi skilningur fær mig til að hika - þetta virðist svo kjánalegt og barnalegt!

„Nei," sagði ég sannfærandi. „Það gera bara 14 ára ostaboltar.

Hann nálgaðist, breytti aldrei svipnum, gekk hægt í áttina til mín áður en hann stoppaði tvo feta fyrir framan mig og speglaði afstöðu mína. „Þetta er of slæmt, því þegar ég hélt að þú talaðir um mig sem kærasta þinn núna, fékk það mig til að vilja kyssa lifandi helvíti út úr þér! Glettnislegt augnaráð hans dró samstundis úr spennu sem ég fann fyrir áður en ég sneri mér við og hélt aftur í átt að dyrunum með „Ég sé þig eftir klukkutíma". Þegar hann opnaði og sneri sér áður en hann fór, slakaði hann hægt og rólega út með glettnislegu glotti og dæld.

"Handmaður, bíddu." Ég muldra niður í anda.

Hann stoppar og hallar sér stoltur að hurðarkarminum.
„Komdu, kysstu kærustuna þína bless," legg ég til með cheesily, mér finnst alveg eins corky og orð mín hljóma. Andlit hans lýsti sigri þegar hann kom inn í stofuna og laumaði hendinni undir mjóbakið á mér til að draga mig að sér í frístandandi kossi sem mér þótti svo vænt um að handleggurinn hans vafði verndandi um mjóbakið og hélt mér þétt að sér. Varir hans

komu nær og nær þar til þær snertu mínar - ekki af losta heldur af þakklæti eða einhverju álíka.

Augnaráð hans virtist ekki færa mér annað en þakklæti og væntumþykju og lét hjarta mitt bráðna út í hafið af sælu hlýju. Með hendur mínar enn á öxlum hans, hljóp ég þeim hægt upp hálsinn á honum og í gegnum hárið á honum - og kunni að meta hvaða stórkostlega þögn sem var á milli okkar. Brjóst hans reis upp og féll á móti mér þegar augu hans leituðu yfir hvern einasta eiginleika andlits míns áður en hann festist örugglega að mér með handlegg enn fastan um mitti mitt. Ég vissi að augnaráð hans myndi láta allan líkamann minn veikjast við hvert augnaráð sem færi yfir hann; Guði sé lof að handleggurinn hans vafðist enn þétt um mittið á mér til að bjarga þessu öllu frá hruni!

Hann lækkar ennið að mínu og andvarpar löngum og horfir upp til mín með augu sem virðast fyllt angist og sorg. Það hvetur mig til að renna höndum mínum niður að kinnum hans og strjúka þeim varlega með fingrunum til að reyna að létta á því sem er að angra hann núna.

Hann snýr sér að mér og talar hægt og rólega nafnið mitt á meðan augu hans reikuðu. "Sky," svaraði hann aðdáunarfullur og horfði einbeittur í augun á mér í nokkrar sekúndur í viðbót áður en hann horfði aftur niður í augun á mér og strauk mér varlega um kinnina - það var sannarlega fallegt! Ég hafði aldrei upplifað slíka nánd og skilningarvitin voru yfirfull af undrun yfir slíkri fegurð.

Hann dýfði höfðinu aftur og lagði varir sínar varlega að mínum, nestaði efstu vörinni á milli hans beggja. Hann kyssti mig eins blíðlega og hægt var og kom fram við munninn minn eins og hann væri brotinn. Ég skildi varir mínar til að leyfa honum að dýpka kossinn meira - eitthvað sem hann gerði, þó að jafnvel þá hélst hann mjúkur og þakklátur fyrir okkur bæði þegar ég leyfði höndum hans að strjúka aftan á höfði mínu og mjöðm á meðan ég dró mig hægt nær með hverja snertingu.
Smakkar og stríðir hvern hluta munnsins míns. Koss hans er eins blíður og yfirvegaður og hann sjálfur.

Rétt þegar hugur minn hafði vikið fyrir snertingu hans, hættu varir hans hægt og rólega að hreyfast áfram um leið og hann dró hægt til baka. Augun mín opnuðust af hneykslun á meðan hjarta mitt sló hraðar af spenningi þegar ég hleypti út andanum sem gæti hafa innihaldið "Ó mæ!"

Hann brosti stoltur og sagði mér að þetta væri fyrsti opinberi koss okkar hjónanna.

„Bara par," svara ég rólega. Engin læti myndast.

„Hann er enn með höndina á mjóbakinu á mér og ég þrýsti honum upp að honum með augun á mér. Ekki hafa áhyggjur; ég mun láta Grayson vita sjálfur. Hvenær sem hann reynir að snerta þig svona aftur mun hann fá aðra kynningu á hnefann minn."

Hann teygði höndina upp frá mjóbaki mínu að kinn minni. "Ég er að fara núna; sjáumst eftir klukkutíma; elska þig." Eftir að hafa gefið mér síðasta snögga koss á varirnar sneri hann sér í átt að hurðinni áður en hann sneri sér að henni sjálfur.

"Handhafi," spyr ég um leið og lungun mín hafa náð nægum andanum til að geta talað aftur, "hvað meinarðu með því að vera kynntur aftur? Hafa Grayson og þú tekið þátt í hvers kyns slagsmálum áður?"

Svipur Holder breytist, varir hans herðast saman í þétt innsigli þegar hann kinkar kolli hikandi: "Ég sagði þér það áður, elskan. Hann er ekki góður félagsskapur - hurðin lokast á eftir honum og hann skilur eftir sig enn fleiri spurningar fyrir mig að leysa. Hvað getur annað gerst?" En ekkert hafði breyst; bara ein manneskja hafði breyst.

Ég ákveð að sleppa því að fara í sturtu og hringja í Six í staðinn; það var margt sem þurfti að ræða okkar á milli. Hljóp aftur inn í herbergið mitt, skríð út um gluggann hennar áður en ég klifra aftur inn í gegnum minn. Þegar ég tók upp símann hennar uppgötvaði ég texta sem hún sendi með alþjóðlegu númeri sem þegar hringt var í hana fékk ég samstundis textaskilaboð frá Holder sem kynnti sig þegar hún sendi. Þegar hringt var í farsímann minn fékk síminn minn annan textaskilaboð frá Holder þar sem hann bað um að tala meira fljótlega en síðar.

Ég óttast að eyða öllum deginum með þér; það hljómar alls ekki skemmtilegt! Sólkjóllinn þinn er fremur ósmekklegur og of sumarlegur; samt, þú ættir að halda áfram að klæðast því samt.

"Fjandinn, ég lifi virkilega þennan vonlausa dreng!" Ég glotti af skemmtun.

"Hæ," spyr ég hikandi á þriðja hringnum. Þegar hún svarar svarar hún gremjulega með: "Halló?" Sem ég svara: "Já ég er sofandi"

„Klárlega ekki," stundi hún, „en þú ættir að fara að íhuga tímamismun alvarlega."

"Sex? Það er síðdegis þar; jafnvel þótt ég myndi taka tillit til tímamismuna, þá myndi það ekki skipta þig máli."

„Ég átti óþægilegan morgun," svarar hún í vörn. "Ég sakna þess að sjá andlit þitt; hvað erum við að ræða núna?"

"Ekki mikið."
Þú virðist vera of ánægður. Virðist þú og Holder hafa leyst það sem gerðist í skólanum þennan dag?" Já. Og þú ert sá fyrsti til að vita að Linden Sky Davis hefur nú fundið einhvern.

„Hvers vegna einhver myndi lúta slíkri eymd er mér óskiljanlegt, en ég er ánægður fyrir þína hönd. Hún yppti öxlum. "Gott hjá þér."

„Takk," ætlaði ég að segja, en orð mín voru trufluð af skyndilegri og háværri upphrópun Six: „Ó nei!

"Fjandinn!" Ég gleymdi. Í dag átt þú afmæli og ég gleymdi því. Til hamingju með afmælið Sky og vei mér fyrir að vera svona hræðilegur besti vinur!"

"Það er allt í lagi," svara ég brosandi, "en í sannleika sagt er ég fegin að þú gleymdir. Eins mikið og mér líkar ekki gjafir og óvæntir á afmælisdögum."

"Ó bíddu. Ég mundi bara hvað ég er frábær. Kíktu á bak við kommóðuna þína í dag til að athuga með mig."

„Tölur," muldra ég.

"Segðu nýja kærastanum þínum að kaupa nokkrar mínútur!" „Takk, en ég þarf að fara núna því mamma þín verður brjáluð ef hún sér þennan síma."

"Já...jæja...hún ætti að vera meira í takt við náttúruna eins og mamma þín." BULL

"Elska þig, Six. Vertu öruggur." Hann brosir hikandi til mín. Ég hlæ aftur: "Já?" "Já?"

„Þú virðist hamingjusamur og ég er ánægður með að þessi hamingja hafi breiðst út í líf þitt.

Eftir að ég brosi fellur símtalið og ég fer aftur inn í herbergið mitt þar sem, þrátt fyrir að mér líkar ekki gjafir, tekur náttúrulega forvitnin völdin og ég geng beint að kommóðunni minni og athuga á bak við hana; þegar ég sé eitthvað á gólfinu þar beygi ég mig til að líta undir og finn óinnpakkaðan pakka á yfirborðinu.
Ég gekk til og tók það upp, tók það svo aftur upp í rúmið mitt áður en ég settist niður, opnaði lokið til að birta heilan kassa fullan af Snickers börum!

Fjandinn, ég elska hana svo.

Ég bíð í eftirvæntingu og flýt mér út um útidyrnar mínar til að læsa á eftir mér áður en ég geng í átt að bíl Holder - bara til að uppgötva að það eru aðrir þarna líka. Farþegahurð hans opnast og stígur út á meðan annar maður kemur inn. Að sjá viðbrögð mín þegar hann snýr sér við... ó bíddu... það var einhver annar. Aha. Að læra.

Breckin opnaði farþegahurðina brosandi og sagði: "Vonandi er þér ekki sama um aðra viðveru í dag; næstbesti vinur minn í öllu lífinu bauð mér hingað."

Ég kem að farþegahurðinni, undrandi og undrandi, aðeins fyrir Breckin að bíða þangað til ég var inni áður en ég opnaði afturhurðina og klifraði upp í sitt eigið sæti að aftan. Holder hlær eins og þeir hafi bara opinberað skemmtilegan orðaleik - sem inniheldur þá ekki! Ég halla mér örlítið fram, halla höfðinu að honum og halla höfðinu örlítið aftur á bak þegar hláturinn hans fyllir bílinn - innri brandari sem ég tók ekki þátt í að búa til!

"Vil einhver ykkar vinsamlegast útskýra hvað er í gangi?" Ég spyr. Holder grípur í höndina á mér og dregur hana að munninum fyrir koss áður en hann segir mér: "Leyfðu Breckin að útskýra þegar hún talar hraðar."

Holder byrjar að bakka út úr heimreiðinni sinni þegar ég beygi í sætinu mínu.

Ég lyfti augabrún á Breckin.

„Ég hef verið með tvöfalt bandalag í gangi í um tvær vikur,“ segir hann vandræðalegur.

"Hvað? Tvær vikur án þess að segja mér það?" Ég stama til baka og reyni að vefja huga minn um það sem var nýkomið í ljós. Ég stari fram og til baka á milli þeirra áður en ég grenja út úr mér: "Tvær vikur? Af hverju hefurðu ekki sagt mér það?"

„Ég var bundinn leynd,“ fullyrðir Breckin.

„Snúðu þér við og settu öryggisbeltið á þig,“ sagði Holder við mig.

"Glástu á mig eftir eina mínútu. Ég er að reyna að skilja hvers vegna þú gerðir upp við Breckin fyrir tveimur vikum en ákvað að dagurinn í dag væri til að biðja mig afsökunar." Hann lítur stutt í áttina til mín áður en hann lítur aftur í átt að veginum og svarar: „Breckin átti skilið afsökunarbeiðni, þar sem ég hagaði mér óviðeigandi þennan dag.

"Hvað, ég átti ekki skilið?"

Hann horfði beint á mig í þetta skiptið. „Nei," svaraði hann ákveðinn áður en hann sneri aftur í átt að veginum og hélt áfram göngu okkar. "Þú átt ekki skilið orð; það sem þú þarft eru gjörðir."
"Af hverju ertu svona alvarlegur? Kærastinn þinn og besti vinur hans í öllum heiminum eru að fara með þig á flóamarkað! Ekki vera svona alvarlegur!" Hann brosir aftur til mín áður en hann sleppir hendinni á mér áður en hann kitlar lærið á mér varlega með annarri hendinni áður en hann segir: "Hættu að vera svona alvarlegur; kærastinn þinn og besti vinur hans í öllum heiminum eru að fara með þig þangað. Komdu og njóttu þín!"

„Hvernig get ég verið hamingjusamur núna þegar búið er að gera hættu á bandalagi mínu? Ég hló og ýtti hendinni frá honum. „Þið tvö virðist eiga töluvert mikið af kossum að gera í dag!

„Þessi þrautaganga hefur verið mér erfið, ég held að ég hafi þjáðst mest. Kærastinn þinn hefur eyðilagt tvö föstudagskvöld fyrir mér - vælandi og vælandi yfir því hversu mikið hann vill þig en vill ekki valda þér vonbrigðum bla bla bla... það hefur verið erfitt að ræða hann ekki í hádeginu á hverjum degi."

Holder snýr sér að Breckin og segir: "Jæja, nú getið þið farið að kvarta yfir mér aftur; lífið hefur farið aftur í sitt venjulega flæði. Þegar Breckin kreisti höndina á mér með fingurgómunum rann í gegnum mína húð mína, annaðhvort af snertingu hans eða orðum hans. ."

„Í dag tel ég að ég eigi skilið rasskoss," segi ég við þau bæði. "Ég vil að þú kaupir mér hvaða hlut sem ég vel á flóamarkaðnum - sama hvað hann kostar, stærð eða þyngd."

"Heyrðu, heyrðu!" Breckin lýsir því yfir af sannfæringu.

„Ó nei," hrópa ég, „Holder er búinn að ná þér.

Breckin hlær og teygir sig til að grípa í hendurnar á mér áður en hann dregur mig í áttina að sér og segir mér „hann hlýtur virkilega að vilja mig þarna inn núna". „Ó nei... nenni ekki að segja neinum frá," heldur Breckin áfram, um leið og við komumst báðir aftur í sætin.

„Ekki halda að ég sé bara að kúra hana í aftursætinu," segir Holder þegar hann slær mig í andlitið með stafnum sínum rétt áður en ég dett aftur á bak.
Handhafi er hneykslaður. Ég hef verið að versla með honum á flóamarkaði og haldið mig við áætlun mína um að kaupa hvaða handahófskennda hluti sem ég finn af handahófi til að sigrast á svikum hans við mig og halda áfram í lífinu. — Getur þér ekki verið alvara? Holder bregst við með vantrú sinni á áætlun mína um handahófskennd kaup til að létta á hjartasorg.

"Já," svaraði ég um leið og ég kinkaði kolli í átt að fígúrunni hans í höndum hans og tók upp samsvarandi piparhristara til að gefa honum. Þó að þetta væru ekki hlutir sem ég myndi persónulega vilja, virtust þeir viðeigandi þar sem enginn gerir hvort eð er keramik salt og piparhristingar úr smáþörmum og þörmum.

Breckin bendir á að þeir tilheyri lækni þar sem við dáumst að þeim saman. Ég teyg mig í vasa Holder og tek upp veskið hans áður en ég sný mér aftur til að spyrja manninn á bak við borðið: "Hversu mikið?"

Hann yppir öxlum. „Ég veit það ekki," svarar hann og virðist ekki hrifinn af tillögu minni um 1 dollara hver fyrir hvern.

"Hvað með að við skiptum einum dollara?" Ég lagði til. Hann tók það úr hendinni á mér og veifaði okkur í mismunandi áttir.

Holder hristi höfuðið. „Þetta var algjör kaup! „Þetta þarf að vera á eldhúsborðinu þínu næst þegar ég kem í heimsókn."

"Það væri ömurlegt!" ég svara. "Hver vill horfa á innyfli á meðan þeir borða?"

Við höldum áfram ferð okkar þangað til við komum að skálanum þeirra Karenar og Jacks, þar sem Karen lítur óvænt í átt að Breckin og Holder áður en hún kinkar kolli til Jack þegar við komum að búðinni þeirra. Þegar við komum þangað tók Karen strax tvöfalda töku þegar hún sá Breckin og Holder sitja nálægt básnum sínum.

"Hæ!" Ég hrópa og teygi báðar hendur út. "Á óvart!"

Jack hoppar upp og gengur um búðina og knúsar mig snöggt áður en hann hleypur aftur inn.

Karen fylgir honum og fylgist með mér allan tímann, virðist vera að fylgjast með mögulegum hótunum gegn mér eða öðrum konum í herberginu.

„Slappaðu af," sagði ég við hana þegar hún byrjaði að stara á bæði Holder og Breckin af tortryggni, þar sem líklegt var að hvorugur maðurinn yrði óléttur um helgina.

Hún hló og vafði að lokum handleggina um mig til að óska mér „til hamingju með afmælið". Því miður kom móðureðli inn um fimmtán sekúndum of seint: "Bíddu. Af hverju ertu hér? Er allt í lagi með allt og þig/okkur/húsið?"
„Það er allt í lagi, mér leiddist einfaldlega, svo ég bað Holder að koma með mér að versla.

Holder stendur fyrir aftan mig og kynnir sig fyrir Jack þegar Breckin kemur fram hjá mér og faðmar Karen faðmlagi og segir við hana: "Hæ, ég heiti Breckin; við erum að sameina krafta sína gegn almenna skólakerfinu í gegnum dóttur þína." Hann bætir við: "Við deilum öll markmiði þínu."

„Var," skýri ég og horfi beint á Breckin. „Ég og hann vorum einu sinni bandamenn". Karen brosir hlýlega til Breckin áður en hún horfir framhjá mér í átt að Holder og hristir hönd hans kurteislega: "Handhafi," spyr hún kurteislega, "hvernig hefurðu það?" Hann svarar áhugalaus með: „Gott," yppir síðan öxlum í vörn þegar ég horfi á hann - svar hans virðist fyrirlitlegt við frekari samræður við mig.
Mér finnst mjög óþægilegt í kringum Holder. Kannski eru það salt- og piparstrikurnar sem hann heldur á eða að það að sjá Karen hefur haft svo breytt áhrif núna þegar hann er að deita dóttur hennar, en að sjá Karen virðist öðruvísi núna þegar Holder er að deita dóttur sína. Til þess að draga úr vanlíðan sný ég mér við og spyr Karen hvort hún eigi poka sem við gætum notað undir hlutina okkar; hún bregst fljótt við með því að teygja sig undir borðið til að útvega honum einn sem setur síðan hristara sína inni í því á meðan hún horfir aftur upp í vafa til mín

„Ekki spyrja," segi ég við Breckin um leið og ég tek töskuna hennar og opna hana svo hann geti lagt önnur kaup sín inn í hana: Viðarramma mynd með „bræðslu", skrifuð með svörtu bleki á hvítan pappír fyrir aðeins 25 sent var heillandi, svo auðvitað keypti ég það líka.

Jack og Karen hreyfa sig hratt til að aðstoða tvo viðskiptavini sem gengu upp að borðinu, svo Jack fór að ganga um básinn til að aðstoða þá, með Karen í miðjunni. Ég sneri mér við og tók eftir því að Holder horfði á bæði Jack og Karen með hörðum augum - eitthvað sem ég hafði ekki séð síðan við hittum kaffistofuna okkar. Það truflaði mig örlítið svo ég nálgaðist hann snöggt til að vefja handleggnum mínum um bakið á honum - í von um að það myndi binda enda á svip hans.

"Hæ," ég ávarpa hann beint. "Er allt í lagi?"

„Ég er góður," svarar hann, vefur handlegginn um mitti mér og brosir hughreystandi til mín. Hann brosir aftur hughreystandi þegar hann rifjar upp loforð mitt um trektköku á meðan hann klappar mér á kinnina með hendinni.

Ég kinkaði kolli og er ánægður með að Holder virðist vera óhrifinn af Karen. Þó hún gæti skilið ástríðufulla nálgun Holders til lífsins hraðar en ég, myndi þetta líklega leiða til annars dramatísks augnabliks þar sem Karen og Holder koma við sögu.

"Traktkaka?" spyr Breckin.

Viðskiptavinur Karenar er ekki lengur hér; í staðinn stendur hún fyrir aftan borðið og starir tómlega á mig með annan handlegginn um mittið og lítur föl út. Hvað gerðist í dag? Þegar ég nálgast, spyr Karen „Allt í lagi?," ekki eins og ég hafi aldrei séð Karen með mér áður. Ég spyr "Ertu viss um að þetta sé nýtt?". „Ekkert hefði átt að koma henni á óvart í þessu," svara ég, þar sem við höfðum ekki haft samband áður.

Matt bjó í rauninni heima hjá okkur í öllu mánaðarlöngu stefnumótasambandi okkar.

„Ég áttaði mig ekki á því að þið væruð að deita.

„Jæja," svaraði ég, „ef við hefðum ekki bara byrjað að deita fyrir fjórum tímum síðan þá hefði ég sagt þér það.

"Ó," svarar hún. "Jæja...þið lítið yndisleg út saman. Má ég tala við ykkur?" Hún ýtti aftur á bak og gaf til kynna að hún vildi fá smá næði; þannig að ég losnaði frá Holder og færði mig í átt að henni þar til við náðum viðeigandi fjarlægð þar sem við gátum talað opinskátt án þess að aðrir fylgdust með henni. Eftir stuttar samræður okkar snerist hún um til að líta til baka og hafnaði tilraunum okkar fljótt með því að hrista höfuðið áður en hún hélt áfram niður göngustíginn sinn.

"Ég veit ekki hvernig mér líður," viðurkennir hún lágt hvíslandi, "um hvað? Jæja, ég er átján ára og ég á kærasta - mikið mál."

"Ég veit það, en hvað gerist í kvöld án þess að ég komi til með að grípa inn í? Hvernig á ég að vita að hann muni ekki hanga alla nóttina?" Hún andvarpaði lágt.

„Það er engin þörf á því," svara ég smá vandræðalega, með samviskubit yfir því að hún viti ekki enn um framhjáhald mitt við Holder. Annars gæti hann ekki lengur verið mögulegur logi minn.

„Þetta er alveg skrítið, Sky. Við höfum ekki rætt reglur um stráka þegar ég er í burtu.

"Mamma, treystu mér - við vorum bara sammála um að byrja að deita fyrir nokkrum klukkustundum! Það er nákvæmlega engin hætta á að eitthvað hræðilegt gerist á milli okkar; hann verður farinn um miðnætti!"

"Ég veit það ekki. Bara að sjá ykkur saman með handleggina utan um hvort annað? Hvernig samskipti ykkar báðir voru...það sló mig bara af. Kannski hefurðu séð hann í nokkurn tíma án þess að segja mér það - og það líður ekki þægilegt fyrir mig - ég vil að þú megir ekki koma og tala við mig um hvað sem er." Hún kinkar kolli ósannfærandi.

"Já, mamma. Trúðu mér ef við hefðum ekki komið saman í dag hefði ég sagt þér frá honum á morgun - sennilega tímunum saman! Þannig að það er ekkert hulið þér, allt í lagi?"
Hún brosir og kreistir mig snöggt og segist búast við að ég segi henni allt um hann á morgun.
nta "Sky, vaknaðu."
Þegar Breckin lítur bleytu niður á skyrtuna sína svíður hann áður en hann lyftir höfðinu af handleggnum á sér til að þurrka kinnina mína af munnvatni sem eftir er. Ég lyfti höfðinu af handleggnum hans, þurrka burt alla frekari dropa af slefi sem safnast hafa þar á meðan ég horfi undan og svíður af andstyggð yfir ástandi þess.

„Fyrirgefðu," biðst ég afsökunar og hlæ. „Þú ættir ekki að vera svona öruggur.

Eftir að hafa eytt átta klukkustundum í að ganga og skoða rusl komumst við loksins heim til hans. Holder og Breckin gáfust að lokum upp og við vorum öll þrjú að keppa um hver gæti fundið tilviljunarkenndastan hlutinn - ég held að ég hafi unnið með magahristingum en Breckin kom í öðru sæti með flauelsmálningu af hvolpi sem hjólaði á einhyrning.

„Ekki gleyma málverkinu þínu," segi ég við hann þegar hann stígur út úr bílnum. Hann hallar sér fram og tekur það upp af stað sínum á gólfborðinu áður en hann kyssti kinn mína áður en hann sagði: „Sjáumst á mánudaginn," áður en hann sneri aftur athygli sinni að Holder: „Ekki halda að hún sé að fá sæti mitt fyrst blæðingar einfaldlega vegna þess að hún er kærastan þín.
Holder hlær. "Ég efast um að hún myndi leyfa mér að steypa þér af stóli!"

Breckin lokar hurðinni á meðan Holder bíður þangað til Breckin er kominn aftur inn í sitt eigið hús áður en hann fer. "Hvað ertu að gera þarna aftur?" spyr hann og horfir aftur í gegnum baksýnisspegilinn minn á mig með skemmtilegan svip á andlitinu. "Stattu upp hérna."

„Ég myndi helst vilja láta einhvern starfa sem bílstjóri minn. Ég yppti öxlum og þegi.

Eftir að hafa lagt bílnum og losað beltið sneri hann sér við í sætinu. Hann sagði: „Komdu hingað", greip um úlnliðina á mér og dró mig áfram þar til andlit okkar voru tommur á milli. Með hendurnar kyrr um andlit mitt lyfti hann þeim upp að mínu og notaði þær til að berja kinnar mínar eins og þær væru börn áður en hann gaf háværu gogga á varirnar mínar og lýsti yfir,

Hann setur bílinn í garð og spennir úr öryggisbeltinu og snýr sér svo við í sætinu. „Komdu hingað," segir hann og teygir hendurnar á mér. Hann grípur um úlnliðina mína og dregur mig á undan þar til andlit okkar eru aðeins tommur til hliðar. Hann lyftir höndunum upp að andlitinu á mér og skellir kinnum mínum saman eins og ég sé lítill krakki. Hann býður mér háværa p.C. Á saman krepptum vörum mínum. „Ég skemmti mér vel þessa dagana," segir hann. "Þú ert svolítið furðulegur."

Ég kasta augabrúninni, nú ekki jákvæð hvort hann hafi bara hrósað mér eða ekki. "Takk?"

Hann dró handlegginn minn fram og ég klifraði hratt upp í framsætið áður en ég spennti beltið um mig.

„Svo erum við að fara aftur heim til þín núna? Ég spyr. Þegar hann yppir öxlum sem svar, "nei. Eitt stopp enn." "Hvað með minn?" spyr hann mig orðrétt.

"Þú munt skilja." Hann hristir höfuðið.

Fyrst keyrum við þangað til við komum að útjaðri bæjarins, síðan kannast ég við að við séum komin á flugvöllinn á staðnum þegar hann leggur út á hliðarveg og fer út án þess að segja orð; þegar hann kemur í kringum mig opnar hann hurðina mína áður en hann segir: "Við erum hér!" og benti í átt að flugbrautinni sem dreifðist yfir opið svæði á móti okkur.

"Handhafi, þessi flugvöllur er einn sá minnsti innan við 200 mílur. Ef þú vilt horfa á flugvél lenda skaltu búast við að það taki tvo daga."

Hann tók í höndina á mér og leiðbeindi mér niður litla hæð og sagði við mig "Við erum ekki hér til að horfa á flugvélar." Við héldum áfram að labba þangað til við komum að flugvallargirðingu sem hann prófaði með því að hrista hana og tók höndina mína aftur í aðra gönguferð eftir jaðri hennar og sagði við mig „Farðu úr skónum, það mun gera það auðveldara". Þegar við horfðum á bæði stóðum við og horfðum í andlit hvors annars. Ég leit aftur til hans áður en ég sneri mér aftur í átt að skónum mínum til að ganga áfram.

"Hvernig á ég að komast yfir það fjall?"

„Jæja," svaraði hann hugsi, „ég gæti tekið þig upp og hent þér, en það gæti sært meira.

"Hey! Sjáðu kjólinn minn! Ég gerði mér ekki grein fyrir því að við myndum klifra upp girðingar í kvöld - það er örugglega ólöglegt!"

Hann ýtir mér í átt að girðingunni. "Þetta er ekki ólöglegt þar sem stjúppabbi minn stjórnar flugvellinum; og nei, ég sagði þér ekki að við myndum klifra upp girðingar - þar sem ég var hræddur um að þú myndir skipta úr þessum kjól!"

Þegar ég greip girðinguna til að prófa hana birtust hendur hans skyndilega á mitti mér og í einni snöggri hreyfingu var ég að fljúga í gegnum loftið og skaust yfir hana eins og hún væri ekki einu sinni þarna!

"Jesús! Handhafi!" Ég hrópa á meðan ég hoppa hratt niður frá annarri hliðinni.

"Þetta var of hratt. Ég vanrækti að fá inntöku." Hann brá sér upp að girðingunni og teygði fótinn yfir, áður en hann stökk niður í hrúgu á grasinu fyrir neðan okkur öll. Með hendina mína enn í hendinni greip hann mig nærri mér og dró mig áfram.
Við göngum að flugbrautinni og stoppum til að fylgjast með mikilli lengd hennar. Að hafa aldrei farið í flugvél áður er tilhugsunin um það örlítið skelfileg - sérstaklega í ljósi þess að það er vatn í öðrum enda alls þess!

"Hefur einhver flugvél lent í því vatni?"

„Bara einn," segir hann við mig þegar við förum niður saman og dregur mig með. "En það var lítil Cessna með slasaðan flugmann sem féll í gegnum djúp vatnsins. Þeim tókst að bjarga báðum, þó flugvél þeirra sé enn á kafi undir vatni." Þegar við komum að flugbrautinni setur hann sig niður á hana á meðan hann togar í höndina á mér til að leiðbeina mér að gera það sama.

"Hvað erum við að gera?" spyr ég á meðan ég laga kjólinn og fer úr skónum.

Hann skipar þeim að "Shhh", leggjast niður og líta upp.

Ég hallaði mér aftur og dró andann örlítið. Fyrir framan mig var fjöldi stjarna geislandi meira en ég hef nokkurn tíma séð áður.

„Vá," hrópa ég. „Þetta lítur ekki svona út úr bakgarðinum mínum."

"Já. Þess vegna kom ég með þig." Hann teygði sig niður á milli okkar og vafði bleiku sinni utan um minn.

Við sitjum róleg saman og deilum ósögðri en þó friðsælri þögn. Annað slagið lyftir hann bleiku sinni til að bursta á móti hendinni á mér með lágmarks snertingu - það er allt og sumt. Þó ég klæðist fötum með greiðan aðgang fyrir hann til að kyssa mig reynir hann aldrei að gera það; greinilega kom hann mér hingað ekki til að skipta um snyrtingu heldur svo við gætum deilt ástríðum hans saman.

Holder heldur áfram að koma mér á óvart, sérstaklega á síðasta sólarhring. Þó að ég skilji ekki nákvæmlega hvað olli reiði hans í hádeginu í mötuneytinu, virðist hann fullviss um að

hvað sem gerðist muni ekki endurtaka sig og taka orð hans sem fagnaðarerindi; allt sem ég get gert núna er að treysta honum fyrir framtíðinni minni að treysta honum í bili og vona að hann skilji að ég veiti ekki hollustu mína frjálslega lengur ef hann meiðir mig aftur - vitandi fyrir víst að það væri í síðasta skiptið sem hann gerir það nokkurn tímann í lífinu!
Þegar ég halla mér að höfðinu á honum og horfi á hann stara upp í himininn með rifnar augnbrúnir og eitthvað greinilega í huganum, velti ég því fyrir mér hvort eitthvað muni einhvern tíma fara í huga okkar sem gæti valdið því að við höfum svipaðar hugsanir um hvort annað. Ég velti því fyrir mér hvort við gerum það nokkurn tíma.
Að brjótast í gegnum þann hindrun var markmið mitt; það var svo margt um fortíð hans, systur hans og fjölskyldu sem ég vildi vita meira um - en að gera það núna myndi draga úr einbeitingu hans á hvaða hugsun sem hann er að stunda núna - ég veit nákvæmlega hvar og hvað hann er að gera núna - starandi út í geiminn, starandi eins og ég geri þegar ég horfi upp í stjörnubjartan himininn minn!

Ég dáist ákaft að honum áður en ég horfi út í geiminn og byrja að hugsa mínar eigin hugsanir þegar hann skyndilega rýfur þögnina með óvæntri spurningu.

"Hefur þú átt ánægjulegt líf?" spyr útlendingurinn hljóðlega.

Mér finnst spurning hans forvitnileg, ekki síst vegna þess að mig langar að vita hvað var í huga hans þegar hann setti hana fram - var hann að hugsa um líf mitt eða var það meira um hann sjálfan?

„Já,“ svaraði ég satt. "Já, ég hef."

Í fyrstu virðist hann tregur, en tók svo fljótt í höndina á mér. "Góður." Við töluðum ekki aftur fyrr en um 30 mínútum síðar þegar hann tilkynnti að hann væri tilbúinn.
Einhvern tíma fyrir miðnætti komum við heim til mín og komumst báðir út. Þegar hann tók af mér pokana mína af tilviljanakenndu dóti og fylgdi mér inn í útidyrnar stóð hann þarna með þeim í nokkur augnablik áður en hann skildi þá eftir með „ég kem ekki lengra,“ á meðan hann stakk höndum sínum í vasana.

"Af hverju?" þeir spyrjast fyrir. "Ertu vampíra?" kinkaði kolli einn þeirra áður en hann útskýrði að hann þyrfti ekki leyfi til að fara inn eða gista. Hann brosti áður en hann svaraði að það væri einfaldlega hans skoðun að þeir ættu ekki að vera áfram.

„Af hverju leggjumst við ekki bara saman, það virðist sem þú hafir ekki fengið mikla hvíld í gærkvöldi. Ég vil ekki að hann fari; gærkvöldið var langbesta nóttin sem ég hafði eytt í að sofa í fanginu á honum!

„Ég get það ekki," svarar hann og dregur mig nær í faðmlagi sem endist út samtalið okkar. Hann segir þetta vera vegna nokkurra þátta - mamma hans mun líklega byrja að spyrja spurninga um hvar ég var í gærkvöldi; að heyra þig lofa mömmu þinni að ég myndi fara um miðnætti; og verið í gíslingu af þér þar til það var kominn tími fyrir okkur báðar að fara." Þegar ég gekk um í dag, hélt ég áfram að reika að því sem leynist undir þessum kjól.

„Svo ekki sé minnst á þessar varir," segir hann lágt um leið og augnlokin þyngjast og röddin fellur niður í hvísl. „Þú hefur ekki hugmynd um erfiðleikana sem ég upplifði við að reyna að hlusta á allt sem þú sagðir í dag á meðan hugur minn reikaði aftur til þess hversu mjúkir og ótrúlegir á bragðið þau eru... Um leið og hann kyssti mig mjúklega fór ég að bráðna inn í hann... fyrir þann kjól... jæja, það er aðalástæðan fyrir því að ég fer ekki lengra inn í þetta hús..." Ég skalf undir fingurgómunum á honum þegar hönd hans hljóp varlega niður bakið á mér áður en hún færðist varlega yfir mjöðmina mína og upp lærið á meðan maginn á mér titraði undir fingurgómunum "Þessi kjóll er ástæðan fyrir því að ég mun ekki stíga lengra inn í þetta hús". Ég skalf undir fingurgómunum á honum þegar fingurgómarnir renndu hendinni niður bakið á mér áður en hann hljóp hendi niður bakið á mér áður en ég renndi hendi rólega yfir mjöðmina mína og síðan yfir mjöðmina áður en hún renndi mjúklega yfir mjöðmina og síðan yfir mjöðmina og síðan upp á lærið þar sem það byrjaði. Þessi kjóll einn stoppaði hann lengra inn í þetta hús." Hann fór lengra inn og sagði henni að ég myndi ekki slá inn meira orð frá henni nema hún færi í hana. Hún sagði honum að hún myndi ekki fara inn í húsið sitt lengur og stoppaði hann bara áður en hún sneri sér við. í kring." Hann sneri sér frá rétt áður en hann bráðnaði inn í hann áður en hann dró hann að sér áður en hann dró sig til baka áður en hann dró sig til baka rétt eins og bráðnunin mín bráðnaði inn í hann áður en hann dró mig í burtu rétt áður en hann bráðnaði aftur fyrir hann áður en hann hvíslaði með, hljóp hendinni varlega niður bakið á mér mjöðm og renndi henni yfir mjöðm og ofan á læri áður en hann færði fingur hans skjálfandi létt yfir hana og labba lengra inn í hana "Þessi kjóll". Ég myndi ekki fara inn í það hús vegna þess að "þessi kjóll." Og sagði að þessi kjóll myndi ekki halda áfram að ganga lengra inn í hann og sagði að þessi kjóll væri það sem gerir þetta hús að þessu húsi þar til eftir allt þetta! Aðal ástæðan? Og þarna. Og þessi kjóll sem - þangað til í þessu húsi; sagði þá; þetta hús. Þessi kjóll myndi valda "þessu húsi." Hann dró varlega í burtu áður en aftur á bakið á mér og hljóp höndina varlega niður bakið á mér í gegnum til að kyssa annan einn fingur hlaupa læri undir fingurgóma hljóp fingrinum svo varlega hljóp handagli og ég ákvað..

Eins og líkami minn var að bregðast við samþykkti ég fljótt ákvörðun hans. Á meðan ég naut þess að vera í kringum hann og kyssa hann, varð fljótt ljóst að það yrði nákvæmlega ekkert aðhald af minni hálfu og það fannst mér ekki rétt ennþá.

Andvarpa. Stynja. Eins mikið og ég er sammála því sem hann er að segja, þá virðist líkami minn enn vera í uppnámi yfir því að hafa ekki grátbað hann um að vera lengur. Skrítið hvað það eitt að vera í kringum hann í dag hefur á einhvern hátt dýpkað þörf mína fyrir að eyða meiri tíma saman.

"Er þetta eðlilegt?" spyr ég hann um leið og ég horfi upp í augu fyllt með þrá eftir meiri löngun en nokkru sinni fyrr. Það er augljóst hvers vegna hann vill fara fyrst þar sem það virðist ljóst að hann vilji komast yfir þetta stig eins fljótt og auðið er líka.

"Hvað meinarðu?" Þegar ég þrýsti höfðinu inn í bringuna á honum til að tala án þess að horfa beint á hann á meðan ég tala upphátt koma stundum vandræðalegir hlutir fram sem þarf að segja samt. Er það eðlilegt hvernig okkur finnst um hvort annað?" Við höfðum ekki þekkst lengi. Mestur tími fór í að forðast hvort annað, en eitthvað er öðruvísi með þig. Flestar stefnumót byrja á því að reyna að byggja upp upphaflega tengingu - samt allt um okkur virðist eðlilegt; eins og við séum að reyna að fara aftur á bak, að reyna að uppgötva hvort annað aftur með því að hægja á því aftur - meikar það eitthvað sens?" Ég spyr hann hvort þetta hljómi undarlega?
Hann burstar hár mitt úr andliti mínu og horfir á mig með augu fyllt angist í stað þrá; að sjá svip hans gerir hjarta mitt þungt.

"Hvað sem þetta kann að vera, við skulum bara þakka að ég fann þig loksins og halda áfram án frekari greiningar. Við skulum bara vera þakklát fyrir að ég fann þig."

"Það hljómar eins og þú hafir verið að leita að mér." Ég brosi þegar hann er búinn að tala og svarar.

Hann svíður þegar hendur hans hvíla létt á hvorri hlið höfuðsins á mér og hallar andliti mínu að hans. „Ég hef leitað að þér allt mitt andskotans líf," tilkynnir hann, traustur og ákveðinn í svip sínum þegar munnur okkar kemur saman við að tala þessa samræðu. Um leið og hann sleppti lausu við þá setningu, hittust varir okkar aftur um leið og setning hans fór af vörum hans; kyssti fast en án ástríðu eins og aldrei áður; þar sem ég reyndi að draga hann nærri mér en sleppti takinu þegar hnefinn minn hneigðist í hárið á honum í staðinn.

„Ég elska þig," svarar hann og þvingar sig fram af tröppunum. "Ég sé þig á mánudaginn."

„Ég elska þig líka," segi ég án þess að spyrja hvers vegna við sjáumst ekki á morgun; þetta mun gefa okkur tíma til að vinna úr síðasta sólarhring, en jafnframt veita Karen upplýsingar um nýja ástarlífið mitt (eða réttara sagt, lífið).

12. KAFLI

Við Holder höfum verið opinberlega saman í næstum mánuð núna, og hingað til hafa ekki verið neinir sérkennilegir þættir hans sem pirra mig; frekar, litlu venjurnar hans elska hann bara meira fyrir mig - eins og að stara á mig eins og hann sé að læra á mig eða kasta kjálkanum þegar hann er pirraður eða jafnvel bara að sleikja varirnar í hvert skipti sem hann hlær (það er reyndar frekar heillandi!) eða dílarnir hans sem halda áfram að gleðjast. .

Síðan Holder skreið fyrst inn um gluggann minn og inn í rúmið mitt hefur hann verið stöðugur. Síðan þá hafa engin ummerki um fyrri skapgerðarhegðun hans komið upp á yfirborðið; í staðinn hefur samband okkar aðeins dýpkað með tímanum - mér finnst eins og hann geti alveg eins lesið mig!

Með Karen heima um hverja helgi höfum við Breckin ekki átt mikinn eintíma saman. Mestur tími okkar fer í skólann eða úti saman á stefnumótum um helgar. Af hvaða ástæðu sem er, finnst Breckin óþægilegt að koma inn í svefnherbergið mitt þegar Karen er heima; þess vegna legg ég til að við heimsækjum húsið hans í staðinn; þess vegna horfum við á kvikmyndir saman í staðinn og höfum líka farið nokkrum sinnum út með nýja logi Breckins Max.

Við Holder höfum átt ánægjulegt samband en samt höfum við ekki gert mikið saman. Við erum bæði að verða sífellt svekktari yfir því að hafa ekki ákjósanlegan stað til að gera út á. Bíllinn hans veitir kannski ekki fullkomna gistingu, en við látum okkur nægja það sem er. Bæði erum við að telja niður þar til Karen fer um næstu helgi þegar þetta verður allt auðveldara aftur.

Max og Breckin hittust í listagalleríi tveimur vikum áður án þess að hafa nokkurn tímann gert sér grein fyrir því að þau gengu í sama skóla, svo ég er ánægður með að þau hittust hér við borðið mitt í dag. Mér líður meira heima hér núna þegar máltíðirnar okkar koma nógu fljótt! Breckin getur stundum liðið eins og utanaðkomandi í sambandi okkar; Ég nýt félagsskapar hans afskaplega, en að sjá hann leggja meiri tíma og umhyggju í eigin sambandi hefur létt mjög á hlutunum.

Max spyr þegar ég sest: "Eruð þið og Holder upptekin á laugardaginn?" Svar mitt: "Nei. Hvers vegna ætti það að vera?"

"Það er listagallerí í miðbænum sem sýnir eitt af verkunum mínum á listasýningunni þeirra á staðnum. Ég vil að þið komuð að sjá það!"

„Þetta hljómar æðislega," hrópar Holder um leið og hann settist við hliðina á mér. "Hvaða verk ætlarðu að sýna?"

Max yppti öxlum. "Ég veit það ekki ennþá; ég er enn að reyna að ákveða á milli tveggja." Breckin kinkaði kolli. "Þú veist hvern þarf að slá inn."

Það er hvorugur þessara valkosta.

Max brosti til Breckin. „Í ljósi þess að við búum í Austur-Texas gæti málverk með samkynhneigð ekki farið mjög vel hér."

Holder lítur frá einum til annars þegjandi áður en hann segir: "Hverjum er ekki sama hvað fólki hér í kring hugsa?"

Max brosir stuttlega áður en hann tekur upp gaffalinn sinn til að líta aftur á þá. „Þetta eru foreldrar mínir," svarar hann.

"Vita foreldrar þínir að þú ert samkynhneigður?" Ég spyr.

Hann kinkaði kolli. „Já, þeir hafa verið nokkuð stuðningsmenn þegar á heildina er litið, þó að þeir vildu helst ekki leyfa kirkjuvinum sínum að kynna sér þetta mál til þess að vorkenna ekki að hafa barn dæmt til helvítis.

"Ef Guð væri týpan til að dæma okkur öll til helvítis fyrir að elska aðra manneskju, þá myndi ég samt ekki vilja eyða eilífðinni með honum."

"Ég veðja að þeir bjóða upp á trekttertu í helvíti!" Breckin hlær.

„Hvað hefst viðburðurinn á laugardaginn? Handhafi spyr. „Við Sky ætlum að koma seinna um kvöldið.

„Leiknum er lokið," tilkynnti Breckin og benti á að kynningu þeirra væri lokið klukkan 21:00.

"Eigum við áætlanir?" Ég spurði Holder.

Hann glottir og vefur handleggnum um axlir mínar áður en hann hvíslar í eyrað á mér: "Mamma verður farin á laugardagskvöldið, svo ég vil sýna þér svefnherbergið mitt."

Hrollur um handleggina á mér þegar ég fæ allt í einu myndir sem myndu aldrei eiga við á mötuneyti menntaskóla.

"Ég vil ekki einu sinni vita hvað hann sagði sem fékk þig til að roðna svo mikið!" Breckin hlær.

"Hver er klæðaburðurinn fyrir sýninguna á laugardaginn? Ég var að hugsa um að vera í sólkjólnum mínum um kvöldið en er óviss um formsatriði." Þegar Holder kreistir lærið á mér heyri ég alls kyns hugsanir upp í huga hans um hvers konar formlegur klæðnaður myndi virka. Ég brosi vitandi nákvæmlega hvernig þessi hugsun hlýtur að hafa haft áhrif á hann.

Max byrjar að svara mér þegar skyndilega, út af engu, segir einhver fyrir aftan okkur eitthvað við Holder sem ég missti af og það vekur strax athygli hans - snýr sér við, snýr sér beint að þessari manneskju með "Gætirðu endurtekið það?" sem pirruð blik. "Gætirðu endurtekið það?" Kröfur handhafa.

Ég sný ekki við. Reyndar vil ég ekki einu sinni vita hver það var sem hafði komið með hreinskilinn handhafa til baka á innan við tveimur sekúndum.

„Ég ætti kannski að tala skýrar," segir maðurinn og hækkar röddina. „Ég stakk upp á því að ef þú getur ekki barið þá algjörlega til dauða, þá skaltu ganga til liðs við þá í staðinn.

Holder hreyfir sig ekki strax, gefur mér tíma til að grípa í andlitið á honum og beina fókusnum á mitt. „Handhafi," segi ég við hann ákveðinn. "Vinsamlegast hunsið það. Þakka þér fyrir."

„Bara hunsaðu hann," ráðleggur Breckin og bætir við, „Hann er bara að reyna að styggja þig; Max og ég fáum þetta alltaf svo við erum vön þessu."

Holder hreyfir kjálkann hægt fram og til baka á meðan hann andar rólega í gegnum nefið, mýkir svip sinn í augunum smám saman áður en hann tekur í höndina á mér áður en hann snýr sér hægt frá honum og til baka án þess að horfa beint aftur á gaurinn aftur. „Ég er góður," fullvissar hann sjálfan sig meira en nokkur annar í kringum okkur og sannfærir sjálfan sig meira en okkur öll um líðan sína. "Ég er góður."

Þegar Holder sneri sér að mér fór hlátur að aftan að hljóma í hádegissalnum. Þegar axlir hans hertust enn frekar, lagði ég höndina á fótinn hans og kreisti varlega í von um að hann myndi haldast afslappaður.

„Þetta er fínt," segir gaurinn fyrir framan okkur. "Ekki láta drusluna tæla þig til að verja nýju vini þína - þeir skipta þig líklega ekki eins miklu máli og Lesslie gerði, annars yrði ég eins barinn og Jake eftir að þú lamdir hann í fyrra!"

Ég á mjög erfitt með að bregðast ekki ofbeldi sjálfur og sparka Holder beint í sköflunginn; svo það er ljóst að hann hefur ekkert aðhald eftir. Þegar Holder snýr sér við og byrjar að snúa andliti sínu svipbrigðalausu veit ég að eitthvað hræðilegt er að fara að gerast en ég get ekki stöðvað það; áður en hann stekkur yfir borðið og slær mig vitlausan

Í fyrstu er ég hissa þegar ég geri eitthvað sem ég veit að mun hneyksla jafnvel mig: Ég lem Holder eins fast í andlitið og hægt er í andlitið á honum og horfi á þegar hann dregur hönd sína samstundis frá sér, lítur alveg skelkaður, áður en ég horfi beint á mig aftur og sé að við vorum bæði hissa - eitthvað sem veitir mér mikla ánægju. Hann er allavega að horfa á mig sem þýðir eitthvað.

„Gangur," lýsti ég ákveðinn um leið og ég fékk athygli hans. Ég ýtti honum af bekknum sínum með hendurnar enn á bakinu og hélt svo áfram að ýta þangað til hann var að ganga í átt að útganginum að mötuneytinu. Þegar við komum aftur á ganginn skellti hann hnefanum í einn af skápunum skammt frá og skildi eftir sig heyranlegt dæld fyrir aftan kraftinn; Mér fannst létt yfir því að þetta afl lenti ekki á neinum á kaffistofunni!

Hann er sár; andlit hans er roðið og ég hef aldrei orðið vitni að þvílíkri reiði frá honum áður. Þegar hann fer fram á ganginn og starir einbeittur á kaffistofudyrnar, verð ég sífellt meiri áhyggjur af því að hann gæti gengið til baka í gegnum þær; þannig ég ákveð að koma honum enn lengra í burtu.

„Við skulum fara að bílnum þínum," ég ýti honum í átt að útganginum og hann leyfir mér. Við göngum hægt alla leið að bílnum hans á meðan hann logar þegjandi alla leiðina fram og til baka. Þegar hann er kominn inn klifrar hann upp í bílstjórasætið sitt á meðan ég fer inn í farþega og loka hurðum okkar tryggilega á eftir okkur - án þess að vita hvort hann gæti reynt að fara aftur inn í skólann og klára það sem þessi manneskja hafði byrjað á, eða hvort ég verð að halda honum frá til kl. reiði hans hjaðnar alveg.

Það sem á eftir fer var ekki það sem ég bjóst við; hann teygði sig yfir og dró mig þétt að sér á meðan hann hristist óstjórnlega; axlir hans nötruðu þegar hann þrýsti hálsinn á mér harkalega, höfuð hans greyptist inn í mitt. Það var átakanlegt.

Hann er að gráta.
Ég vef handleggina um hann, held fast á meðan hann leysti úr læðingi allt sem hafði verið fast í honum. Hann tók mig í kjöltu sér, þrýsti þéttar að mér á meðan hann sleppti spennu sem hann gæti hafa haldið aftur af sér frá því að fá útrás fyrir tilfinningar sínar. Við kúrum okkur nærri þegar ég kyssi síðuna hans ítrekað - mjúkir kossar á báðar kinnar eða létt á hvorri kinninni (það sem heyrir meira) þar til allur hávaði hafði minnkað í deyfðan hávaða á öxlina á mér, þar sem hann gaf varla frá sér hljóð í öxlina á mér) . Í nokkrar mínútur enn, þar til hann varð loksins kyrr og hljóður; svo héldum við áfram að kyssast létt á hvorri hlið höfuðsins á honum á meðan við hlupum hendur upp og niður bakið á honum (höldum enn nálægt). Við gerðum þetta þar til loksins kyrrð settist á og loksins skildi okkur báðir kúra þétt þrátt fyrir að hann héldi mig þétt utan um sig þrátt fyrir að halda mér þétt utan um mig í nokkrar mínútur í viðbót þar til loksins kom kyrrð í fang hans í kringum hann þar til loksins var komið í þögn, þó enn væri þétt í kringum mig frá honum sem hélt þétt í mig fyrir að hafa

tekið svo þétt utan um mig enn að halda fast þar til loksins kyrrð settist á en ekki áður en hann hélt enn þétt í kringum mig frá honum heldur enn þétt í mig að honum áður en hann slakar loksins á honum þar til loksins sleppti dauðahaldi sínu í kringum hann þar til hann var loksins nógu rólegur til að hann sleppti honum svo sem enn gripi mig föngnum.

"Viltu tala um það?" hvísla ég og strýk hárið á honum varlega. Þegar ég dreg mig til baka hallar hann höfðinu á höfuðpúðann og horfir beint á mig með rauðleitum augum sem virðast full af sárum; þeir báðu um athygli mína svo innilega að ég átti ekki annarra kosta völ en að kyssa augnlok hans mjúklega áður en ég fór aftur í burtu og beið eftir orðum hans.

„Ég laug," viðurkennir hann með sársauka í röddinni og lætur magann herða af ótta við það sem hann hefur í huga fyrir mig. Ég treysti ekki því sem er í vændum: „Ég sagði þér að ég myndi gera það aftur; að ef ég fengi annað tækifæri myndi ég slá Jake yfir bakið á honum aftur. Hönd hans hvílir létt á kinn minni þar sem hann starir beint í augu mín með örvæntingarfullum augum; "en reyndar... það myndi alls ekki gerast; hann var ekki verðugur þess sem gerðist. Sky. Ég sé eftir hegðun minni í garð Jake!" Og þessi krakki þarna? Hann er yngri bróðir Jake. Hann hatar mig fyrir það sem ég gerði og hefur fullan rétt á að líða þannig; hann getur líka sagt hvað sem hann vill um mig því það er réttlætanlegt; Ég á þetta allt skilið. "Þetta var ein ástæðan fyrir því að ég vildi ekki koma aftur, vitandi að allar athugasemdir sem einhver gerði væri réttlætanlegar. Hins vegar mun ég ekki láta Breckin gera lítið úr og móðga þig og Breckin svona; hvað sem hann segir um okkur eða Les er sanngjarn leikur en þú gerir það ekki." Augu hans byrja aftur að glitra á meðan ég hélt í andlitið á mér með báðum höndum í angist.

"Handmaður, það er í lagi að verja ekki alla; það myndi aðeins þjóna þér til að fjarlægra þig enn frekar. Jake hefði ekki átt að gera athugasemdir eins og um systur þína í fyrra og nú hefði bróðir hans ekki átt að gera slík ummæli í dag."

Hann hristir höfuðið ósammála. Jake hafði rétt fyrir sér: Ég veit að þetta hefði ekki átt að koma svona út og hefði örugglega ekki átt að segja það sem hann sagði, en Jake var nákvæmur: Aðgerðir Les voru ekki hetjulegar eða göfugar eða hugrakkar - frekar, þeir voru sjálfsbjargar. ; hún reyndi aldrei að þola þrýsting eða herða það fyrir sjálfa sig." Hún var ekki að hugsa um mig eða foreldra mína - allt sem henni þótti vænt um var sjálfa sig og ekkert annað. Og það fær mig til að hata hana enn meira, Sky. Ég" Ég er veik og þreytt á að vera bitur í garð hennar; gjörðir hennar verðskulda ekki þetta hatur og að ég hafi ekki hjálpað henni að taka þessar ákvarðanir, þó það hafi verið mitt val að hjálpa ekki, þegar það í raun og veru hefði getað gert hlutina miklu betri fyrir okkur bæði "Ég elskaði þessa stúlku meira en nokkur önnur, en hafði samt ekki hugmynd um hversu mikið tjónið myndi valda henni."

Ég nota þumalfingur minn til að þerra tár hans, enda veit ég ekki hvað ég á að segja annað; og gera það eina sem ég veit að ég get gert á því augnabliki: kyssa hann í örvæntingu til að

reyna að sefa þjáningar hans á nokkurn hátt. Þar sem þessi reynsla af dauðanum hafði aldrei farið á vegi mínum áður var ómögulegt að skilja hvar reiði hans stafaði. Hann vafði höndunum um hárið á mér og kyssti mig svo ákaft til baka.
Kraftmiklir kossar byrja að létta spennuna smám saman á nokkrum mínútum þar til við loksins hættum að kyssast og sleppum takinu.

"Handhafi, þú hefur fullan rétt á að finnast þú særður vegna þess sem hún gerði; hins vegar hefur þú líka fullan rétt á að elska hana þrátt fyrir það. Það sem þú hefur ekki rétt á að gera er að kenna sjálfum þér." Enginn getur nokkurn tíma skilið til fulls hvers vegna hún tók þetta val, svo hættu að berja þig fyrir að hafa ekki öll svörin. Hún bjó til það sem hún taldi vera best fyrir sjálfa sig, sama hvort í ljós kom að það var rangt; þessi ákvörðun var ekki tekin af þér heldur af henni. "Ekki kenna sjálfum þér um að hafa ekki vitað hvað hún sagði þér ekki. Slepptu þér," kyssi ég ennið á honum áður en ég sný mér aftur með lokuð augun til að horfast í augu við hann aftur. "Slepptu þessu öllu; haltu fast í hatri, ást, biturleika ... slepptu bara sökinni - það er það sem heldur aftur af þér, elskan."

Hann lokaði augunum, dró hausinn á mér að öxlinni á sér og andaði snöggan, skjálftan andann út um leið og ég fann hann kinka kolli til að svara. Fljótlega fór þó allt að jafna sig aðeins meira þar til við kysstumst á höfuðið áður en við héldum hvort öðru þegjandi í einhvern tíma á eftir. Sú stund festi öll tengsl okkar sem við héldum að væru á milli okkar; sama hvað gerist á milli okkar í þessu lífi núna, sama hvaða breytingar verða á milli okkar...við munum alltaf eiga eitthvað sameiginlegt; það veitir huggun að vita þessa þekkingu.

"Af hverju í fjandanum slóstu mig?" spyr Holder vantrúaður.

"Fyrirgefðu. Ég þurfti að koma þér þaðan fljótt, og þetta var eina leiðin." Ég hlæ þegar ég kyssi kinn hans þar sem ég hafði samband. Fingraför mín hafa dofnað með tímanum en eru áfram áberandi á húð hans. „Fyrirgefðu að ég beiti valdi á þennan hátt, ég gat í raun ekki hugsað mér aðra leið."

Hann brosir, "Þetta virkaði. Enginn annar hefði getað sagt eða gert neitt sem hefði hjálpað. Þakka þér fyrir að vita nákvæmlega hvernig á að stjórna mér; stundum er jafnvel ég ruglaður um hvernig best er að takast á við."

"Treystu mér, Holder; ég hef ekki hugmynd um hvernig ég á að stjórna þér. Svo við skulum bara taka þetta atriði fyrir atriði."
"Klukkan hvað heldurðu að þú komir til baka?" spyr ég Holder þegar við hallum okkur að bílnum mínum saman. Síðan það sem gerðist í hádeginu á mánudaginn í bílnum hans, höfum við ekki átt mikinn eintíma saman, en sá sem reyndi að koma einhverju á milli okkar hefur ekki sagt neitt aftur - sem gerir það að verkum að vika verður tíðindalítil eftir dramatískt upphaf hennar.

"Við komum ekki til baka fyrr en eftir miðnætti; Hrekkjavökuveislur þeirra standa venjulega í nokkrar klukkustundir. Hins vegar get ég sótt þig í hádegismat ef þess er óskað og við getum verið saman allan daginn þar til galleríið okkar sýnir."

"Nei. Í dag á Jack afmæli og við gefum honum hádegismat þar sem hann þarf að vinna í kvöld. Komdu að sækja mig klukkan sex."

"Já frú," svarar hann um leið og hann kyssir mig áður en hann opnar hurðina mína svo ég geti farið inn. Ég veifa bless þegar hann gengur í burtu áður en hann dregur símann minn upp úr bakpokanum; Sex hafði sent mér skilaboð sem gladdi mig þar sem þetta hefur ekki verið að koma á hverjum degi eins og hún sagði að það myndi gera. Þó að þetta hafi ekki truflað mig of mikið í fyrstu, en núna að fá bara einn á þriggja daga fresti gerir það mig sorglegri en áður.

Segðu maka þínum þakka þér fyrir að hafa loksins aukið mínúturnar á símaáætluninni, en spurðu hvort hann hafi stundað kynlíf ennþá; sakna hans.

Ég hlæ að hreinskilni hennar og svara henni með textaskilaboðum.

Nei, við höfum ekki kynnst kynlífi ennþá. Ég held þó að þolinmæði hans muni bráðum þverra; spurðu mig aftur eftir morgundaginn og svarið mitt gæti breyst verulega! Sakna þín enn meira en nokkru sinni fyrr.

Ég ýtti á senda og leit niður á símann minn. Þó ég hafi ekki íhugað hvort ég væri tilbúin eða ekki, þá áttaði ég mig á því að ég er það. Kannski að bjóða mér heim er leið hans til að komast að því hvort ég sé það eða ekki.

Rétt eftir að hafa skipt í bakkgír, hringir síminn minn. Ég tek það upp til að uppgötva að þetta er texti frá Holder.

Ekki fara, ég er á leiðinni aftur í bílinn þinn.

Rétt í þessu nálgaðist hann, svo ég setti bílinn minn í skyndi og rúllaði niður glugganum um leið og hann gerði það. „Hæ," segir hann og hallar sér inn í gluggann minn áður en hann skagar augunum frá mér í kvíða og horfir stressaður í kringum bílinn - óþægilegt útlit sem ég hata vegna þess að það þýðir yfirleitt að eitthvað fylgir fljótlega á eftir sem situr kannski ekki vel.

"Um...hann lítur aftur á mig með björtum, skínandi augum sem gleypa alla fallega eiginleika sem hann býr yfir, þar á meðal þessi ljómandi bláu í augum hans sem horfðu beint á mín eins og þau vildu hvergi annars staðar horfa á mig. Svipurinn hans virtist ruglaður eins og þeir skildu ekki hvers vegna ég sendi skilaboðin sem ætluð voru sex." Ég sagði eitthvað á þessa leið; þú veist...þú sendir SMS til Six en sendir það í staðinn fyrir mig... "Uh. þú sendir bara texta sem ætlaður var fyrir Six uh...um....," og hann leit undan áður en hann talaði beint inn í andlit hans það sem hafði gerst. Augu hans horfðu á mín af svo miklum styrk að þau virtust aldrei vilja leita annars staðar...hann horfði inn í mitt eins og það myndi aldrei yfirgefa sjón mína... Hann leit út eins og þau gætu aldrei yfirgefið augun mín... Áður en hann loksins áttaði sig á því hver það þýddi sendandi og spurði. "Uh. Þú sendir bara uh...það átti við Six. Þú hlýtur að hafa sent þennan texta þegar allt ætlaði fyrir Sixer...hann gætirðu vinsamlegast áframsend?" Hann sendi strax vini sínum Six sms...og sendi ósvífni...!? En ég hélt að þú sendir texta sem ætlaður var fyrir Sex; þó það kom með henni, of fljótt áður en hún var spurð ekki aðeins sexers heldur sendi það líka; "Uhhh...Þú sendir bara uh...tooeen." Frekar þá.. "U umm" Þú sendir bara inassumind sendi eitthvað frá Six." Ég hélt að þú .... en skilaboðin þín þýddu sex.." "Takk hef sent þetta." Ég svaraði:

Ó nei. Ég gríp strax í símann minn til að sannreyna hvort hann segi satt; því miður er hann það. Ég kastaði því í farþegasætið og breiddi handleggina yfir stýrið með andlitið grafið inn í olnbogann og stynjandi undir andanum „Ó mæ, Guð".

„Sjáðu mig," beinir hann mér en ég hunsa hann og bíð eftir töfrandi ormagöng til að bjarga mér frá sjálfum mér og öllum mínum vandræðalegu aðstæðum. Í staðinn snertir hönd hans kinn mína þegar hann dregur andlit mitt að sér og ég geri mér grein fyrir að augu hans eru full af einlægri ást til mín.

„Hvort sem er á morgun eða á næsta ári, þá veit ég að það verður eitt af stærstu kvöldum lífs míns ef við veljum hvort annað sem samstarfsaðila, að því tilskildu að þú takir þessa ákvörðun eingöngu fyrir þína hönd og án utanaðkomandi áhrifa," hélt hann áfram. "Ég mun alltaf vilja þig, en þangað til þú ert 100% viss um að þú viljir mig líka mun ég ekki leyfa mér að hafa þig. Í bili segðu samt ekki neitt; við getum bara snúið við og gengið til baka að bílunum okkar svo að þetta samtal varð aldrei, annars gætirðu aldrei hætt að roðna!" Hann hallar sér fram í átt að bílnum sínum, gefur honum pláss áður en hann stígur fram áður en hann nær augnsambandi og hallar sér inn að henni, sem hann hallar sér inn í samræður sínar og hélt áfram.
Hann hallar sér nærri og gefur mér snöggan koss á gluggann áður en hann segir mér: "Þú ert svo sætur, gerirðu þér ekki grein fyrir því?" og blikkaði mig áður en hann fór með skemmtilegu blikki þegar hann gengur af stað og skilur eftir mig til að halla mér að höfuðpúðanum og bölva sjálfum mér þegjandi fyrir að hafa gleymt einhverju svo einföldu eins og að nota símann minn rétt.

Mér líkar ekki við tækni.

Það sem eftir lifir kvöldsins geri ég mitt besta til að ýta frá mér óþægilegum hugsunum, hjálpa Karen að undirbúa hluti fyrir flóamarkaðinn sinn áður en hún skríður upp í rúm með raflesarann minn - um leið og hann kviknar á kviknar á farsímanum mínum. uppi á náttborðinu!

Nú er ég að labba heim til þín - þó að það sé seint og mamma þín sé kannski heima, en ég gat bara ekki beðið þangað til á morgun með að kyssa þig aftur. Gakktu úr skugga um að glugginn þinn sé ólæstur.

Eftir að ég las textaskilaboðin mín stökk ég strax fram úr rúminu og læsti svefnherbergishurðinni - þakklát Karen hringdi snemma í kvöld fyrir tveimur tímum síðan! Strax fór ég inn á baðherbergi til að bursta tennur og hár áður en ég fór aftur upp í rúm um miðnætti - spennandi en samt taugatrekkjandi tilfinning á þessum tímapunkti; sönnun þess að ég er versta dóttir allra tíma!

Eftir að nokkrar mínútur voru liðnar opnaði glugginn minn hægt og ég heyrði fótatak hans koma inn í íbúðina mína. Ég var yfir mig spennt að sjá hann, ég hljóp fljótt yfir og greip um hálsinn á honum með báðum handleggjum á meðan ég kyssti mig áður en ég fékk hann til að halda í mig á meðan hann fékk mig til að halda í mig á meðan hann kyssti mig aftur. Hendur hans héldu tryggilega að bakinu á mér þegar við fórum hægt saman í átt að rúminu mínu áður en við settum mig varlega niður á það.

"Halló til þín líka!" Hann brosir breitt þegar hann nálgast mig, hrasar svo og dettur ofan í mig, snertir varirnar mínar aftur áður en hann gerir tilgangslausa tilraun til að fara úr skónum áður en hann hlær að lokum upphátt að baráttu hans og byrjar sjálfur að hlæja.

"Ertu drukkinn?" spyr ég hann. Mér til áfalls og skemmtunar þrýstir hann fingrunum að vörum mínum á meðan hann reynir að hætta að hlæja en getur það ekki. Hlátur fylgir enn þegar hann lýsir yfir ölvun sinni sem og svar mitt um bæði "nei og já".

"Hversu full er ég?"
Hann færir höfuðið nær hálsinum á mér og ber tunguna létt yfir kragabeinið mitt og sendir hitabylgju í gegnum líkama minn. "Nógu drukkinn til að ég vil gera þér slæma hluti en ekki nógu drukkinn til að þeir myndu gerast í kvöld," svarar hann. „Bara nógu edrú fyrir morgundaginn ef einhver slæm verk áttu sér stað.

"Hefurðu drukkið?" "Svo er það þess vegna sem þú komst hingað, vegna alls þessa áfengis?" Ég hlæ upphátt þegar svar hans pirrar mig og heillar í einu.

Hann hristir höfuðið, "Ég labbaði hingað vegna þess að mig vantaði góða nótt koss og fann ekki lyklana mína. Elskan, ég sakna þín svo sárt í kvöld. Þegar hann kyssti mig bragðaðist munnurinn hans af límonaði."

"Af hverju lyktar andardrátturinn minn af límonaði?"

"Það eina sem þeir áttu voru ávaxtadrykkir stelpur. Ég varð fullur af þeim." Þetta er sorglegt og óaðlaðandi, segir hann.
"Jæja, þú smakkast mjög vel," segi ég við hann, dreg munninn aftur í átt að mínum og þrýsti mér upp að honum til að þrýsta tungunni hans lengra inn í munninn á mér. Næstum samstundis eftir að við höfum samband á dýnunni saman, dregur hann sig í burtu og stendur upp - þannig að ég er andlaus á yfirborði hennar.

„Tími til að fara," segir hann. "Ég sé nú þegar að við erum á leiðinni eitthvert sem mér finnst ekki í lagi að fara núna; sjáumst öll á morgun."

"Vertu," bið ég. "Vinsamlegast, leggstu bara upp í rúm með mér; við getum sett púða á milli okkar; ég lofa að tæla þig ekki þar sem þú ert fullur; vinsamlegast vertu í að minnsta kosti klukkutíma, ég vil ekki að þú farir enn!"

Hann sneri sér strax við og hélt aftur í átt að rúminu mínu, sagði „Allt í lagi" án þess að hafa miklar frekari athugasemdir áður en hann hoppaði ofan á það og dró sængina undan sér.

Þetta var nógu einfalt.
Ég fór aftur að sofa og lagðist við hlið hans, án þess að nota kodda á milli okkar; í staðinn lagði ég handlegginn yfir brjóstið á honum og fléttaði fæturna mína saman við hans.

„Góða nótt," hvíslar hann í eyrað á mér þegar hann burstar hárið mitt aftur. Ég legg höfuðið að brjósti hans og hlusta þegar hjartsláttur hans minnkar hægt og rólega á nokkrum mínútum þar til öndun hans og hjartsláttur hafa minnkað.
Þegar við vorum báðir sofnaðir lyfti ég varlega af handleggnum á honum. Þegar ég settist á koddann minn færði hann handlegginn um mitti mitt og fæturna yfir mitt; "Ég elska þig, Hope". Hann hvíslaði einhverju áður en hann kinkaði kolli hægt aftur.

Um... Andaðu, Sky. Andaðu bara. Það ætti ekki að vera svo erfitt.
Dragðu djúpt andann.
Ég loka augunum þétt og reyni að trúa ekki því sem ég heyrði, en hann sagði það skýrt og ótvírætt; og hvorugur brýtur hjarta mitt meira - annaðhvort að hann kallaði mig öðru nafni eða að hann notaði hugtakið ást frekar en að lifa í þetta skiptið.

Ég reyni að tala mig niður frá því að slá hann hart; enda er hann búinn að fá of mikið áfengi og er hálfsofandi þegar hann sagði það sem hann gerði um Hope; það hefði bara getað verið ímyndunaraflið hans á lausu við þessa drauma! Hver er Hope eiginlega og hvers vegna elskar hann hana svona mikið?
Ég svitna vegna þess að það er heitt undir þessum sængum, samt neita ég að taka þær úr hausnum á mér. Jafnvel þó að hurð opnist mun það ekki skipta neinu máli hvort ég sé með hlífarnar mínar eða ekki - samt gefa þær mér hugarró þannig. Með því að pota út fingrunum lyfti ég hlutanum fyrir framan augun áður en ég skila þeim aftur undir sængina til að horfa á hurðarhúninn eins og ég geri á hverju kvöldi.

Vinsamlegast ekki snúa. Ekki snúa! Vinsamlegast ekki snúa.

Herbergið mitt er alltaf svo rólegt og það lætur blóðið sjóða. Þegar ég heyri hluti sem ég held að gæti snúist við hurðarhúninum, þá fer hjartað í hlaupum hraðar og hraðar; akkúrat núna bara það að stara á hurðarhúninn gerir púlsinn minn hraðari enn - jafnvel bara starandi gerir púlsinn minn of fljótt; samt skiptir það engu máli að stara þar sem allt sem það gerir er að láta púlsinn hraðar með því að horfa á það; samt hrífur púlsinn á mér að glápa og ég bara get ekki litið undan - eins mikið og ég vil ekki að hurðin opnist né snúist - en starandi lætur mig slá hart og hratt - samt gerir stara ekkert annað en að láta mig svitna svo hratt en starandi lætur blóðið sjóða...og hratt...vil ekki að hurðin opni...vil ekki að hurðin opni heldur...!

Allt var svo rólegt. Engum hurðarhúni snúið. Enginn hreyfði sig. Hvergi heyrðist hljóð.

Hjartað í mér hættir að slá svo hratt því hurðarhúninn neitar að snúast.

Augun mín verða mjög þung og ég ákveð að loka þeim.

Í kvöld er ekki eitt af þessum kvöldum þar sem hurðarhúninn snýst óvænt.

Í fyrstu er rólegt. Og svo er það ekki, þegar hurðarhúninn snýst.
"Himinn." Finnst allt þungt. Ég skil ekki þessa tilfinningu: það er ekkert sem þrýstir líkamlega á brjóstið á mér; samt er óvenjulegur þrýstingur og sorg sem fyllir upp allar holur í líkama mínum - báðar ástæður sem eru ofar mínum skilningi þar sem axlir mínar titra við hverja grát sem kemur einhvers staðar í nágrenninu - ekki hugmynd hver gæti hugsanlega verið að gráta á þessum tíma? Hverjir eru þeir samt?

Er ég að gráta?
"Sky, vaknaðu." Ég finn handlegg hans umkringja mig þegar kinn hans þrýstist inn í mína og ég finn hvernig hann heldur mér að brjósti sér aftan frá. Ég gríp um úlnlið hans, dreg mig í burtu og sleppi þar til handleggurinn fellur frá mér; Þegar ég sit uppi á rúminu lít ég í

kringum mig til að uppgötva að það er dimmt úti og átta mig á því hvers vegna ég er að gráta.

Hann sest upp við hlið mér og snýr mér að sér á meðan hann burstar augun mín með þumalfingrunum.

"Þú ert hræddur, elskan." Augu hans voru bundin á mig af áhyggjum þegar ég lokaði augunum til að reyna að ná einhverskonar stjórn á því sem var að gerast fyrir augum mínum - ég gat ekki andað vegna allrar þessara læti og fannst ég vera föst í sjálfri mér með því að gráta of mikið grát sem gerði það að verkum að ég gat ekki andað almennilega.

Klukkan þrjú virðist sem allt sé farið að komast aftur í fókus, en af hverju er ég að gráta?

"Af hverju ertu að gráta, elskan?" spurði Holder um leið og hann dró mig til sín og ég leyfði honum að halda mér að sér, fannst hann öruggur í faðmi hans og huggaðist við að hann nuddaði bakið á mér á meðan ég kyssti hlið höfuðsins af og til. Þegar við héldum hvort öðru í það sem virtist vera að eilífu sagði hann: „Ekki hafa áhyggjur" aftur og aftur þar til loksins dró úr grátinum og leiðir okkar skildu.

Þyngd mín lyftist smám saman af brjósti mér þegar sorgin hverfur og að lokum græt ég ekki lengur. Þó að það væri hughreystandi var þessi reynsla ógnvekjandi þar sem þetta hafði aldrei komið fyrir mig áður: þessi mikla sorg hefur aldrei verið til áður núna í lífi mínu, sem gerir þetta mjög raunverulegt.

"Er allt í lagi?" Spyr hann hvíslandi. Ég kinka kolli að brjósti hans á meðan ég hlusta vandlega eftir hvers kyns vandræðum eða vondum draumum. Spurður hvað hafi gerst yppti ég bara öxlum. Honum sýnist þetta vera vondur draumur." hann stingur upp á því að rífa varlega í hárið á mér á meðan ég róa hársvörðinn með höndunum - enn og aftur neita ég. Nei, ég vil ekki rifja upp þennan þátt."
"Ég vil ekki fara frá þér, en ég verð. Ég vil ekki að nein vandræði komi upp fyrir hvorugt okkar." "Ekki lenda í neinum vandræðum." "Ekki fara." Hann tók tvö skref áfram áður en hann kvaddi mig og kyssti mig á ennið.
Ég kinkaði kolli hægt og held þétt utan um mig. Þó að fyrstu viðbrögð mín hafi verið að biðja um hjálp og biðja hann um að yfirgefa mig ekki, vildi ég ekki hljóma örvæntingarfull eða hrædd; slíkir draumar eiga sér stað allt of oft - ég get ekki útskýrt hvers vegna viðbrögð mín hafa breyst í þetta skiptið.

"Sky, allt er í lagi - allt var bara óþægilegur draumur." Svo ég lagðist aftur á rúmið og lokaði augunum áður en ég fann að varirnar hans streyma að enninu á mér aftur áður en hann hverfur skyndilega út í loftið.

13. KAFLI

Breckin og Max skiptast á hlýjum faðmlögum þegar við Holder yfirgefum galleríið og sýnum til að fara aftur til hans í kvöldmat. Ég veit að ég ætti að vera kvíðin, en allt er eðlilegt hjá honum...nema ein setning sem endurtekur sig í huganum.

Ég elska þig, Hope.
Ég vil takast á við hann um það en finn ekki viðeigandi augnablik; vissulega var það ekki galleríið; Nú kann að vera, en í hvert skipti sem ég opna munninn til að gera það aftur, þrýsti ég honum aftur - kannski hræddari við hver hún er og hvað hún meinar en að í raun og veru taka upp nógu mikla taug til að koma því upp sjálfur! En því meiri tími sem líður án þess að spyrja um hana en að læra sannleikann síðar.

"Viltu eitthvað að borða?" spyr hann þegar hann yfirgefur bílastæðið.

„Já," svara ég fljótt, létt yfir því að hann truflaði hugsanir mínar. "Ostaborgari væri ljúffengur með osti og mig langar í súkkulaðimjólk í eftirrétt!"

„Erum við of krefjandi, prinsessa? Hann hlær og tekur í höndina á mér.

„Ekki kalla mig það," hrópaði ég. Hann lítur yfir mig og getur líklega greint reiðina í andliti mínu jafnvel í myrkrinu. Hann tekur svo upp höndina á mér enn og aftur og huggar mig: "Ekki halda að þú sért kröfuharður, Sky. Þetta var bara grín."

"Ekki kalla mig prinsessu, það er móðgandi nafn."
Hann lítur til hliðar á mér og snýr svo aftur augnaráðinu aftur út á veginn. "Allt í lagi."

Ég sný mér undan og reyni að sleppa þessu orði í huganum. Ég skil ekki hvers vegna gælunöfn pirra mig svona mikið; kannski voru þetta ofviðbrögð af minni hálfu en það ætti ekki að gerast aftur og nöfn fyrrverandi maka ættu ekki að vera tekin upp heldur - Sky væri miklu öruggara.

Við keyrum þegjandi og ég fer að sjá eftir viðbrögðum mínum. Þess í stað ætti ég að hafa meiri áhyggjur af því að hann kallaði mig prinsessu en að kalla aðra stelpu Hope; samt einhvern veginn er reiði mín falin undir gremju á yfirborði yfir því að vera kallaður því nafni af honum. Allavega snýst þetta kvöld bara um að eiga friðsælt kvöld með honum - það verður nóg tækifæri síðar til að ræða Hope meira beint við hann.

"Ég biðst afsökunar, Holder." Síðan tekur hann höndina á mér í kjöltu sér, kreistir hana fast en segir ekkert annað.

Þegar við komum inn í innkeyrsluna hans fer ég út úr bílnum mínum. Þó við stoppuðum aldrei til að borða, þá finnst mér óþarfi að taka upp. Hann hittir mig við farþegahurðina og vefur handleggina um mig - ég faðma mig til baka. Við göngum hægt þar til bakið á mér er á móti bílnum þar sem höfuðið mitt þrýstir á öxlina á honum á meðan ég anda að mér lyktinni. Vandræðagangur frá akstri okkar situr enn eftir þegar ég reyni að slaka á gegn honum á eðlilegan hátt til að draga úr spennu; Fingur hans fara létt yfir handleggina á mér með léttum fingurstrokum hans þegar hann strýkur fingrunum létt upp og niður handleggina mína - gefur frá sér hroll í gegnum mig.

"Má ég spyrja þig að svolitlu?" spyr hann.

"Alltaf."
Hann andvarpar áður en hann snýr sér aftur að mér og horfir beint í augun á mér. Ef mánudagur hafði einhver áhrif á þig, eða í bílnum mínum sérstaklega, vinsamlegast samþykktu afsökunarbeiðni mína - ég veit ekki hvað kom inn í mig; Ég sver. Síðan Les dó hef ég ekki fellt tár opinberlega - það var ekki ætlun mín.“

"Manstu í gærkvöldi þegar ég vaknaði eftir þessa martröð?" Ég spurði hann og faðmaði hann fastar.

"Jæja,"
hún svaraði hljóðlega, "það var aðeins í annað skiptið síðan ég var fimm ára sem ég grét síðan ég heyrði af því sem hafði komið fyrir systur þína. Jafnvel þó ekki væri nema í augnablik á baðherberginu - jafnvel eitt tár telst sem sönnun þess að tilfinningalegt ástand getur breyst hratt og verulega með tímanum." Ég býst við að þegar hún sagði honum hvað gerðist hafi hann loksins látið tilfinningar sínar birtast, sem leiddi hann til að tárast líka. Á meðan við erum saman geta tilfinningar okkar auðveldlega orðið of ákafar fyrir okkur bæði að takast á við og við verðum aðgerðalaus árásargjarn gagnvart hvort öðru.

"Ég sé mig ekki lifa án þín mikið lengur." Hann gefur enn einn snöggan koss ofan á hausinn á mér áður en hann tekur í höndina á mér fyrir stóra ferðina. "Tilbúin?"

Þegar ég fylgi honum aftur í átt að húsinu hans, halda hugsanir mínar áfram að snúast um það sem hann sagði mér: að hann sé að fara að hætta að elska mig - óvænt viðurkenningu að hafa fallið fyrir mér án þess að segja það hreint út - samt sem áður snerti játningin hans taug með ég; það sem kom mest á óvart var hversu mikið mér líkaði það.

Þegar ég var kominn inn fannst mér húsið vera allt annað en það sem ég bjóst við. Þó að það virðist ekki stórt að utan, þá var anddyri -- eitthvað sem flest hús eru ekki með -- með bogagangi sem leiðir í gegnum stofu þar sem allir veggir voru þaktir bókahillum frá gólfi til lofts á hverjum degi. stakur veggur - mér fannst þetta sannarlega svívirðilegt! Þegar við komum inn fór þetta heimili yfir jafnvel villtustu væntingar mínar! "Vá," var það eina sem ég gat safnað þar sem bækur voru á hverjum vegg í ótrúlegu innréttingunni!

"Mamma var reið þegar þau fundu upp rafrænan lesara," segir hann og bætir við, "og ég veit af hverju!"

„Ég held að mér líki nú þegar við mömmu þína," grínast ég og spyr hvenær við getum hitt hana í eigin persónu. Svar hans: "Ég kynni ekki stelpur fyrir móður minni." Rödd hans virðist fjarlæg um leið og hann segir þetta, svipurinn dimmar alveg um leið og hann segir orðin.

Hann vissi að hann hefði bara sært tilfinningar mínar, svo hann kom fljótt til mín og lagði hendurnar yfir andlit mitt til að hugga mig. "Nei, nei. Það var ekki það sem ég meinti - ég var ekki að reyna að bera þig saman við neinar aðrar stelpur sem ég hafði verið með; þetta kom alls ekki þannig fyrir!" hann baðst fljótt afsökunar. „Nei nei - ekki taka þessu persónulega, það var alls ekki hvernig það kom upp!

Ég heyri hvað hann er að segja, en eftir svo langan tíma er hann enn ekki sannfærður um að það sé nógu raunverulegt fyrir hann að hitta móður mína? Ég velti því fyrir mér hvort við verðum einhvern tímann nógu raunveruleg í huga hans til að hann geti hitt móður mína?

"Fékk vonin að hitta hana?" Þó ég vissi betur, gat ég ekki þagað lengur eftir að hafa heyrt hann nefna aðrar stúlkur sem hann var með á undan mér; og að heyra þá vísa til Hope á þann hátt er óþægilegra fyrir mig en að vita að þeir hafi verið til í fyrri samböndum hans - miklu síður að láta hann vísa til þeirra með nafni sem og að kalla Hope með því!

"Hvað?" Hann spyr mig um leið og hann bakkar og sleppir höndum. "Af hverju sagðir þú það?" Andlit hans verður fölt þegar liturinn rennur út úr því og ég sé strax eftir því að hafa sagt það sem ég sagði.
"Ekki taka ráðum mínum. Ég þarf ekki að hitta mömmu þína. Í kvöld var ég ekkert sérstaklega viðræðugóður svo við skulum bara halda áfram með húsferðina okkar og gleyma að þetta atvik átti sér stað.

Hann grípur aftur í hendurnar á mér og spyr mig: "Af hverju myndirðu segja svona, Sky? Af hverju kallaðirðu hana þessu nafni?" Ég er steinhissa á orðum hans.

"Það er ekki svo mikið mál; þú varst fullur." Augnaráð hans þrengir að mér þegar hann krefst þess að ég taki þátt. Með tregðu gef ég upp og hreinsaði hálsinn áður en ég tjái mig.

Í gærkvöldi þegar þú varst að sofna...þú sagðir mér að þú elskaðir mig...þó að þú hafir kallað mig Hope svo þetta hefði getað verið einhver fjöldi annarra...þar sem þú hafðir drukkið og varst hálfsofandi Það þarf enga skýringu eða alveg sama hvers vegna þetta kom upp."

"Himinn." Hann lagði hendurnar að hárinu og stundi áður en hann gekk fram og tók mig í fangið. „Mér þykir það leitt; þetta hlýtur að hafa verið hræðilegur draumur; ég þekki ekki einu sinni neinn sem heitir Hope og örugglega enga fyrrverandi kærustu með því nafni ef það var það sem þú hélst að gerðist - ég hefði aldrei átt að fara að drekka heima hjá þér !" Augu hans horfðu niður á mig; þó þeir virki stundum blekkjandi saklausir. Orð hans gáfu áhrifaríka yfirlýsingu: "Þú verður að trúa mér; annars mun það drepa mig innra með mér; aldrei áður hef ég fundið svona mikið fyrir einhverjum. Þetta myndi drepa mig; að treysta mér myndi drepa hann innra með sér; aðeins einhver svona gæti mögulega mögulega Finnst þetta mjög mikið um einhvern. Aldrei áður hef ég fundið svona sterkt til nokkurs áður; aldrei hef ég fundið svona sterkt til nokkurs áður!" Að lokum komumst við heim, með annan drykk hjá þér; í þetta skiptið! Hann kom í áttina að mér og tók í höndina á mér: "þú áttir þetta sem heitir Von...," og byrjaði að segja mér ósatt áður - þó á meðan augu hans virtust einlæg fór hann drukkinn inn í húsið þitt... Það gerðist" Í sannleika einlægni:

Hvert orð sem hann talaði streymdi frá einlægni og heiðarleika og skildi eftir mig ráðalausa um hvers vegna ég vaknaði grátandi; Svefnspjall hans gæti vel hafa verið vegna óvenjulegs draums, á meðan það sem hann sagði mér rétt í þessu skýrði hversu alvarlegt hlutirnir eru orðnir á milli okkar.

Ég lít upp til hans og á í erfiðleikum með að svara öllu sem hann sagði. Varir mínar skiljast og bíða eftir að orð myndast en engin koma. Þess í stað virðist ég þurfa meiri tíma en hann til að safna saman hugsunum mínum.
Hann kúrði kinnar mínar og beið eftir að ég rjúfi þögnina á milli okkar, með varirnar nálægt líkamanum og mig í nálægð. „Ég þarf að kyssa þig," biðst hann afsökunar og dregur andlit mitt að sínu. Við stóðum í forstofunni en náðum einhvern veginn að fara upp um stiga þar sem við enduðum á. Halla mér aftur að líkama hans Ég halla mér aftur að honum og við kyssumst ástríðufullur ofan á hvort annað um leið og ég setti hann aftur á einn.
Varir hans snerta mínar aftur þegar hendur hans grípa um viðartröppurnar hvoru megin við höfuðið á mér.

Vegna stöðu okkar neyðist hann til að lækka hnéð á milli læranna á mér. Þó það sé ekki of mikil óþægindi miðað við kjólinn minn, gæti þetta orðið erfitt ef við komumst upp stigann beint á eftir. Ég velti því fyrir mér hverjar væntingar hans eru eftir að hafa óvart sent honum þennan texta; auðvitað verður hann að búast við einhverju! Ætti ég jafnvel að segja honum að ég sé mey? Já; líkur eru á að hann geti sagt það.

„Ég er mey," sagði ég í munninn á honum. Samstundis velti ég því fyrir mér hvers vegna í ósköpunum ég hefði jafnvel talað upphátt; einhver ætti að taka af mér röddina þar sem kynlífsvörðurinn minn var niðri.

Hann hætti skyndilega að kyssa mig, bakkaði hægt frá andliti mínu á meðan hann horfði niður í augun á mér. "Sky," sagði hann beint, "ég er að kyssa þig vegna þess að stundum get ég ekki staðist. Munnurinn þinn talar mikið til mín; svo lengi sem ég fæ tækifæri til að kyssa þig, geta allar aðrar áhyggjur beðið." Hann stakk hárinu á bak við eyrun núna og horfði niður í einlægni á mig áður en hann yfirgaf herbergið mitt.

"Hélt bara að þú ættir að vita það. Kannski hefði verið betra augnablik til að láta þig vita þessa staðreynd, en stundum rennur munnurinn minn af stað án þess að hugsa. Þetta getur verið vandræðalegt á óheppilegustu tímum, eins og núna."

"Nei, ekki hætta að gera það. Ég elska þegar þú skýtur hlutum út án þess að hugsa og byrjar í löngum, taugatrekkjandi gífuryrðum - það er alveg heitt!"

Að vera kallaður heitur er óneitanlega heiður og mér finnst lofið ómótstæðilega vímuefni.

"Hvað finnst þér annars heitt?" spyr hann mig og hallar sér aftur að mér aftur.

Fjörugur svipur hans hjálpaði til að létta vandræði mína.

"Hvað?"
Hann glotti. „Að reyna að halda okkur frá hvort öðru á meðan við horfum á kvikmynd. Hann stóð upp, dró mig á fætur og leiddi mig upp stigann í átt að herberginu sínu.

„Mér líkar ekki að koma á óvart," segi ég við hann og rak augun í staðinn fyrir að loka þeim.

"Þér líkar ekki heldur við gjafir eða ákveðnar kærleikaskilmálar, sem ég skil, en þetta er bara eitthvað flott sem ég vildi sýna þér - ekki neitt sem ég keypti handa þér. Svo vinsamlegast taktu við því og lokaðu augunum."

Ég geri eins og hann segir, ég fylgi honum inn í herbergið og laðast að ilm þess - svipað og hans. Eftir að hafa tekið nokkur skref með honum og lagt hendurnar á axlir mínar, sagði hann að setjast. Að ýta mér niður í það sem mér fannst eins og rúm, allt í einu flatt á bakinu á mér með hann lyfti fæturna á mér og lyfti þeim hærra á meðan ég sagði mér "hafðu augun lokuð" ég gerði eins og ég sagði og skemmti mér konunglega hér! "Hafðu augun lokuð."

Hann byrjar að draga fæturna mína upp í rúmið, styðja mig við kodda og passa upp á að hylja mig eins mikið og hægt er þegar ég leggst aftur á það. "Þarf að hylja þig. Getur ekki látið þig blikka mér lærin á þér þegar þú liggur svona aftur."

"Lokaðu bara augunum og vertu tilbúinn að verða undrandi!" Hann skríður allt í einu yfir mig, varlega til að hné ekki á mér þar sem hann situr við hliðina á koddanum mínum. Að lokum segir hann: "Allt í lagi. Opnaðu augun og vertu tilbúinn að verða undrandi!"

Óttinn grípur mig þegar ég opna augun hægt og rólega og stari vantrúaður á það sem virðist vera 80" sjónvarp með fjarstýringu. En það lítur allt of stórt út. Augnabliki síðar virkjar fjarstýring það og lýsir upp skjáinn með birtustigi.

"Vá," hrópa ég hissa, "þessi staður er risastór!" "Ó vá," segir unga konan fyrir aftan mig, þegar augu hennar stækka af ánægju, "það er alveg gríðarlegt!"

"Það er það sem hún sagði," svara ég og hann hlær um leið og hann bendir fjarstýringunni aftur í átt að sjónvarpsskjánum. Hann heldur áfram og spyr mig um uppáhaldsmyndina mína sem alltaf hefur verið fáanleg á Netflix.

"Hvað meinarðu, net?" "Net hvað?" spyr ég hann í ruglinu.

Hann hlær og hristir höfuðið af skelfingu. "Ég gleymi sífellt að þú ert tæknilega erfiður. Rafræn lesari virkar svipað; munurinn er að þú getur horft á kvikmyndir eða sjónvarpsþætti með því að ýta á hnapp."

„Engar auglýsingar," svarar hann stoltur. "Hvað verður það?" Ég spurði hvort þeir ættu The Jerk myndina; það er eitt af mínum allra uppáhalds.
„Ég vil ekki horfa á sjónvarpið lengur.
Hvað hef ég sagt sem hefur fengið hann til að væla?

"Allt í lagi. Við þurfum ekki að horfa á The Jerk; farðu að finna eitthvað annað í staðinn, stóra elskan!" Ég hlæ upphátt.

„Veistu," segir hann um leið og augnaráð hans reikar hægt niður líkama minn og í kringum mittið á mér, áður en hann grípur mig fast og dregur mig að sér. Þegar höndin mín var búin að hlaupa yfir magann og mittið, greip hann fastar til að draga mig fast að líkama sínum og togaði. Þegar augnablikið leið lyfti hann hendinni og strauk henni yfir magann minn og mittið áður en hann greip mig fast og dró mig aftur þétt að líkama sínum. Þegar einhver var spurður aftur síðar af einhverjum, hélt hann áfram að stara einbeitt á meðan hann starði tómum augum til baka. Eftir að hafa starað tómlega á mig lyfti hann hendinni sinni yfir magann á mér og í kringum mittið á mér áður en hann greip þétt að honum og dró mig aftur harkalega að sér á meðan hann lyfti augunum niður í átt að munninum á mér "Ég get séð hvað þessi kjóll gerir við mig ", og lyfti augunum frá maga upp í andlit áður en hann lyfti augunum aftur upp í átt að munni að vörum mínum og tók hlátur þinn ákafari en nokkru sinni fyrr." Hann lyfti augunum aftur frá maganum upp í átt að munninum áður en hann lyfti þeim aftur upp til andlit og talaði beint:

Munnur hans var að lokast að mínum og hvernig rödd hans hafði mýkst í eitthvað melódískara og guðlegt gerði hjarta mitt til að slá hraðar en það ætti að gera. Um leið og varir hans hittu mínar kyssti hann hana létt á meðan hann talaði - hlýi andardrátturinn rakst á húðina á mér þegar hann gerði það. „Ég get séð um að endurtaka fyrsta kossinn okkar aftur og aftur í huga mínum síðasta mánuðinn: hvernig hann var, hljómaði og leit út rétt áður en varir okkar mættust.

Hann velti sér upp í kjöltu mína, lyfti handleggjunum mínum upp fyrir höfuð mitt, tók þá í hendurnar og byrjaði að tala, sem hélt athygli minni. „Það sem kemur mér eiginlega í hug," hélt hann áfram, „er sú staðreynd að The Jerk er uppáhaldsmyndin þín alltaf. missti munninn nógu nálægt mínum til að hitta varirnar okkar saman. Hann hélt áfram að tala: "Þetta er ótrúlega heitt; við skulum gera okkur grein fyrir því núna."

Fjörugur persónuleiki hans skemmtir mér og ég hvísla tælandi í varir hans: "Honum líkar ekki við þessar dósir!"

"Stynja," lagði ég til um leið og ég dró mig í burtu. "Vinsamlegast, gerðu það bara aftur - að heyra þig vitna í kvikmyndalínur er miklu heitara."

"Haltu þig frá dósum!" Ég tísti og gef honum aðra tilvitnun. Þegar hann heyrði það nöldraði hann glettnislega í eyrað á mér: "Þetta er stelpan mín; gerðu eitt í viðbót."
„Það er allt sem ég þarf," grínast ég. "Þessi öskubakki, róðrarleikur, fjarstýring og lampi...þetta eru ómissandi hlutir mínir. Það þarf ekkert annað!"

Hann hlær hátt núna. Í ljósi þess að við eyddum svo mörgum kvöldum í að horfa á þessa mynd saman, mun Six líklega vera ánægður með að vita að það er margt fleira hvaðan þeir komu.

"Það er það?" Handhafi brandara. Rödd hans er mjúk og tælandi - ég hefði sennilega dottið um koll strax eftir að hafa heyrt þetta samtal! Bara ef buxurnar mínar hefðu dottið af mér!

„Það eina sem ég þarf er þig," hvísla ég. "Það er allt og sumt."

"Ég þarf að kyssa þig núna"; Munnur hans rekst á minn og fyrir þetta augnablik eina er hann sannarlega allt sem ég þarfnast.

Hann hefur stungið sér upp á höndum og hnjám og kysst mig ákaft; samt vil ég að hann falli niður á mig í staðinn. Hendur mínar eru enn spenntar fyrir ofan höfuðið á meðan munnur minn getur ekki myndað orð þegar háðungur hans heldur áfram; þess vegna er eina aðgerðin í boði fyrir mig að lyfta fætinum upp og sparka hnénu út undan honum - sem ég geri strax.

Í fyrstu sá ég ekki fyrir hvað gerðist næst: líkami hans sem féll á móti mér fékk mig til að anda hátt. Það sem ég hafði ekki búist við var hvernig fótalyfting mín myndi líka ýta upp faldi kjólsins míns - eitthvað sem ásamt hörðum denim gallabuxum hans gerði það að verkum að hann opnaði augun!

„Heilagur fjandinn, himinn,“ hrópar hann á milli þess að hann hrífur mig andlausan með munninum sínum. Við vorum ekki einu sinni búin að vera í því meira en eina mínútu ennþá! "Guð, þér líður ótrúlega. Þakka þér fyrir að klæðast þessum kjól!" Hann er að kyssa mig núna á meðan hann hvíslar reglulega í eyrað á mér. „Ég virkilega...“ Hann kyssir munninn minn áður en hann rennur vörum sínum niður höku mína og háls til að ná hálfa leið niður hana, fylgt eftir með því að keyra þær hálfa leið niður hana líka. Svo byrjaði hann að keyra þá aftur upp í hálsinn á mér á meðan hann andaði þungt. Þegar hann færði sig nær rúminu þar til varir hans kysstu hálsinn á mér hallaði ég höfðinu aftur á bak og leyfði vörum hans aðgang hvert sem þær vildu - það næst að vera hérna á mér! Að lokum sleppti hann takinu á hendurnar á mér svo hann gæti lækkað munninn nær brjóstinu á mér með annarri hendinni fyrir aftan brjóstið á mér og annarri hendi hans hvíldi þægilega á móti henni allan þennan tíma í kringum hálsinn á mér!
Hann lagði höndina varlega á lærið á mér og hljóp henni hægt upp fótinn á mér til að færa það sem eftir var af kjólnum sem hylur fæturna á mér. Þegar hann var kominn upp á lærið á mér, þagnaði hönd hans sjálf og þrýsti fast að fótleggnum mínum eins og hann ætlaði að segja: ekki lengur afskipti af fingrunum þínum!

Ég sný líkama mínum undir hans, í von um að hann skilji tilraun mína til að stýra hendinni þangað sem hún vill að hún fari. Ég vil ekki að hann sé að spá í sjálfan sig eða hugsi í eina sekúndu að ég sé treg til að ganga lengra - í staðinn vil ég að hann geri það sem hann telur sig knúinn til að gera í kvöld því ég þarf á okkur báða að halda til að ná eins mörgum fyrstu og mögulegt er!

Hann tekur líkamlega vísbendingar mínar og færir hönd sína nær innra læri mínu, eftirvæntingin eftir því að hann snerti mig einn sem veldur því að allir vöðvar í mitti mínu þéttast í eftirvæntingu. Loksins hafa varir hans lagt leið sína framhjá hálsbotninum til þess að brjóstið lyftist - mér finnst eins og næsta skref ætti að vera að hann færi úr öllum fötunum mínum svo hann gæti náð því sem er undir - þó til þess þyrfti tvær hendur í einu og Mér finnst mjög gaman þar sem við stöndum núna - þó að lengra í sundur myndi kannski gera betri samskipti!

Ég tek hendurnar að mér og neyði hann til að kyssa mig harðar áður en ég dreg þær til baka og set þær fyrir aftan bak hans.

Er enn í skyrtunni sinni.

Fyrirætlanir mínar eru góðar í fyrstu: Ég teyg mig að maganum á honum og dreg skyrtuna upp yfir höfuðið á honum, ómeðvituð um að þetta veldur því að hann færir hönd sína af mér og upp á lærið mitt. Kannski væld ég aðeins því þegar hann brosir og kyssir munnvikið á mér hlær hann dátt að þessu.

Augnaráð okkar haldast læst þar sem hann strýkur varlega andlitið á mér með fingurgómunum, svífur yfir hvern hluta. Hann lítur aldrei undan og heldur augnaráði sínu læst á mitt, jafnvel þó hann dýfi höfðinu til að setja kossa um varir mínar. Eitthvað við augnaráðið hans lætur mig bara líða... Ég leita að lýsingarorði til að lýsa því hvernig ég bregst við þegar ég horfi í augu hans en ekkert kemur. Fyrir það eitt læt ég hann taka annan bita af hjarta mínu; þó það virðist ófullnægjandi þar sem allt í einu vil ég meira.
„Handmaður," anda ég. Hendur hans renna upp mitti mitt og færast nær.

"Sky," svaraði hann með rödd minni. Varir hans snertu varir mínar og tungan hans fór inn í þær til að skapa hið kunnuglega sæta og hlýja bragð sem ég hef saknað svo mikið síðan við hittumst síðast. Hendur hans hvíldu létt báðum megin við höfuð mitt þar sem hann passaði sig á að snerta mig ekki með höndum eða líkama núna; aðeins munnur hans teygði sig í átt að mínum.

"Handmaður," hvísla ég og stíg í burtu. Ég ber höndina yfir kinn hans og segi við hann: "Ég vil, í kvöld og núna."

Hann er óbilandi þegar ég geri tilboð mitt; að stara tómum augum á hann eins og ég heyrði ekki í honum er það eina sem sést á andliti hans. Kannski heyrði hann alls ekki í mér þar sem ekkert svar hefur komið frá því að hafa tekið það upp ennþá.

„Himinn..." Rödd hans svínaði af óvissu. „Við þurfum ekki að flýta okkur út í neitt. „Hann strauk mér um kinnina og svaraði: „Ég vil ekki þjóta þig út í neitt."

"Ég veit það, en mig langar í þetta með þér. Aldrei áður hefur mig langað svona mikið - það er fyrr en núna.

Augu hans beinast að mér þegar hann dregur í sig allt sem ég segi við hann, annaðhvort með afneitun eða áfalli - hvorugt þeirra hjálpar málstað mínum. Svo ég tek í báðar hendur og legg þær varlega á kinnar hans áður en ég dreg varir hans þétt saman við mínar til að sýna að hann skilji að ég segi ekki já; frekar er þetta ég að segja takk."
Að heyra varir hans rekast á mínar og hann stynja enn frekar staðfestir ákvörðun mína: Ég þarfnast hans, núna.

"Erum við virkilega að þessu?" Hann hrópar upp í munninn á mér um leið og hann heldur áfram að kyssa mig ákaft.

"Já, við erum að taka framförum hér. Aldrei áður hef ég verið vongóður og öruggari um nokkurt viðleitni í lífi mínu."

Hönd hans rann upp lærið á mér og á milli mjöðmarinnar og nærbuxanna áður en hann byrjaði að renna þeim niður.

„Það eina sem ég bið um núna er eitt loforð frá þér," segi ég.

Hann kyssir mig mjúklega áður en hann dregur höndina af nærfötunum mínum (fjandinn!) og kinkar kolli samþykkis: "Hvað sem er, elskan."

„Ég vil gera þetta, en aðeins ef við sláum metið í fyrsta sinn í sögunni í fyrsta sinn.

Hann brosir til mín. "Sky...þegar það erum bara við tvö...það verður aldrei neitt minna."

Hann sveigði handleggnum undir bakið á mér og dró mig upp með sér, krækjaði fingurna undir þunnu ólarnar á kjólnum mínum til að renna þeim af öxlum mínum. Ég lokaði augunum þétt þegar andardráttur hans mætti mínum á öxl hans áður en varir hans gerðu það; jafnvel með þessum stutta kossi kveikti hann í öllum hlutum í mér með krafti sínum.

"Ég er að taka það af." Augu mín voru enn lokuð; Ég var ekki viss um hvort hann væri að segja það eða biðja mig um leyfi, en ég kinkaði kolli samt. Hann lyfti kjólnum mínum yfir höfuðið á mér með einni mjúkri hreyfingu - húðin mín stingaði undir snertingu hans - lagði mig síðan varlega aftur að koddanum áður en hann lagði mig varlega aftur við koddann aftur á meðan hann dáðist að því hversu ótrúlega fallegur hann var í raun. Eftir að hafa horft ákaft á mig í nokkrar sekúndur lét hann augnaráð sitt falla á höndina sína sem hvolfdi um mitti mína í staðinn.

Hann færir augun hægt upp og niður líkama minn, horfði á hvern hluta af mér með undrun og aðdáun, og segir "Heilagur sh**, himinn." Hönd hans hljóp mjúklega yfir magann minn áður en hann hallaði sér að honum til að kyssa hana mjúklega: "Þú ert ótrúlegur." "Þú ert ótrúlegur."

Mér hafði aldrei fundist ég vera svona berskjaldaður áður en aðdáun hans gerði þetta bara erfiðara. Hann rennir hendinni varlega upp að brjóstahaldaranum mínum og burstar þumalfingurinn létt undir því - sem veldur því að varir mínar skiljast og augu mín lokast aftur.

Ó Guð, ég þarfnast hans svo sárt!

Ég gríp í andlitið á honum og dreg hann í áttina að mér og læsa fæturna um mjaðmir hans. Hann nöldrar þegar höndin hans rennur af brjóstahaldaranum mínum og aftur upp í mittið á mér aftur - neyðir mig til að losa fæturna alveg svo hann geti fjarlægt þá alveg úr fótunum. Þegar brjóstahaldarinn minn hefur verið fjarlægður og öllum fötunum mínum er hent, færir hann fæturna fljótt af rúminu og stendur upp hálfa leið og hallar sér yfir mig þegar ég stend upp úr rúminu. Ég var enn með höndina um andlitið á honum og kyssti brjálæðislega á meðan hann tók af sér buxurnar áður en hann klifraði aftur upp í rúmið með mér og lækkaði sig beint ofan í mig. Núna, í fyrsta skipti nokkurn tíma, erum við í alvörunni húð við húð og getum samt ekki fundið fyrir nógu nálægt. Hann teygði sig yfir dýnuna, hönd hans þreifaði yfir náttborðinu um leið og hann renndi upp einni af skúffunum sínum til að ná smokknum upp úr skúffunni, áður en hann setti hann aftur niður í rúmið mitt áður en hann lækkaði sig aftur á mig aftur. Það virtist sem við hefðum ekki enn komist nógu nálægt.
Fæturnir mínir byrja að stækka þegar þyngd hans og hörku þvingar þá lengra í sundur. Um leið og ég átta mig á því að tilhlökkun mín hefur breyst í ótta, hrygg ég af skelfingu yfir því hversu hratt hlutirnir hafa snúist við í maganum á mér.

Nefverkir. Og ógleði.
Ótti. Hjartað í mér flýgur og öndun mín styttist í stutt andlát þegar hönd hans hreyfist um í leit að smokknum. Þegar hann hefur fundist opnar hönd hans hana, en ég loka augunum til að heyra engin hljóð koma innan úr honum þegar hann dregur sig aftur á hnén til að setja hana á sig og ég veit nákvæmlega hvað mun fylgja, þar á meðal hvernig það líður, sárt og mun fá mig til að gráta þegar því er lokið.

En hvernig á ég að vita hvenær þetta er eitthvað nýtt fyrir mig? Varir mínar titra þegar hann setur sig á milli fótanna á mér.
Til að draga úr kvíða þarf að hugsa um eitthvað róandi, svo ég sé himininn og stjörnurnar fyrir mér og minni mig á hversu stórkostlegar þær eru allar til að draga úr skelfingu minni. Að einbeita mér að því hversu fallegur himinninn er alltaf hjálpar til við að taka huga minn frá öllum óþægilegum hlutum; að telja hljóðlaust hjálpar líka; Ég ímynda mér að rúmið mitt sé fyllt af stjörnum frá botni og upp á meðan ég tel í hljóði er frábær leið til að gera háttatímann minna ógnvekjandi!

Einn, tveir, þrír... ég byrja að telja aftur... Tuttugu og tveir, tuttugu og þrír og tuttugu og fjórir eru í huga mér núna...

Ég held niðri í mér andanum og reyni af fremsta megni að einbeita mér að stjörnunum.

Fimmtíu og sjö, fimmtíu og átta, fimmtíu og níu... Þessar tölur hljóma allar glæsilegar en við viljum meira...

Ég vil að hann fari burt; Ég þarf aftur frið og ró.

Sjötíu einn, sjötíu tveir og sjötíu þrír.

Handhafi öskrar "Fjandinn!" á meðan ég dró handlegginn frá augunum. Ég vil ekki að hann neyði mig til að opna þær, ég spenni handlegginn að andlitinu á mér svo allt verði dimmt svo ég geti haldið áfram að telja þegjandi.

Samstundis var bakinu á mér lyft af koddanum og handleggir hans voru þétt um mig en ég gat ekki hreyft mig. Handleggir hans höfðu mig haldið stífum þar sem handleggsvöðvar mínir voru veikir af því að gráta svo hart; Hreyfingar hans rugluðu mig svo ég opnaði augun í vantrú; allt í einu voru handleggirnir hans að þrýsta á bakið á mér á meðan hann róaði hárið mitt með annarri hendi á meðan hann hvíslaði sætu engu í eyrað á mér.

"Elskan, það er allt í lagi." Hann þrýsti vörum sínum í hárið á mér þegar við rugguðumst saman fram og til baka. Tár fylltu sýn mína þegar ég opnaði augun aftur og sagði Sky að hann væri miður sín og svo leitt að hann gerði svona rugl á milli okkar.

Augun mín lokuðust þegar hann kyssti og ruggaði mig á meðan hann sagði fyrirgefðu og bað mig fyrirgefningar á einhverju.

Hann stígur til baka og sér að augu mín eru opin. Augu hans eru rauð en engin tár hafa farið fram hjá augunum en hann virðist vera skjálfandi - eða kannski ég? Hvort heldur sem er, við virðumst báðir kvíða kvíða.

"Hvað gerðist?" Ég spyr hann hissa; þetta meikar ekkert sens! "Hvaðan kemur þetta?!" svarar hann ruglingslega. Ég byrja að slaka á undir handleggjum hans því að vera haldinn er róandi frekar en ógnvekjandi. Mér finnst ég vera örugg innra með þeim - „En hvaðan kom þetta allt?!?

"Ég veit það ekki. Sky byrjaði að telja og gráta og skalf stjórnlaust og ég hélt áfram að sannfæra hana um að gera það ekki. Hvað hef ég gert rangt? Segðu mér elskan, því mér þykir það mjög leitt."

Þegar ég lít í kringum mig eftir svörum get ég ekki gert annað en að hrista höfuðið í vantrú.

Hann hnykkir og sleppir enninu nálægt mínu. "Mér þykir það leitt. Ég hefði aldrei átt að leyfa því að komast svona langt; hvað sem gerðist skil ég ekki, en þú ert ekki tilbúinn ennþá, allt í lagi?"

Ertu enn ótilbúinn?
Var ekkert kynlíf á milli okkar? Þangað til ég er afslappaðri geri ég það ekki.

Hendurnar hans losna í kringum mig og ég skynja alla framkomu hans breytast; augnaráð hans var sorg og ósigur; Augabrúnirnar hans skildu sig lengra í sundur og kinnar brúnir um kinnar mínar þegar hann spurði: "Hvert hefur þú farið, Sky?" — Hvar hefurðu þá verið að fela þig? spurði hann mig að lokum.

"Nei, hvert fórstu áðan?" spyr hún mig undrandi. Ég yppti öxlum og hristi höfuðið í ruglinu.

Enginn skaði var skeður - en það þýðir ekki að ekkert hafi gerst heldur! Ég sá á andlitinu þínu að eitthvað var pirrandi, svo ég kaus að grípa ekki inn í. Þess í stað er kominn tími til að hugleiða hvar panikkhugsanir þínar áttu uppruna sinn svo við getum komið í veg fyrir að slíkir þættir endurtaki sig í framtíðinni.

Hann kyssti ennið á mér og sleppti síðan takinu um bakið á mér, stóð svo upp, fór í gallabuxurnar sínar og tók svo upp kjólinn minn.
Hann hristir það út og snýr því þar til það rennur yfir hendurnar á honum, gengur í áttina að mér og setur kjólinn yfir höfuðið á mér. Hann lyfti handleggjunum mínum upp til að auðvelda mér að komast inn í það, hann dró niður yfir mittið á mér þar til mittið mitt var þakið öllu. "Ég skal fara og ná í vatn. Ég kem strax aftur." Hann kyssti varir mínar með semingi þegar hann fór, virtist næstum hræddur við að snerta mig aftur áður en hann gekk út úr herberginu aftur - skildi mig eftir eina aftur þar til seinna þegar hann sneri aftur til að fara eftir þann tíma halla ég mér upp að veggnum þar til hann kom aftur með annan kjól til setti yfir höfuðið og lokuð augun!

Enginn skilur í raun hvað gerðist og nú er óttinn við að missa hann vegna þess mjög raunverulegur. Ég tók eitt af því nánustu sem hægt var og breytti því í epískan misheppnað, sem lét honum líða einskis virði, eins og eitthvað væri að honum sem nú lætur honum líða illa fyrir mig. Hann vill að ég fari, sem ég skil alveg: Ég vil sjálfur fara út eins fljótt og auðið er líka.

"Ég kasta af mér teppunum, stend upp, dreg niður kjólinn og skil eftir nærfötin í leit að aðgengilegu baðherbergi svo hann geti farið með mig heim. Tvisvar um helgina ein hef ég grátið af ástæðulausu og tvisvar sinnum þetta. helgin hefur þurft að koma og bjarga mér. Þetta mun ekki gerast lengur!"

Þegar ég fór framhjá stiganum og leitaði að salerninu leit ég yfir handriðið inn í eldhúsið. Hann hallaði sér fram með olnboga á stönginni og andlitið grafið í höndum; lítur ömurlega út og óánægður. Ég gat ekki þolað að sjá hann lengur, ég opnaði eina af fyrstu hurðunum hægra megin við mig og gerði ráð fyrir að það væri örugglega baðherbergið.

En þetta var ekki svefnherbergi Lesslie. Þegar ég reyndi að loka hurðinni á eftir mér, í staðinn, opnaði ég hana breiðari til að renna inn og lokaði henni á eftir mér þegar ég var búinn. Sama hvort það er inni á baðherbergi, svefnherbergi eða skáp... allt sem ég vil er friður og ró til að koma aftur í hóp frá því skrítna sem gæti verið að gerast hjá mér - hendurnar á mér skulfu enn fyrir vikið, svo að þjappa þeim þétt saman hjálpaði þeim til að róa þau. jæja.

Þegar ég fylgist með umhverfi mínu var svefnherbergi Lesslie undarlega óhugnanlegt. Rúmið hennar var ekki búið - undarlegt í ljósi þess að Holder hefur haldið húsinu þeirra svo óspilltu; en einhvern veginn leit þetta herbergi út fyrir að vera dæmigert fyrir unglinga með förðun á kommóðuskúffum og iPod á náttborðum; eins og hún bjó hér enn.
Með því að horfa á herbergið hennar virðist sem hún sé enn til staðar - enginn hefur snert þetta rými síðan hún lést, með myndir sem prýða enn veggina og festast við hégómaspegilinn; og öll fötin hennar hanga enn uppi í skápnum (sumir hlóðust jafnvel á gólfið!). Meira en ár er liðið síðan fjölskyldumeðlimir hans fréttu af andláti hennar og enginn virðist hafa samþykkt það ennþá.

Eins hrollvekjandi og þetta herbergi finnst, hjálpar það að taka huga minn frá því sem er að gerast í augnablikinu. Þegar ég nálgast rúmið og skoða myndirnar sem hanga á veggjunum - flestar sýna Lesslie með vinum sínum á meðan sumar innihalda Holder og hana saman - það sem slær mig er hversu ánægð Lesslie lítur út; Ákafur, kristalbláu augun hennar og dökkbrúna hárið virðast líkt hans. Engin furða að Holder vissi aldrei um hversu ömurlega henni leið innra með sér; Líklegt er að hún hafi aldrei látið neinn vita af því sem raunverulega var að gerast inni í hausnum á henni.

Þegar ég sneri því við og skoðaði það betur, féll kjálki minn af áfalli: Hann sýndi hana kyssa Grayson á kinnina á meðan þau héldust saman í hendur - hneykslaði mig inn í kjarnann og neyddi mig til að setjast á rúmið til að fá skýrleika. Kannski útskýrir það hvers vegna Holder líkar ekki svona vel við Grayson; kannski skýrir það hvers vegna hann vildi alls ekki að hann snerti mig; Kannski kennir Holder Grayson um það sem hún hefur gert okkur öllum.

Þegar ég hélt á myndinni og sat enn á rúminu mínu þegar svefnherbergishurðin opnaðist og Holder gægðist í kringum hana til að sjá hver hafði farið inn, þá gripu augu hans í mér þegar hann sagði "Hvað ertu að gera?" Þó hann væri ekki reiður yfir nærveru minni hér inni, virtist hann óþægilegur yfir því hvernig gjörðir mínar höfðu látið honum líða fyrr.

„Ég var að leita að baðherberginu," hvísla ég. "Vinsamlegast leyfðu mér augnablik."

Hann hallaði sér að dyrunum með krosslagða handleggi yfir brjóstið á meðan hann tók inn allt nýtt fyrir framan sig, eins og ég. Það er eins og allt hafi verið glænýtt fyrir honum líka.

"Hefur enginn verið hér síðan hún..."

"Nei," svara ég snöggt, "hver væri tilgangurinn núna þegar hún er farin?" Hann kinkar kolli af skilningi áður en hann setur aftur myndina af Lesslie og Grayson saman á náttborðið mitt á upprunalegum stað, snýr niður eins og hún hafi skilið það eftir. Ég spyr "Var hún að hitta hann?" "Var það einhvern tíma minnst á það?" "Ó," svarar hann rólega.

Hann fer varlega inn í svefnherbergið, gengur síðan yfir í rúmið mitt þar sem hann situr við hliðina á mér á því með olnboga hvíla á hnjám, og þrýstir höndum saman.
Hann rétti fram hendurnar á undan sér. Þegar ég horfði hægt í kringum mig, bjóst ekki við svari frá honum strax, leit hann aftur í áttina að mér áður en hann dró mig að mér með annan handlegginn vafinn um axlir mínar - næstum því ég fór að gráta þegar ég var hjá honum núna og vildi samt að ég væri nálægt honum. hlið.

„Hann hætti með henni kvöldið áður en hún framdi verknaðinn," rifjar hann upp með rólegu sjálfstrausti.

„Heldurðu að hann hafi borið ábyrgð á því að hún gerði það og er það þess vegna sem þú hatar hann svona mikið? Orð hans fengu mig til að hrökklast til baka.

Hann hristir höfuðið. "Ég hataði Grayson áður en hann hætti með Sky. Hann lagði hana í gegnum mjög mikið, Sky. Og nei, ég ásaka Grayson ekki; frekar gæti það hafa verið einn þáttur af mörgum sem leiddi hana til að grípa til svo harkalegra aðgerða - Sky átti í vandræðum löngu áður en Grayson kom inn í myndina svo nei ég ásaka hann alls ekki!" Hann stendur upp og tekur í höndina á mér. "Komdu með mér, ég vil ekki vera hér lengur!"

Þegar ég er búinn að líta aðeins um herbergið, stend ég upp til að fylgja Holder í átt að dyrunum. Áður en við náum því þó snýr hann sér við og horfir á mig rannsaka nokkrar myndir á kommóðunni hennar Lesslie - nánar tiltekið eina innrammaða mynd af Holder og Lesslie sem börn sem fær mig til að brosa og fær mig til að hugsa um sakleysi þeirra áður en erfiður raunveruleiki lífsins hefur lent í þeim báðum. Þau standa saman fyrir framan hvítt innrammað hús á meðan Holder er með annan handlegg um háls Lesslie á meðan hún vefur handleggnum um mitti Holder með báðar hendur kreistar harkalega áður en hún brosir aftur í átt að myndavélinni saman.

Athygli mín færist fljótt frá andlitum þeirra á myndinni yfir í húsið í bakgrunni; hvítt innrammað hús með gulum innréttingum sem er með tveimur mismunandi litatónum af grænni málningu fyrir innréttingar í stofunni.
Hvernig á ég að vita hvaða litur stofan er? Hvernig veit ég það eiginlega? Ég loka augunum strax.

Hendurnar mínar byrja að titra þegar ég reyni að draga andann en það kemur ekki. Hvernig þekki ég þetta hús? Eins og að þekkja krakkana á myndinni. Og hvers vegna kannast ég við grænt og hvítt rólusett fyrir aftan þetta hús, með óþéttum þurrum brunni 10 fetum frá honum sem kötturinn hennar Lesslie datt einu sinni niður?

"Er allt í lagi?" spurði Holder þegar hann reyndi að taka myndina af mér. Ég greip snöggt aftur og horfði í augu hans; Umhyggja hans sýndi sig í augum hans þegar hann tók eitt skref í áttina að mér á meðan ég tók tvö til baka; hvernig þekki ég hann?

Af hverju þekki ég Lesslie? Af hverju finnst mér ég sakna þeirra? Þegar ég muldra þessar spurningar upphátt, reika augu mín frá Holder aftur niður í átt að Lesslie á myndinni hennar þar til úlnliðurinn hennar fangar athygli mína með eins armband og mitt.

Mig langar að spyrja hann um það en get það ekki. Það kemur ekkert út svo ég held upp mynd, sýni honum hana og bíð. "Himinn nei!" hann biður biðjandi þegar við förum frá návist hans.

"Hvernig?" rödd mín brakaði, heyrðist varla. Um leið og hugsanir mínar fóru aftur á fulla ferð fóru þær að hellast út. Ég man að ég hélt á myndinni hans, með rólunni, vel og...kötturinn þinn var fastur í henni." Augnaráð hans kom áleiðis og hélt áfram að streyma út; "Handhafi...ég þekki stofuna; það er grænt; eldhúsið var með of háa borðplötu fyrir okkur; móðir þín, Beth hét hún..." Ég reyndi að draga djúpt andann áður en ég spurði hann "Holder...er Beth mamma þín?" Ég gat ekki lengur gert það áður en ég hélt áfram samtali hans - "Holder...is Beth your mamma?" Ég stoppaði svo og spurði, áður en ég hélt áfram. "Holder...er Beth mamma þín?" Ég gat ekki lengur ráðið mig. "Holder...er Beth mamma þín?" Ég gerði hlé á hugsunum mínum áður en ég hélt áfram.

Holder grefur sig um leið og hann rennur höndunum í gegnum hárið. "Sky..." hvíslar hann. Svipur hans er ráðvilltur og ruglaður og ég veit að það hefur verið eitthvað sem hamlar sem hann vill ekki að ég viti af. Hann getur varla horft í augun á mér lengur þegar við höldum samtalinu áfram.

Hvernig gat hann mögulega þekkt mig og ekki látið mig vita? Af hverju hefur hann ekki sagt mér það ennþá?

Mér líður allt í einu illa. Ég hleyp framhjá honum til að opna hurðina yfir ganginn - sem reyndist vera baðherbergi! Ég læsi henni á eftir mér og slepp innrömmuðu myndinni á borðið áður en ég hrapaði niður á gólfið.

Myndir og minningar byrja að streyma inn í huga minn eins og flóð hafi nýlega opnast. Minningar um hann, um hana, um okkur þrjú saman. Minningar um okkur að leika, þegar ég borðaði kvöldmat heima hjá þeim og ég og Les óaðskiljanleg; minningar samfara sorg sem barni sem Lesslie sem ég vissi að er nú farin - hvorki fyrir mig né Sky, heldur endurspeglast á einhvern hátt í gegnum mig í einhvers konar sorg eða þunglyndi yfir andláti hennar. Hvernig gat ég ekki þekkt hann fyrr og rifjað upp hann samstundis þegar ég sá hann í fyrsta skipti?

"Vinsamlegast opnaðu hurðina, Sky."

Ég lendi í því að falla aftur við vegginn. Allar minningar, tilfinningar og sorg er of mikið fyrir kerfið mitt til að bera í einu.

"Vinsamlegast elskan. Við þurfum að tala saman og ég get ekki gert það héðan. Viltu vinsamlegast opna dyrnar?"

Hann vissi. Frá því að hann sá mig í fyrsta skipti í matvöruversluninni þar til hann sá armbandið mitt...hann vissi strax hvaðan það kom...Lesslie. Og eftir að hafa séð mig klæðast því ... vissi hann það líka.

Sorg mín og rugl breytast fljótlega í reiði þegar ég ýti mér upp frá gólfinu og hleyp til að opna og opna baðherbergishurðina. Hendur hans voru bundnar báðum megin við hurðarkarminn; Augnaráð hans féll beint á mig en ég kannast ekki lengur við hver hann var - né skil ég hvort tilfinningar hans stafa af sambandi okkar eða frá þeim sem önnur ung stúlka sem ég þekkti vel áður.

"Hver var Hope?" Ég hlýt að vita það." Svo, með því að kyngja óttanum, slepp ég þessari spurningu sem gæti þegar vitað svarið:

Ósveigjanlegur svipur hans breytist ekki, svo ég öskra aftur - hærra í þetta skiptið - að hann svari.

"Hver í ósköpunum er Hope?" Augu hans haldast fast við mitt á meðan hendur hans hvíla þétt við dyrakarminn; samt getur hann ekki gefið mér svar. Af hvaða ástæðu sem er vill hann ekki að ég viti eða man hver ég var á undan honum. Þegar tárin hans hóta að streyma upp í mér aftur, dreg ég djúpt andann og berst líka við tárin; of hræddur til að spyrja hreint út því svarið liggur ekki inni.

"Handhafi... er ég að vona?" Rödd mín hiknaði þegar ég talaði þessi orð með miklum ótta í röddinni.

Hann andaði hratt út á meðan hann horfði upp í loftið, næstum eins og hann væri að reyna að gráta ekki. Þegar augu hans lokuðust og ennið hvíldi á handleggnum dró hann eitt djúpt andann áður en hann opnaði þau aftur og horfði aftur á mig: "Já."

Umhverfi mitt verður of þykkt til að ég geti andað að mér. Ég stend kyrr, beint fyrir framan hann, ófær um að hreyfa mig - hugsanir mínar verða aðeins hljóðar innra með mér - samt flæða þær aftur inn endalaust af hugsunum og spurningum.
Minningar eru farnar að streyma yfir huga minn og ég á erfitt með að vita hvort ég eigi að gráta, öskra, sofa eða hlaupa frá þeim öllum.

Ég þarf að fara út. Holder og húsið virðast vera að loka á mig og ég þarf pláss úti svo allar hugsanir geti sloppið úr heilanum og ég vil að allar tilfinningar mínar séu þarna úti.

Ég þrýsti honum framhjá og hann reynir að grípa í handlegginn á mér, en ég tek hann frá greipum hans.

"Himinn!" kallaði útlendingurinn. Ég hljóp í átt að stiganum og byrjaði að lækka eins fljótt og ég gat - tók tvö skref í einu - heyrði fótatak hans fyrir aftan mig, fóturinn minn lendir óvart lengra en ætlað var í hverju skrefi þegar ég flýti mér - missti að lokum tök á teinum og dettur fram á við í hrúgu á gólfinu undir þeim.

"Himinn!" Hann hrópar. Ég reyni að rífa mig upp en áður en ég hef tækifæri til er hann með handleggina um mittið á mér og heldur mér fast. Að ýta á móti honum, vilja að hann sleppi takinu svo ég geti farið út, hann haggast ekki tommu.

"Utan," stamaði ég. "Vinsamlegast, Holder."

Hann virðist hikandi við að sleppa takinu á mér, á erfitt með að vilja ekki að ég fari frá brjósti hans. Treglega dregur hann mig í burtu og lítur niður í augun á mér: "Ekki hlaupa, Sky. Farðu út en vinsamlegast farðu ekki án þess að tala fyrst, við þurfum að tala saman."

Hann kinkaði kolli, sleppir mér og hjálpar mér að standa upp. Ég stíg út um útidyrnar á grasflötina og þrýsti höndum saman á bak við höfuðið á meðan köldu lofti streymir inn um nasirnar á mér; halla höfðinu aftur, ég horfi með söknuði á stjörnurnar á meðan ég lít upp. Minning eftir minningu streymir til baka og vekur upp fleiri og fleiri spurningar: hvernig ég þekki hann; hvers vegna hann hélt mér upplýsingum; og hvernig nafn mitt gæti hafa verið Hope þegar allt sem ég hef nokkurn tíma þekkt sem Sky. Karen meikar ekkert sens; allt sem ég hélt að ég skildi í öll þessi ár hefur byrjað að afhjúpast, afhjúpa sannleika sem ég vil ekki vita um mig eða alla í kringum mig. Hvaða lygi segir hún? " " " "

Þegar ég stend úti í það sem virðist vera eilífð, reyni að skilja allt á eigin spýtur á meðan ég hef ekki hugmynd um hvar eða hvers vegna ég á að byrja, eykst gremjan þar sem ég næ ekki til Holder vegna þess að hann veit ekkert um hvað er að gerast og mér finnst ófullnægjandi upplýstur um það sem hann gæti vitað um það sem hér hefur gerst. Ég þarfnast innsýnar einhvers annars en finnst ég máttlaus.
Að vita að hann hefur haldið þessu leyndu allan tímann gerir mig órólega; allt sem ég hélt að hefði gerst á milli okkar gæti aðeins hafa verið blekking.

Ég er tilfinningalega þreyttur eftir opinberanir kvöldsins. Allt sem ég vil er að fara heim og hvíla mig áður en ég ræði hvers vegna hann sagði mér ekki fyrr að hann þekkti mig sem barn - hvers vegna honum fannst jafnvel nauðsynlegt að halda þessum upplýsingum frá mér.

Þegar ég er kominn út sný ég mér hægt við og geng aftur í átt að húsinu mínu. Hann bíður við dyrnar og horfir á mig. Hann stígur til hliðar til að ég komi inn og ég fer beint í eldhúsið þar sem ég opna ísskápinn áður en ég gríp vatnsflösku þaðan og drekk nokkra sopa til að svala munnþurrkanum - eitthvað sem hann sagðist vera að fá fyrir mig áðan en gerði aldrei skila á.

"Taktu mig heim." Ég setti flöskuna á barinn og horfði á hann.

Hann virðist ekki nenna því, í staðinn snýr hann við og sækir lyklana af forstofuborðinu áður en hann benti mér að fylgja honum út um dyrnar og inn í bílinn hans - skilja eftir vatnið á barnum, þegjandi á eftir honum þegar við leggjum leið okkar í átt að honum. og þegar ég kom inn í hann bakkaði hann út af innkeyrslunni og fór út á veginn án þess að tala orð um hvert við værum að fara eða eitthvað svoleiðis.

Þegar við förum framhjá afleggjaranum mínum kemur í ljós að ferðin mín ætlar ekki að fara með mig heim. Augu hans eru stöðug á veginum fyrir framan hann á meðan ég held áfram að biðja hann um að taka mig. "Taktu mig heim!" Ég ítreka beiðni mína.

"Sky, við þurfum að eiga samtal. Þú hefur spurningar sem ég veit að þarf að svara."

Um leið og hann gerði það vissi ég að spurningar mínar myndu hrannast upp; því miður virtist hann þó áhugalaus um val mitt á þessum tímapunkti; þannig, með tregðu, tók ég af mér öryggisbeltið og sneri mér í áttina að honum, hallaði mér að hurðinni, bakið upp að henni til að snúa beint á móti honum ef þörf krefur; annars lagði ég þá bara alla fljótt út því ég þurfti að hann tæki mig fljótt heim.

"Allt í lagi," svara ég með afskiptaleysi, "við skulum bara klára þetta. Af hverju hefurðu verið að ljúga að mér í tvo mánuði? Var armbandið mitt að trufla þig nógu mikið til að við gátum ekki talað saman í margar vikur, eða af hverju sagðirðu ekki bara frá ég hver var mín raunverulega sjálfsmynd þegar við hittumst í matvöruversluninni? Vegna þess að þú vissir hver ég var allan tímann; einhverjum skrítnum hluta af þér fannst það skemmtilegt að setja mig í samband þar til ég áttaði mig á þessu? Finnst þér jafnvel líkar við mig lengur ?" Hefur þessi leikur sem þú hefur verið að spila virkilega verið þess virði að særa mig meira en ég hef nokkurn tímann gert áður?" spyr ég vantrúuð. Reiði sem ég segi ekki orðum byrjar að hristast harkalega þegar ég svara þessu svari.

Eins mikið og ég reyndi að berjast á móti þeim, losnuðu tárin loksins og duttu niður kinnar mínar, svo ég gafst upp og þurrkaði þau burt með handarbakinu áður en ég þurrkaði tárin með handarbakinu áður en ég þurrkaði tárin. frá kinnunum mínum með handarbakinu og lækkaði röddina í "Þú meiðir mig, Holder. Svo illa. Þú lofaðir að vera bara alltaf heiðarlegur við mig." Rödd mín féll verulega - svo mikið að Holder starði beint fram á veginn eins og hrokafullur bjáni á meðan ég lokaði augunum og lagði handleggina yfir brjóstið áður en ég hneig aftur í sætið mitt og bölvaði Karma fyrir að senda vonlausa stráka eins og hann inn í mig. lífið bara svo hann gæti eyðilagt allt fyrir honum!

Þegar ég horfi á hann keyra án þess að svara neinu sem ég sagði, get ég ekki annað gert en að hlæja sorglega og hugsa með mér: „Þú ert virkilega vonlaus."

14. KAFLI

"Ég þarf að pissa!" hún hlær þegar við krummuðum okkur undir veröndinni þeirra og bíðum eftir að Dean fyndi okkur. Ég elska að leika mér í feluleik, sérstaklega þar sem mér finnst gaman að vera sá sem felur mig. Þeir vita ekki að ég skil ekki talninguna ennþá eins og þeir spyrja alltaf; Dean segir mér alltaf að telja upp að tuttugu þegar þau fara í felur - í staðinn stend ég þarna með lokuð augu og þykist vita hvernig. Báðir eru þeir nú þegar að fara í skóla á meðan ég fer ekki fyrr en á næsta ári svo getu þeirra til að telja eins nákvæmlega er nú langt umfram.

„Hann kemur," tilkynnti hún þegar hún læddist í burtu nokkur skref. Ég reyndi að snerta ekki kalda jörðina undir veröndinni með höndunum eins og hún gerði, en mér var hræðilega sárt í fótunum.

"Les!" Hann öskrar þegar hann nálgast veröndina og gengur beint í átt að tröppunum, virðist þreyttur á að leita að okkur og setjast að lokum á þær - næstum beint fyrir framan okkur! "Ég er þreytt á að leita!" Ég sneri mér við og athugaði með Lesslie hvort hún væri tilbúin að hlaupa til grunns, hún afþakkaði með því að hrista höfuðið nei og halda upp einum fingri yfir varirnar.

"Von!" Hann hrópar úr sæti sínu á tröppunum. "Ég gefst upp!" Eftir að hafa horft um í garðinum í augnablik eða svo andvarpar hann rólega áður en hann stokkar aftur um og muldrar niður í andann á meðan hann sparkar í möl undir fótum, sem fær mig til að flissa stjórnlaust. Lesslie gefur mér fljótt kýla á handlegginn til að segja mér að þegja.

Í fyrstu hélt ég að hann heyrði í okkur, en eftir smá umhugsun áttaði ég mig á því að hann hló bara með sjálfum sér.

"Hope og Les," segir hann hljóðlega og hlær aftur áður en hann stendur upp og öskrar: "Heyrirðu það?! Þið eruð vonlausir tveir!" Hann lagði höndunum um munninn af spenningi: "Þau tvö eru vonlaus!"

Að heyra Dean breyta nöfnum okkar í orð fær Lesslie til að hlæja og hún skríður út undan veröndinni. Ég fylgi fljótt á eftir og stend upp þegar Dean segir mér að það sé kominn tími til.

Hann snýr sér við og sér hana. Hann brosir þegar hann lítur niður á okkur bæði með hné þakin óhreinindum og köngulóarvef í hárinu, áður en hann hristir höfuðið í gremju og segir aftur: „Vonlaus".

Minningin streymir aftur inn svo skært; Ég skil ekki hvernig það tók svona langan tíma fyrir allt að sökkva inn. Hvernig gat ég séð og heyrt hann tala um Les, en samt ekki munað? Þegar ég teygði mig, gríp ég í handlegg hans áður en ég lyfti upp erminni; húðflúrið er þarna, samt er þetta í fyrsta skipti sem ég tók eftir því. Ég veit hvað það segir en í þetta skiptið er öðruvísi því núna skil ég raunverulega þýðingu þess.

"Af hverju keyptirðu það?" Hann hefur svarað þessari spurningu áður, en núna vil ég skilja hvers vegna hann ákvað að fá sér einn. Þegar hann tók augun af veginum og horfði aftur í áttina til mín leit hann stutta augnaráði áður en hann leit aftur á hann aftur.

„Eins og ég sagði þér þá er þetta hálsmen áminning um alla þá sem ég hef svikið í lífi mínu.

Loka augunum og loka huganum áður en ég sest aftur í sætið mitt með vantrúarsvip. Hann er kannski ekki óljós, en mér finnst skýringin sem hann heldur áfram að gefa á húðflúrinu sínu bæði ruglingsleg og óljós. Hvernig gat hann hafa svikið mig svona ungan á aldrinum, hvað þá fundið fyrir nógu mikilli eftirsjá yfir því til að setja blek á sig sem áminningu? Á þessum tímapunkti gat ekkert sem ég segi eða geri komið honum aftur heim; Svörin hans fullnægðu einfaldlega engum fyrirspurnum mínum og nú halda hugarleikir hans áfram með dulrænum svörum sem ekki fullnægja hvorri hliðinni. Það eina sem ég vil er að hann fari með mig heim; Svör hans gefa dulræn ósvörun; það eina sem ég vil er að við báðir aðilar sem hlut eiga að máli komum okkur heim núna.

Hann snýr við í von um að hann hafi snúið við, en drap í staðinn á kveikjuna og opnaði hurðina sína og opnaði augun nógu stór til að sjá að við erum komin aftur út á flugvöll. Ég var pirruð - vildi ekki horfa á hann horfa út á stjörnur á meðan hann hugsaði tímunum saman, vildi bara fá svör eða fara heim eins fljótt og hægt er.

Ég opna dyrnar treglega og elti hann hægt í átt að girðingunni í von um að friðun hans gæti leitt til skjótrar skýringar frá honum. Við hjálpumst að við að stilla það saman áður en við göngum til baka í átt að stöðum okkar á flugbrautinni til að hvíla okkur og hvíla okkur. Þegar ég horfi á himininn í von um að sjá stjörnuhrap, þá væri ósk mín það fyrir tveimur mánuðum og alls ekki stíga fæti inn í neinar matvöruverslanir þann daginn.

"Ertu tilbúinn fyrir svör?" spyr hann.

"Ef þú ætlar að vera opinn og heiðarlegur í þetta skiptið," svaraði ég, "þá er ég tilbúinn fyrir það."

Hann snýr sér að mér, rífur síðan upp handlegginn og veltir sér á hliðina og horfir niður á mig. Myrkrið gerir mér erfiðara fyrir að lesa svip hans; þó augu hans bregðist mér aldrei þegar kemur að því að sýna sorg hans. Hann hallar sér fram og lyftir hendinni í átt að kinninni minni segir hann hljóðlega "Ég þarf að kyssa þig".

Ég hlæ næstum upphátt en er hrædd um að það verði brjálæðislegt þar sem það myndi bara bæta olíu á eldinn sem brennur nú þegar innra með mér. Í staðinn hristi ég höfuðið í vantrú á að einhver myndi halda að ég myndi leyfa þeim að kyssa mig eftir að hafa uppgötvað að þeir hafa verið að ljúga að mér í tvo mánuði!

„Nei,“ svara ég kröftuglega, þar sem nálægð hans og hönd á kinn minni veldur því að hver hluti reiði minnar stafar af svikum hans; samt bregst líkami minn svo ósjálfrátt við snertingu hans að jafnvel á augnablikum þegar reiði mín er réttlætt með uppruna hennar, bregst líkami minn enn neikvæður við; þetta er innri barátta sem ég á erfitt með að vinna - á milli þess að kýla eða smakka hann eða smakka á báða vegu á sama tíma!

„Ég þarf að kyssa þig,“ endurtók hann auðmjúklega og brýn, rödd hans fylltist af ákafa. "Vinsamlegast, Sky. Ég er hræddur um að þegar ég segi þér hvað mér er efst í huga... gætum við aldrei fengið annað tækifæri til að kyssa hvort annað aftur." Hann dró sig nær, strauk varlega um kinn mína með þumalfingri sínum áður en hann hélt fast í mig með augu sem yfirgáfu mín aldrei í eina sekúndu þar sem við skiptumst á hikandi augum áður en við sögðum sannleikann hans og gáfum ekkert tækifæri til höfnunar. "Vinsamlegast."
Ég kinka kolli örlítið, ómeðvitandi hvers vegna viðkvæmni mín hefur tekið yfirhöndina. Hann lækkar munninn að mínum og kyssir mig blíðlega, notfærir sér viðkvæmni mína með því að loka augunum þar sem hluti af mér óttast að þetta gæti verið síðasti kossinn minn með honum - allt vegna þess að þessi maður hefur alltaf verið ein af mínum fullkomnu löngunum til að deila hvaða mynd sem er. af tilfinningalegri reynslu með.

Hann stillir sig, kraup niður á andlitið á mér með annarri hendinni sem heldur í andlitið á mér á meðan hann festir hina sína á steypuna nálægt höfðinu á mér með hinni. Ég renn hendinni varlega í gegnum hárið á honum um leið og ég dreg hann nær munni mínum - að smakka hann og finna andardráttinn blandast mínum er eitthvað sérstakt, læsir allt annað um kvöldið í þessari stundarupplifun.
Á þessari stundu eru hugsanir mínar uppfullar af honum og hvernig hjarta mitt er samtímis að bólgnast og sundrast. Tilhugsunin um að það sem ég finn fyrir honum gæti ekki einu sinni verið réttlætanlegt eða raunverulegt særir alls staðar - frá höfði, meltingarvegi, brjósti, hjarta og sál. Áður fyrr var koss hans eitthvað til að lækna sársauka mína en núna skapar hann endalausan hjartaverk innra með mér.

Þegar tárin mín byrja að renna út getur hann skynjað ósigur minn taka völdin og færir varirnar yfir kinnina á mér fyrir eyrað á mér til að veita mér huggun þegar grátur flýja úr hálsi mínum. "Elskan," segir hann við mig í einlægni, "mér þykir það leitt, ég vildi aldrei að þú vissir það."

Loka augunum og ýta honum frá mér áður en ég sest upp til að draga djúpt andann. Þurrkaðu tár með handarbakinu áður en ég dreg fæturna þétt utan um þá til að knúsa þau örugglega áður en ég fel andlit mitt í hnjánum til að þurfa ekki að horfa á hann aftur.

"Það eina sem ég vil er að þú talar, Holder. Ég spurði allra spurninga sem mér datt í hug á ferðalagi okkar hingað og þarf nú svar svo ég geti farið heim." Rödd mín er löngu dofin.

Hann færir höndina um bakið á mér, rennir henni hægt í gegnum hárið á mér á meðan hann vinnur upp svar. "Þegar ég sá þig í fyrsta skipti var ég ekki viss um hvort þetta væri Hope eða ekki; eftir að hafa talið alla ókunnuga á okkar aldri fyrir Hope gafst ég loksins upp á að reyna. Þegar ég sá þig í búðinni og horfði í augun á þér. ..það leið eins og Hope sjálf. Hins vegar, þegar þú sýndir mér skilríkin þín og sagðir mér að þú værir það ekki...það var nóg af skýringarmynd fyrir mig - eins og vakning; loksins var kominn tími til að fara alveg framhjá Hope.

Hann hættir að tala og rennir hendinni rólega niður hárið á mér, leggir það að bakinu á mér á meðan hann teiknar ljósa hringi með fingrinum. Þó ég vilji ýta hendinni frá honum, vil ég hafa hana þar sem hún er meira.

"Ég og pabbi þinn bjuggum í næsta húsi í eitt ár; ég og Les vorum bestu vinir þá. Því miður er erfitt að muna andlit frá svo löngu liðnum tíma... mig grunaði að þú gætir hafa verið Hope við fyrstu sýn; hins vegar hefði það raunverulega verið hún, þá hefði engin spurning verið í mínum huga; hefði ég séð hana aftur þá væri enginn vafi."

"Eftir að hafa yfirgefið matvöruverslunina þennan dag leitaði ég strax á netinu að nafninu þínu, bara til að vera svekktur yfir því að engar niðurstöður komu upp á Facebook. Eftir klukkutíma langa leit ákvað ég að fara út að hlaupa til að slaka á áður en ég hringdi. horn og sjá þig."
Þegar ég stóð fyrir utan heimili mitt gat ég ekki andað. Þú stóðst bara þarna - örmagna eftir að hafa hlaupið um... og...Þú varst alveg falleg. Jafnvel þó ég hefði ekki gert upp hug minn hvort þú værir Hope eða ekki á þeirri stundu, þá skipti það bara máli að fá að vita hver þessi nýja manneskja væri.

"Eftir að hafa eytt svo miklum tíma með þér þá viku, fann ég mig laðast að húsinu þínu á föstudagskvöldið. Ekki með neinn ásetning um að grafa upp fortíð þína eða vona að eitthvað myndi þróast á milli okkar; frekar vildi ég að þú hittir mig í alvöru - ekki hvað annað fólk hafði sagt þér um mig. Eftir að hafa eytt meiri tíma saman um kvöldið gat ég ekki hugsað um neitt annað en hvernig við gætum eytt meiri tíma saman - enginn skildi persónuleika minn eins og þú, enn og aftur virtist eitthvað mögulegt eða kannski var þetta ekki ekki allt tilviljun eftir að þú lærðir að þú varst ættleiddur... en aftur kannski var þetta bara tilviljun eða annars hefði þetta ekki gerst

„En svo þegar ég sá armbandið..." Hann hætti að tala, tók höndina af bakinu á mér, renndi fingrunum undir hökuna á mér og dró andlitið frá hnjánum til að þvinga mig til að horfa í augun á honum. Orð hans voru eitthvað á þessa leið: "Hjarta mitt brast, Sky. Ég vildi ekki að þú værir Hope - eftir margra ára leit að þér í hverju andliti sem ég hitti...þegar ég loksins fann þig...hjarta mitt var brotið ...eftir að hafa leitað svo rækilega að Hope...þegar ég loksins fann þig...hjarta mitt brast upp á nýtt; eftir að hafa eytt öllum þessum árum í að skoða hvert andlit sem ég hef leitað...þegar ég fann þig loksins.. .hjartað mitt brotnaði aftur...og hjartað mitt brotnaði aftur...hjartað mér".

"En af hverju sagðirðu mér það ekki bara?" Ég spyr í vantrú, enn ráðalaus yfir því hvers vegna þessi lygi hefur verið um að við höfum þekkt hvort annað áður.

"Hvað manstu eftir ættleiðingarreynslu þinni?" Hann lítur á mig í stutta stund áður en hann burstar hárið af andliti mínu og heldur áfram spurningu sinni. "Geturðu sagt mér meira?" spyr hann mig.

„Ekkert mikið," svaraði ég þreytt. „Ég veit að ég var settur í fóstur eftir að faðir minn gaf mig upp til ættleiðingar hjá Karen; við fluttum hingað frá utanríkisráðuneytinu þegar ég var fimm ára, þó ég man ekki eftir neinum smáatriðum en þessum og nokkrum skrítnum minningum. ."

Hann teygir líkama sinn upp við minn og leggur báðar hendur á herðar mínar þétt, eins og hann sé svekktur. "Það var allt sem Karen sagði þér; hvað manstu eftir því?" "Svo hvað gerðist eftir allan þennan tíma, Sky?" spyr hann orðrétt.
"Ekkert. Fyrstu minningar mínar um lífið eru með Karen; eina minningin frá því á undan henni var að fá armband sem er enn til, þó ég væri ekki viss hver gaf mér það."

Holder tekur andlit mitt í hendurnar og lækkar varirnar niður að enninu á mér, þrýstir þeim að hárlínunni eins og hann vilji ekki að ég hreyfi mig - hræddur um að þurfa að tala neyði hann til að segja mér allt sem hann veit um mig.

„Segðu mér allt sem þér dettur í hug," hvet ég hana, „jafnvel þótt þér finnist það óþægilegt".

Hann dregur varirnar til baka, þrýstir enni sínu að mínu með lokuð augu og járngrip í andliti mínu. Það gerir mig nógu sorgmæddan til að ég vil hugga hann þrátt fyrir pirringinn á honum; svona handleggi mína um hann og faðmaði hann aftur og upp í kjöltu hans; Ennið okkar tengdust enn saman, fætur okkar vafðir um mitti hans þar sem við höldum báðir fast með þessa tilfinningu eins og jörðin mín hafi nýlega verið slegin af ásnum sínum, þar sem hann heldur um mig eins og ég sé í kjarna hennar.

„Segðu mér bara, Holder,“ Hann rennir hendinni niður mjóbakið á mér áður en hann opnar augun og færir ennið frá mér svo hann geti snúið sér að mér þegar hann talar.

"Daginn sem Les gaf þér armbandið þitt varstu að gráta. Ég man hvert smáatriði eins og það hafi gerst í gær - frá því við sátum hjá þér þar til hún gaf þér það. Eftir að hún gaf þér það sneri hún aftur heim en ég gat það ekki - tilfinning slæmt að skilja þig eftir þar þar sem ég hélt að þú gætir verið reiður út í pabba þinn aftur og yfirgefin þig þar fékk mig til að hata hann enn meira; ekki viss um að mikið meira sé hægt að segja um hann annað en að ég fyrirliti kjarkinn hans fyrir að láta þér líða svona; eins og ég var aðeins sex ára á þeim tíma, ég vissi aldrei alveg hvað ég ætti að segja eða hvað ég ætti að segja til að hugga grátandi barn annað en að segja eitthvað á þessa leið eins og: „Ekki hafa áhyggjur...“."

„Hann mun ekki lifa að eilífu,“ segi ég við hann og klára setninguna. Ég man þann dag; Les að gefa mér armbandið og þú að segja að hann muni ekki lifa að eilífu eru tvær minningar sem ég man enn ljóslega eftir; þó ég þekkti þig ekki sem heimildarmann á þeim tíma.
"Já, það var það sem ég sagði þér," svaraði hann um leið og hendur hans hvíldu létt að kinnum mínum og hélt áfram. „Og svo gerði ég eitthvað sem ég sé eftir á hverjum degi síðan.

"Haldamaður, hvað hefurðu gert?" spyr ég hann.

"Einmitt," svaraði hann, "ég gekk fram í garðinn minn þó ég vissi að ég hefði átt að setjast aftur við hliðina á þér. Þess í stað stóð ég þarna og horfði á þig gráta inn í hvort annað þegar þú hefðir átt að vera í fanginu á mér í staðinn. Og svo fór bíllinn upp að kantsteini. Farþegagluggan valt þegar einhver kallaði nafnið þitt; og um leið og því var lokið horfði ég á þig standa upp, dusta rykið af stuttbuxunum, ganga að bílnum og klifra inn með öllum hinum þar; en allt Ég var að horfa á þegar ég hefði allan tímann átt að vera þarna með þér; annars hefði þetta ástand aldrei komið upp!

Rödd hans fyllt ótta og eftirsjá gerir hjarta mitt hlaupandi af ótta; einhvern veginn finn ég styrkinn til að tala þrátt fyrir allt. "Hvað hefði aldrei gerst?" "Ekkert."

Hann kyssti ennið á mér aftur, strauk fingurgómunum varlega yfir kinnbeinin á mér þegar augnaráð hans skaust yfir til að sjá hvort ég myndi brjóta hjarta hans.

"Þeir tóku þig, frá pabba þínum, mér og Les. Í þrettán ár hefur þín verið saknað." Eitt sem ég elska við bækur er að geta tjáð og skilgreint persónur fyrir lesendur.

Það getur verið bæði áhugavert og grípandi að þétta ákveðna hluta af lífi persónunnar í kafla.

Raunverulegt líf virkar ekki á þennan hátt - þú getur ekki bara lokað þáttum og byrjað annan.

Taktu ákvarðanir sem gera þér kleift að komast framhjá erfiðum aðstæðum og opna þig fyrir eitthvað stærra.

Lífinu er ekki hægt að skipta í viðráðanlega bita.

Lífsatburðir þínir hafa allir átt sér stað innan nokkurra mínútna! Öll helstu augnablikin hafa átt sér stað ótrúlega hratt en samt á augabragði.

Hver mínúta verður að líða án truflana eða auðar síður eða hlé á milli.

Lífið heldur áfram að rúlla áfram - sama hvað hefur gerst! Og þetta kaflaskil táknar það.

Þegar tíminn líður og við höldum áfram að deila orðum og sannleika hvert með öðru, framfarir halda áfram að gerast og orð halda áfram að streyma út frá öllum sem taka þátt.

Sama hvað, lífið leyfir okkur aldrei að stoppa og draga andann.

Ég þarf pásu. En hvernig? ; Mig vantar eitt af þessum kaflaskilum en hef ekki hugmynd um hvernig.

„Segðu eitthvað,“ segir hann við mig þar sem ég sit kyrr, vafinn utan um hann með höfuðið þrýst að öxlinni á honum og augun lokuð. Hann leggur höndina sína fyrir aftan höfuðið á mér til að halda mér þéttara á meðan hann setur munninn niður að eyranu mínu til frekari stuðnings. "Vinsamlegast, segðu bara eitthvað."

Ég skil ekki hvað hann vill að ég geri - ætlast hann til að ég verði hissa eða hneyksluð, gráti eða öskri? En allir þessir möguleikar eru enn utan seilingar þar sem hugur minn á erfitt með að skilja orð hans.

"Hope hefur verið týnd í 13 ár."

"Vantar." Orð hans bergmála í höfðinu á mér eins og endalaus lykkja.

"Hann meinti "vantar" í bókstaflegri merkingu: kannski hefur hann einfaldlega saknað mín þessi ár. Hins vegar efaðist ég um að þetta væri raunin um leið og hann sagði þessi orð; þú sást að hann vissi hvaða áhrif þau myndu hafa á mig og gerði það. vil alls ekki gefa yfirlýsinguna.

Vantar þig í bókstaflegri merkingu, en ert ruglaður á röð atburða? Ég man vel eftir honum frá tveimur mánuðum áður - allur persónuleiki hans, skapsveiflur og dularfull orð urðu kristaltær þegar hann stóð fyrir dyrum mínum og sagði mér að hann hefði verið að leita að mér allt sitt líf... um kvöldið þegar hann sagði mér það Beint...

Eða taktu fyrsta kvöldið okkar saman hér á þessari flugbraut þegar hann spurði mig hvort ég hefði átt gott líf. Í þrettán ár hafði hann haft áhyggjur af mér; þannig að þessi spurning var ætluð sem heiðarleg fyrirspurn til að sjá hvort ég væri sáttur við hvert lífið hefði fært mér.

Eða daginn sem hann neitaði að biðjast afsökunar á hvernig hann hegðaði sér á kaffistofunni og útskýrði að hann vissi hvers vegna það hefði komið honum í uppnám en gæti ekki sagt mér það ennþá. Í fyrstu efaðist ég ekki um þessa fullyrðingu þar sem hann virtist einlægur þegar hann útskýrði sjálfan sig einhvern daginn; aldrei hefði ég getað ímyndað mér hvers vegna að sjá þetta armband kom honum svona í uppnám; eftir á að hyggja vissi hann að það myndi brjóta hjarta mitt að segja sannleikann og mig hafði ekki grunað hvers vegna að sjá armbandið kom honum svona í uppnám!

Hann hafði rétt fyrir sér. Þín hafði verið saknað í þrettán ár.

Síðasta setningin hans sendi hroll niður hrygginn á mér. Um leið og hann hafði lokið máli sínu lyftist andlit mitt hægt frá öxl hans til að horfa beint á hann og segja: "Ekki kalla mig von, það er ekki nafnið mitt."

„Sky," biðst hann afsökunar.

„Ekki kalla mig það," svaraði ég með járnhnefa. Mér leið allt í einu eins og það væri enginn eftir sem ég gæti treyst í þessum heimi - ekki einu sinni sjálfri mér eða minningum mínum!

Holder stendur upp og tekur í hendurnar á mér og horfir beint í augun á mér. Hann fylgist grannt með mér þar sem hann býst við svari frá mér; því miður verður hann fyrir vonbrigðum vegna þess að það verður enginn hér og núna. Hluti af mér vill gráta á meðan annar hluti vill ýta í burtu.
Þegar hann vefur handleggina utan um mig og hvíslar "Ekki hafa áhyggjur," svar mitt spannar allt frá reiði í garð hans fyrir að svíkja mig til að leyfa honum að halda áfram að kenna sjálfum sér um það sem gerðist þrettán árum áður. Flest af mér vill bara að allt ljúki - finnst að ekkert aftur myndi gera gott; Ég sakna gamla lífs míns friðar og æðruleysis.

„Ég þarf kaflaskil," segi ég við sjálfan mig frekar en hann.

Hann fylgir einu skrefi á eftir mér, rödd hans hljómar sigruð og yfirþyrmandi. Þegar hann grípur í handlegginn á mér til að stoppa mig, líklegast til að spyrja hvernig mér liði, dreg ég mig snöggt í burtu og sný mér aftur í átt að honum - vil ekki að hann spyrji hvernig mér líður þar sem ég hef ekki hugmynd um sjálfan mig. Í augnablikinu er ég að upplifa fjölda tilfinninga sem ég hef aldrei áður upplifað: reiði, ótta, sorg og vantrú streyma allt inn eins og öldur; Ég vil að allt hætti strax! „Það eina sem ég vil er að allt hætti að særa, svo ég gríp andlitið á honum og þrýsti vörum mínum að hans. Kyssa hann fast og hratt, í von um einhver viðbrögð en engin kemur. Í staðinn kyssir hann ekki til baka né hjálpar til við að lina þjáningar mínar með því að að gera þetta svo reiði mín taki völdin; varir mínar skiljast frá hans og ég lem hann."

Hann hrökklast varla við, sem gerir mig reiðan. Ég vil að hann finni hvað orð hans gerðu mér bara; svo þegar hann bregst ekki enn þá skelli ég honum aftur og þegar það dugar ekki þá byrja ég að þrýsta á brjóstið á honum; ýta og ýta yfir og yfir - að reyna að gefa til baka hverja eyri af sársauka sem orð hans ollu mér. Með hnefana sló ég hann í bringuna en þetta virkar ekki svo í staðinn byrja ég að öskra og berst aftur í handleggina hans sem eru nú vafðir þétt um magann af honum þar sem handleggirnir okkar læstust saman að maganum á mér með því að hann snýst mér um. þar til bakið mitt var á móti brjósti hans með handleggina læsta saman við bringuna hans - aðeins þá náðum við að snúa mér svo bakið mitt var á móti brjósti hans á meðan handleggirnir okkar læstu þétt um magann á mér með því að hann sneri mér í kring svo báðir handleggirnir okkar læstu saman örugglega í kringum magann minn!

„Taktu andann," hvíslaði hann í eyrað á mér. "Ekki örvænta; slakaðu bara á; ég er hér með þér núna - bara andaðu."

Rödd hans er róandi og ég loka augunum í þögn til að hlusta. Hann sýnir djúpt andardrátt með því að hreyfa brjóstið í takt við mitt, hvetur mig til að fylgja honum með því að anda hægt og djúpt sjálfur. Þegar ég er ekki lengur að berjast í fanginu á honum, snýr hann mér hægt við og dregur mig nær í faðm sinn.
„Ég vildi ekki að þú fyndir fyrir þessum sársauka," hvíslar hann lágt um leið og hann kúrir höfuð mitt á milli handanna. "Þess vegna hef ég ekki sagt þér það."

Á þessari stundu geri ég mér grein fyrir að ég er ekki einu sinni að gráta; reyndar, síðan hann opinberaði sannleikann, hef ég ekki fellt eitt einasta tár og verð að neita þeim sem verða á vegi mínum; þeir munu ekki hjálpa; þeir munu bara veikja mig meira.

Ég þrýsti lófum mínum varlega upp að brjósti hans og þrýsti létt að honum og er viðkvæm fyrir fleiri tárum í hvert sinn sem hann heldur um mig vegna þess að faðmlag hans er svo huggulegt. Því miður, sama hver heldur mér nálægt mér finnst ég viðkvæm fyrir fleiri tárum þegar þeir halda mér; Samt er sama hver heldur mér, ég veit að ég verð að finna styrk innra með mér til að vera sterkur ef einhver getur gert bragðið; sannleikurinn um þetta allt á eftir að koma í ljós og nú er ekkert traust lengur á milli Holder, Karen eða jafnvel sjálfs míns.

"Myndirðu einhvern tíma segja mér hver ég væri?" spyr ég hann hissa og horfi beint í augun á honum. Ef ég hefði ekki munað, hefðirðu samt sagt mér það? Ertu hræddur um að ég gæti yfirgefið þig og aldrei gefið þér annað tækifæri til að rugla mér? Hefur það verið ástæðan fyrir því að þú hefur verið að ljúga allan tímann?"

Orð mín ollu strax reiðistormi í augum hans. "Nei elskan. Svona var þetta ekki eða er ekki; ég hef ekki sagt þér það því ég er hræddur um hvað gerist ef ég tilkynni þetta því þeir munu taka þig frá Karen og líklega handtaka hana og senda þig aftur með föður þínum þangað til þú verður átján ára - viltu að það gerist? Karen gleður þig hér svo ég vildi ekkert trufla það."

„Í fyrsta lagi," svara ég. „Karen myndi ekki fara í fangelsi vegna þess að hún hefur ekki hugmynd um þetta ástand, og í öðru lagi ef aldur minn væri málið hefðirðu sagt mér núna.

Hann kreistir aftan í hnakkann og horfir niður til jarðar. Ég kann ekki að meta augljósa taugaveiklun hans; aðgerðir hans benda til þess að hann hafi enn eitthvað meira að segja um þetta mál.

"Sky, það er svo margt sem ég þarf að útskýra." Augu hans reika aftur upp þegar við hittum augun aftur. „Afmælisdagurinn þinn var ekki í september; raunverulegur fæðingardagur þinn er febrúar.
Sky, þú verður ekki átján ára fyrr en 7. maí og Karen veit allt um þetta." Hann tók óþægilegt skref í áttina að mér og greip í báðar hendur mínar, "Hún hlýtur að vita af þessu - hver annar gæti hafa gert þetta? Hugsa um það."

Um leið og hann byrjar að tala dreg ég í burtu. Að halda þessu leyndu hlýtur að hafa verið kvöl fyrir hann; augu hans sýna að það er sárt fyrir hann að þurfa að miðla þessum upplýsingum. En ég hef verið gjafmildur við hann síðan við hittumst og veitt honum allan vafa; öll sorg sem ég hafði fyrir honum virðist nú ómarkviss þar sem hann reynir að sannfæra mig um að móðir mín hafi einhvern veginn átt þátt í.

„Taktu mig heim," bað ég. "Ég vil ekki heyra meira í kvöld og vita eitthvað meira."

Hendur hans reyna að grípa hendurnar á mér aftur, en ég lem þær aftur til að bregðast við. "TAKTU MIG HEIM!" hrópa ég. Um leið og bíllinn minn stoppar byrja ég að ganga til baka. Það er komið nóg - allt sem ég vil er mamma mín. Að sjá hana og knúsa hana og vita að ég er ekki ein núna er það sem þarf núna.
Áður en Holder kemur að girðingunni reyni ég að rífa mig upp en það tekst ekki vegna veikra og skjálfandi handleggja og handa. Á meðan hann er enn að reyna að rífa mig upp á eigin spýtur kemur hann hljóðlega fyrir aftan mig og hífir mig upp áður en hann hjálpar mér að hoppa niður á hina hliðina og ganga að bílnum mínum.

Hann sest í bílstjórasætið og lokar hurðinni en ræsir samt ekki bílinn. Þess í stað er athygli hans föst á stýrinu með aðra höndina enn aðgerðarlaus á kveikjulyklinum. Ég horfi á hendur hans með blendnum tilfinningum; hluti af mér vill hafa þá í kringum sig svo innilega; halda mér nærri á meðan ég nuddar hárinu á mér á meðan ég segir mér að allt verði í lagi; á meðan hluti af mér lítur til baka með andstyggð á öllum nánum hætti sem þeir snertu eða héldu á mér meðan þeir vita allan tímann að þeir voru að blekkja mig allan tímann; samt leyfa mér að trúa lygum hans? Ég veit ekki hvernig ég get fyrirgefið honum það.

„Ég skil að það er erfitt," viðurkenndi hann hljóðlega. „Við ættum að ræða það á morgun; við skulum bara komast heim fyrst." Hann sneri sér að mér með hörðum augum: „Sky, þetta samtal getur ekki átt sér stað við Karen, ekki fyrr en við komumst báðar að þessu saman.

Ég kinka kolli og kinka kolli kurteislega til að friða hann; enda getur hann satt að segja ekki ætlast til þess að ég ræði þetta mál ekki við hana.
Hann færir sig nær sætinu mínu og hallar sér inn og leggur höndina varlega á höfuðpúðann minn. "Elskan, þetta er alvarlegt: jafnvel þó þú trúir því ekki að hún gæti hugsanlega gert það sem hefur gerst hér, haltu þessu fyrir þig þar til við lærum meira - annars mun það að segja hverjum sem er breyta lífi þínu verulega! Gefðu þér tíma til að vinna úr öllu áður en þú segir frá. einhver. Vinsamlegast lofaðu mér að þú bíður þangað til eftir morgundaginn þegar við tölum saman aftur!"

Rödd hans sker sig djúpt og ég kinka kolli aftur - í þetta skiptið að meina það!

Hann horfði á mig í nokkrar sekúndur áður en hann sneri hægt við og sveifaði bílnum hægt og rólega og ók út á veginn. Þegar hann kom inn á heimreiðina mína fjórum kílómetrum síðar með höndina á hurðarhandfanginu þegar ég bjó mig til að stíga út, tók hann báðar hendurnar í sínar.

"Bíddu," sagði hann mér. Ég gerði það, en sneri samt ekki við; fóturinn minn hvíldi bæði á gólfborðinu og innkeyrslunni á meðan ég sneri að dyrunum. Um leið og hann snerti mig - burstaði hárið á bak við eyrað á mér - færðist hönd hans aftur í átt að hliðinni á mér og tryggði að allt yrði í lagi í kvöld. Hann spurði: "Verður allt í lagi með þig í kvöld?"

"Hvernig?" Ég andvarpaði djúpt við spurningu hans. Þegar ég settist aftur við sætið mitt og sneri mér að honum: "Get ég mögulega verið í lagi eftir kvöldið?"

"Þetta er að drepa mig...að sleppa þér svona...get ég komið aftur eftir klukkutíma?" Hann starði á mig og renndi fingrunum hægt í gegnum hárið á mér á annarri hlið höfuðsins.

Hann spyr hvort hann megi koma inn um gluggann minn og leggjast hjá mér en ég afþakka það fljótt. „Nei," svara ég með pirruðum tón. "Ég þarf tíma fyrir sjálfan mig - kannski á morgun?"

Hann kinkar kolli og dregur hönd sína frá kinn minni áður en hann setur hana aftur á stýrið. Þegar ég fer út úr bílnum mínum og byrja að ganga í burtu frá honum fylgist hann grannt með mér þegar ég geng leið mína.

15. KAFLI

Heima hjá félaga mínum Karen - einhver sem virkilega þykir vænt um og skilur sársauka minn - og sama hvað Holder gæti hugsað. Aumur líkami minn fagnar kærkominni hvíld. Þegar ég gekk inn í þetta hús og gekk í gegnum kunnuglega ganga þess og herbergi, var von mín sú að ég myndi loksins finna einhverja þægindi. Þegar ég var kominn inn í þetta kunnuglega hús var kvíðinn hins vegar léttari af því að ég var aftur öruggur - eitthvað kunnuglegt við húsið gerði gæfumuninn fyrir ró mína og tilfinningar um tilheyrandi - eitthvað sem róaði taugarnar fljótt til að hætta að vilja springa út með tárum einu sinni meira. Þetta hús þar sem Karen bjó sem elskaði mig skilyrðislaust, sama hvað Holder fannst um að við bjuggum hér.

Ég sit ein í stofunni minni og bíð eftir að þessi kunnuglega tilfinning skolli yfir mig, en samt kemur aldrei neitt. Þess í stað er grunur minn og efi óhaggaður og það gerir mig mjög óhamingjusama að þetta sjónarhorn á lífið virðist framandi núna.
"Ég gekk í gegnum stofuna og stoppaði rétt fyrir utan svefnherbergishurðina hennar Karenar. Hugsanir um að laumast með henni komu upp í huga minn; ljósið hennar var hins vegar slökkt. Aldrei þurfti ég nærveru hennar meira - samt einhvern veginn er það bara ekki að gerast enn. Í staðinn fór ég niður ganginn í átt að mínu eigin herbergi."

Ljósið í herberginu mínu smýgur í gegn undir hurðinni minni. Um leið og ég lagði höndina á hurðarhúninn og sneri honum, opnaði hann hægt og rólega með Karen sem sat á rúminu mínu nálægt, leit hún upp og stóð strax upp þegar hún heyrði að ég opnaði hann og stóð upp til að yfirgefa herbergið mitt.

"Hvar hefuru verið?" Hún hefur áhyggjur, en samt inniheldur rödd hennar undirtón óánægju eða gremju.

"Með Holder sagðirðu mér aldrei hvenær ég þyrfti að vera heima." Hún bendir á rúmið. "Sestu niður. Við þurfum að tala saman."

Allt við hana hefur breyst núna. Ég fylgist grannt með henni, reyni af fremsta megni að líta ekki út fyrir að vera óhlýðinn á meðan ég kinka kolli í hlýðni eins og einhver atriði úr kvikmynd um ævina. Að lokum geng ég að rúminu og sest, ekki viss um hvað það er sem fer svona mikið í taugarnar á henni; vona að ég hafi nú þegar deilt öllu sem hefur komið upp í kvöld til að auðvelda henni að segja henni frá þessu síðar.
Hún tekur sér sæti við hliðina á mér og beinir athygli sinni að mér og heimtar „Þú mátt ekki sjá hann aftur".

"Hvað?" spyr ég ruglud og hún dregur símann minn í skyndi upp úr vasanum á meðan hún spyr, með spurningamerki á bak við tennurnar: "Hvað er þetta?" Ég stari vantrúaður þegar farsíminn minn hringir eftir hjálp frá Holder sjálfum.

"Hvers konar textar eru þetta, Sky? Hann sendir móðgandi og særandi texta." Hún sleppir símanum mínum á rúmið og tekur vel í hendurnar á mér áður en hún spyr: "Af hverju myndirðu þola einhvern svona? Ég kenndi þér betur."

Hún hækkar ekki lengur röddina; heldur framkvæmir hún hlutverk áhyggjufullrar móður.

Ég kreisti hendur hennar þétt sem huggun, vitandi að ég mun líklega sæta refsingu fyrir að geyma símann. Í fyrstu virðist það kjánalegt; miðað við alla aðra baráttu mína virðist hún tiltölulega lítil í samanburði við þessa texta. En eftir því sem tíminn líður og við ræðum þau af meiri alvöru geri ég mér grein fyrir því að þeir hjálpa henni að halda ró sinni um áframhaldandi baráttu okkar um texta hans.

"Mamma, hann er bara að grínast með þessi skilaboð sem hann sendir mér í gríni." Hún sprakk úr hlátri áður en hún hristi höfuðið mjög ósammála.

"Sky, það er eitthvað óþægilegt við hann sem veldur mér óþægindum. Framkoma hans gagnvart þér og mér mislíkar mér báðir; ennfremur sýnir ákvörðun hans að kaupa þér síma án þess að virða reglurnar mínar hvers konar virðingu hann ber fyrir öðru fólki. Burtséð frá því. ef textarnir eru viljandi brandarar eða ekki, þá treysti ég honum ekki - né heldur."

Ég horfi á hana á meðan hún heldur áfram að tala, en samt verða hugsanirnar sem streyma í gegnum huga minn háværari og háværari og yfirgnæfa öll orð sem hún er að reyna að koma inn í heilann minn. Lófarnir byrja samstundis að svitna þegar hjartað slær hratt í hljóðhimnurnar. Allar skoðanir hennar, val og reglur byrja að blikka í hausnum á mér í einu á meðan ég reyni að skipuleggja þær í kafla en allt rennur saman í eitt stórt rugl í huga mér. Að lokum tók ég eina spurningu upp úr bunka og spurði hana hreint út:

"Af hverju get ég ekki átt síma?" Ég hvísla og er óviss um að hún hafi heyrt spurninguna mína - þó að munnur hennar hætti að hreyfast, sem benti til þess að hún heyrði.

Spurningar eru að hrjá mig og það er kominn tími til að taka á þeim. Hlutirnir eru farnir að tengjast og ég vona að það sé bara tilviljun; kannski hefur hún verið að vernda mig, en samt virðist sem ég hafi verið falin allan þennan tíma af henni. En innst inni virðist það ljóst: allan tímann hélt hún leyndarmálum um mig fyrir mér og reyndi að fela mig.

"Hvers vegna kenndirðu mig heima?" Ég spyr aftur, hærra í þetta skiptið. Augu hennar stækka af vantrú, greinilega ráðvillt yfir því hvers vegna þessi breyting á áætlunum hefur átt sér stað. "Hvers vegna kenndirðu mig heima?" er ekkert svar; aðeins rugl fyllir augnaráð hennar við þessa opinberun á hvötum mínum.

Núna strax. Hún stóð upp og horfði í augun á mér áður en hún stóð aftur niður til að svara spurningum mínum: "Ekki reyna að snúa þessu við mig, Sky. Um leið og þú býrð undir þaki mínu og samþykkir reglurnar mínar." Svo greip hún farsímann minn af rúminu áður en hún hélt í átt að dyrunum: "Þú ert jarðtengdur - engir farsímar eða kærasti fyrr en á morgun; þá ræðum við þetta frekar".

Þegar hún yfirgaf hurðina mína og skellti aftur á eftir sér féll ég strax aftur í rúmið mitt og fannst ég enn vonlausari en áður en ég fór inn í það.

"Engan veginn, þetta getur ekki verið að gerast - þetta hlýtur bara að vera tilviljun!" Hjarta mitt brotnar þegar Holder gefur til kynna að Karen sé ringluð eða í uppnámi; það hlýtur að vera önnur skýring - kannski gæti Holder eða Karen verið rugluð líka?

"Ég veit að ég er ruglaður."
Til að róa mig fer ég úr kjólnum og skipti í stuttermabol áður en ég slökkvi ljósið og skríð undir sængina. Vona að þetta hafi allt verið bara óþægilegur draumur á morgun, ef ekki þá veit ég ekki hversu mikið meira styrkur minn getur tekið áður en ég gefst algjörlega upp. Starandi á stjörnurnar fyrir ofan mig byrja ég að telja þær áður en ég loka öllu öðru úti í viðleitni til að einbeita mér að þeim sem tindra að ofan.
Dean gengur aftur inn í garðinn sinn og snýr sér við og starir á mig. Ég sting höfuðið í handlegginn á mér til að reyna að hætta að gráta; þeir vilja líklega leika feluleik aftur áður en ég þarf að fara aftur inn; þess vegna ætti ég að hætta að vera leiður svo við getum öll spilað.

"Von!" Ég lít upp til Dean, bara til að átta mig á því að hann virðist ekki lengur horfa á mig - í staðinn hefur hann snúið sér undan og er að horfa á bíl sem er lagt rétt fyrir utan húsið mitt með gluggann niður.

"Komdu hingað, Hope!" segir frúin brosandi. Mér finnst ég kannast við hana en man ekki hvað hún heitir svo ég stend upp svo ég geti séð hvað hún þarfnast; á meðan ég þurrkaði rusl af stuttbuxunum mínum áður en ég hélt í átt að bílnum mínum. Þegar við komum að honum saman ýtti hún á hnapp sem opnaði hurðirnar fyrir mér!

"Ertu tilbúin, elskan? Faðir þinn vill að við drífum okkur."

Ég áttaði mig ekki á því hvert við áttum að fara í dag - faðir minn minntist aldrei á neitt.

"Hvert stefnum við?" spyr ég hana.

"Ég læt þig vita þegar við förum. Farðu inn og spenntu öryggisbeltið - það mega engar tafir verða!" hún brosir áður en hún opnar hurðina fyrir mér.

"Hún vill ekki vera of sein, svo ég klifra fljótt upp í framsætið og loka hurðinni minni. Svo rúllar hún upp glugganum og byrjar að keyra í burtu frá húsinu mínu."

Karen horfir á mig og brosir áður en hún teygir sig í aftursætið til að grípa í mig safabox sem hún réttir mér í staðinn fyrir að taka við akstursstörfum fyrir mig í stuttan tíma. Þegar við komum kynnir hún sig og býður okkur báðar ferðir. „Ég heiti Karen," segir hún vingjarnlega. "Og þú færð að vera hjá mér í smá stund - bíddu bara þangað til við komum til að heyra um hvað hefur verið að gerast!"
Ég tek sopa af eplasafanum mínum, einum af mínum uppáhalds.

"En hvað með pabba minn? Kemur hann líka?"

Karen svarar fljótt: „Nei, elskan; þegar við komum verðum það bara þú og ég.

Ég setti stráið mitt aftur í munninn því ég vil ekki að hún sjái mig brosa; Ég vil ekki að hún viti að ég er ánægð með að pabbi minn komi ekki með okkur.
Þegar ég loksins vakna af þessum draumi finn ég ekki annað en að hjarta mitt slær af reiði um alla líkamshluta mína; Finnst það svo raunverulegt.

Hjartsláttur minn heyrist skýrt, þannig að ég andar eftir lofti og þakinn svita.

„Þetta var bara draumur". Þetta er það sem ég held áfram að segja sjálfri mér þegar ég reyni að sannfæra sjálfan mig um að minningin sem ég upplifði var alls ekki raunveruleg; það getur ekki verið.

En það gerðist. Og ég man það vel eins og það hafi gerst í gær. Með hverri minningu sem ég rifja upp síðustu daga birtist önnur á eftir; hlutir sem ég annað hvort bældi niður eða var of ung til að muna eftir flæða aftur - hlutir sem fá mig til að hrolla, hlutir sem ég vildi óska að hefðu alls ekki gerst.

Eftir að ég henti hlífunum af, teygði ég mig eftir lamparofanum til að kveikja. Um leið og röddin hafði farið úr munninum á mér lá einhver annar við hliðina á mér í rúminu mínu! Um leið og öskrið mitt fór úr vörum mínum vaknaði hann af svefni og stökk beint upp á það!

Hvað ertu að gera hér?" muldraði ég hátt.

Holder lítur á úrið sitt áður en hann nuddar augun með lófum til að vakna nógu mikið til að bregðast við, leggur höndina á hnéð á mér og segir: „Ég gat ekki yfirgefið þig, þurfti bara að ganga úr skugga um að allt væri í lagi. Strax á eftir lagði hann aðra höndina fyrir neðan eyrað á mér á hálsinum á mér á meðan hann strauk eftir kjálkanum mínum með þumalfingrinum; að setja fingurgómana upp að púlsinum mínum til að finna púlsinn slá við fingurgómana hans: "Hjartað þitt"; fann að það barðist við fingurgómana: "Þú hlýtur að vera hræddur!" "Já." "Já." "Já." hvíslaði hann. "Þú hlýtur að vera hræddur."

Að horfa á hann sofandi við hliðina á mér og hugsa um mig...það er ómögulegt fyrir mig að vera reiður við hann eða kenna honum um; sama hversu mikið ég vil. Án huggandi handleggja hans núna eftir þessa áttun sem ég var að upplifa, gætu viðbrögð mín hafa verið önnur.
Ég veit ekki hvað ég myndi gera án hans; það eina sem hann virðist gera er að kenna sjálfum sér um hverja slæma reynslu. Núna er ég hins vegar farinn að skilja að kannski þarf hann líka að hugga og leyfa honum að stela öðru hjarta mínu með því að halda þétt í hönd hans sem snertir hálsinn á mér og kreista þétt til að róa hann.

"Handhafi ... ég man." Rödd mín titrar þegar ég tala og tárin hóta að falla frjálslega; ég kyngi hins vegar hart til að halda þeim í skefjum. Holder færist nær rúminu, snýr mér alveg í átt að honum áður en hann leggur báðar hendur sínar varlega á andlitið á mér á meðan hann horfir í augun á mér með blíðum en ákveðnum augum.
"Hvað manstu?"
Ég hika, vil ekki svara. Hann heillar mig með augunum, kinkar kolli aðeins og fullvissar mig um að það sé í lagi að ég segi honum sannleikann. Á endanum ákvað ég að það væri Karen í þessum bíl sem gerði þetta við mig; það var hún sem tók mig.

Sársauki og viðurkenning fyllir svip hans þegar hann dregur mig nærri sér og vefur handleggina um axlir mínar. „Ég veit það elskan," svarar hann í hárið á mér.

Ég gríp þétt í skyrtuna hans, örvæntingarfull eftir þægindi í fanginu hans. Um leið og Karen opnar svefnherbergishurðina mína ýtir hann mér aftur í burtu og ég loka augunum aftur stuttlega áður en ég opna þau aftur til að sjá hver hefur farið inn í svefnherbergið mitt.

"Himinn?"
Ég sný mér við í rúminu mínu og hún stendur og starir á Holder áður en hún snýr augunum að mér með ruglingi og vonbrigðum í andliti hennar.

„Farið mér héðan," bið ég niður í anda. "Vinsamlegast."

Hann kinkar kolli, gengur að skápnum mínum og opnar hurðina um leið og ég geng inn. Þegar inn er komið sýnir hann mér hvar gallabuxurnar mínar eru geymdar á kommóðunni minni svo ég geti gripið eina og sett þær á mig.

spyr Karen mig í dyragættinni og horfir inn í svefnherbergið okkar þar sem Holder hefur opnað og sett töskuna sína. Hvorki ég né Karen snúum okkur í átt að annarri heldur horfum á úr fjarlægð. Sky gengur nokkur skref inn áður en hann tekur nokkur í viðbót. "Himinn?" Karen svarar þegar ég sný mér skelfingu lostin frá því að horfa í augu Holder - hún getur heldur ekki horft í mín! Hún færir sig í áttina til mín um leið og Holder opnar tösku á náttborðinu.

Rödd hans var róandi þegar ég opnaði hurðina á skápnum mínum. Að draga föt af snaga varð hluti af áætlun minni án skelfingar.
"Hann er ekki að fara neitt með þér; ertu geðveikur?" Rödd Karenar var skelfingu lostin þegar ég hélt áfram að henda fötum í töskuna mína. Þegar ég nálgaðist kommóðuna opnaði ég efstu skúffuna hennar til að safna sokkum og nærfötum áður en ég sneri mér í átt að rúminu þar sem Karen greip skyndilega inn í með því að setja hendurnar á axlir mínar til að þvinga mig til að horfa í áttina til hennar.

"Sky," spurði hún vantrúuð og augun stór. "Hvað ertu að gera? Af hverju ferðu ekki með honum? Af hverju verður þú ekki áfram?"

Holder snýr aftur inn í svefnherbergið með nokkrar snyrtivörur og gengur beint í kringum Karen, safnar þeim öllum í töskuna sína og segir við hana í eins ógnandi tóni og hægt er: "Karen, vinsamlegast slepptu henni."
"Nei! Ekki taka hana! Ef þú reynir jafnvel að yfirgefa þetta hús með henni mun ég hringja á lögregluna!" Karen hrópar fyrirlitningu.

Handhafi svarar ekki. Í staðinn lítur hann á mig og tekur allar eigur mínar áður en hann setur þær í töskuna sína, rennir honum aftur áður en hann tekur í höndina á mér og spyr: "Ertu tilbúin, elskan?". „Jæja, vissulega," spyr hann þegar við göngum af stað saman.

"Þetta er ekki brandari!" Karen öskrar reiðilega þegar tárin byrja að streyma niður kinnar hennar og hún starir fram og til baka á milli okkar, örvæntingarfull og sár. Að sjá hana í slíkum sársauka brýtur hjarta mitt því hún er móðir mín; samt get ég ekki hunsað tilfinningu mína fyrir svikum á þessum þrettán árum.

"Ég hringi á lögregluna!" Hún öskrar reiðilega til þeirra: "Þið hafið engan rétt til að taka hana!"

„Hérna," segi ég við Karen um leið og ég rétti farsíma Holder hennar, eins rólega og ég get, og rétti fram tækið hans til afnota. "Hringdu í þá."

"Af hverju ertu að þessu, Sky?" Hún er yfirkomin af tárum núna og spyr.

"Hringdu í þá! Hringdu í lögregluna! Vinsamlegast!" Ég bið. Til að sanna að ég hafi rangt fyrir mér. Til að sýna að hún hefur ekkert að fela. Og til að sýna að það er ekki ég sem hún á í vandræðum með. „Vinsamlegast," bið ég enn og aftur hljóðlega.

Hjarta mitt og sál segir mér að taka upp símann og hringja í hana strax svo ég geti áttað mig á því að ég hafði rangt fyrir mér þegar ég hugsaði með þessum hætti.

Hún tekur skref aftur á bak þegar hún andar djúpt að sér. Ég skynja að hún veit að ég veit, en vertu samt ekki til að komast að því hvort þessi vitneskja hafi verið send til mín af Holder sem greip í höndina á mér og leiddi mig héðan.
Eftir að við komumst að bílnum hans stigum við báðir inn, klifruðum inn og skildir eftir af Karen sem hafði kallað nafnið mitt ítrekað í marga klukkutíma núna. En ég hélt áfram að ganga að farartækinu hans áður en ég gat stöðvað mig frá því að fara inn í það sjálfur, aðeins þá myndi hann keyra burt - í burtu frá öllu sem einu sinni skilgreindi veraldlega reynslu mína og í burtu frá Karen sem nú hrópaði nafnið mitt hátt af sársauka.
"Við getum ekki verið hér," hrópar bílstjórinn þegar þeir nálguðust heimili hans, "Karen gæti komið að leita að þér. Leyfðu mér að hlaupa fljótt inn til að ná í eitthvað." Að lokum kæmi hann aftur með henni.

Hann hallaði sér yfir sætið og dró andlit mitt að sér, kyssti mig ástríðufullur og yfirgaf húsið sitt, þannig að ég starði út um gluggann með ekkert nema eldingu að sjá í kvöld - viðeigandi táknræn fyrir nótt eins og mína.

Holder kemur aftur nokkrum mínútum síðar og hendir eigin tösku í aftursætið á bílnum sínum. Móðir hans stendur í forstofunni og horfir á hann. Um leið og hann gengur framhjá henni tekur hann andlit hennar í hendurnar eins og hann gerir mitt; segir eitthvað en ég hef ekki hugmynd um hvað það var; kinkar svo kolli og faðmar hana áður en hann snýr aftur að bílnum sínum og klifrar inn.

"Hvað sagðirðu henni?"
Hann tekur þétt í höndina á mér og segir mér: "Ég sagði henni að þú og móðir þín hafi lent í rifrildi, svo ég fór með þig í eitt af ættingjum þínum í Austin. Ég sagði henni líka að ég myndi vera hjá föður mínum í nokkra daga á meðan þú varst hér hjá okkur í Texas - á meðan þú lofaðir að ég myndi snúa aftur fljótlega!" Hann horfir á mig brosandi og fullvissar mig um að það sé í lagi; hún er vön því að ég fari og er því áhyggjulaus."

„Eigum við virkilega að vera hjá pabba þínum?" spyr ég út um gluggann minn þegar hann dregur sig út. Um leið og það fór að rigna mikið úti.

"Við getum farið með þig hvert sem þú vilt - en ég efast um að Austin sé líklegur."

"Af hverju ætti ég ekki að vilja heimsækja Austin?", spyr ég hann.

Hann þjappar saman vörum sínum, veltir rúðuþurkunum, leggur höndina á hnéð á mér og burstar hnéð mitt varlega með þumalfingri áður en hann bauð upp: „Þaðan kemur þú," hvíslaði.

"Er ég enn á lífi?" spyr ég sjálfan mig upphátt. Fram að þessu augnabliki hefur verið svo margt sem ég skil ekki sem hefur valdið mér rugli og óþægindum alla nóttina. Með því að þrýsta enninu upp að svölu glerinu, leyfði ég öllum spurningunum að koma upp á yfirborðið sem hafa verið undirorpnar í allt kvöld - "Eru foreldrar mínir á lífi?" "Er pabbi minn enn til?" Ég spyr sjálfan mig aftur og aftur þar til að lokum var enginn vafi í huga mér: þau höfðu dáið nokkru áður en þetta samtal hófst.

"Já, frændi minn er það."
Hvað með móður mína? Dó hún virkilega þegar ég var þriggja ára?"

„Já," svaraði hann og hristi höfuðið. „Hún lést í bílslysi aðeins nokkrum mánuðum áður en við fluttum í næsta húsi.

"Býr hann enn í gamla húsinu sínu?"

"Já." Mig langar að fara þangað.

Hann bregst ekki strax við þessari yfirlýsingu; í staðinn andar hann rólega að sér og andar frá sér áður en hann segir: "Ég held að það sé ekki góð hugmynd."

"Hvers vegna ætti ég ekki að gera það? Ég á líklega heima þar meira en annars staðar; pabbi þarf að vita að ég er öruggur."

Holder steig út í vegkantinn og setti bíl sinn í bílastæði. Hann sneri sér beint að mér og ráðlagði því að taka skyndiákvarðanir: "Elskan, það væri ekki skynsamlegt af þér að taka svona snögga ákvörðun núna; þú varst nýlega búinn að læra um þetta ástand. Taktu þér tíma áður en þú tekur einhverjar skyndilegar ákvarðanir." Ef pabbi þinn kannast við þig og kannast við Karen gæti hún átt yfir höfði sér fangelsi. Taktu tillit til fjölmiðla, fréttamanna og fjölmiðla - þegar Sky hvarf tjölduðu þeir úti á grasflötinni okkar í marga mánuði þar til hún kom aftur. Lögreglan tók við mig ekki sjaldnar en tuttugu sinnum á tveimur mánuðum. Líf þitt mun breytast, sama hvaða ákvörðun þú tekur; Ég vil hjálpa þér að gera það besta fyrir þig og mun svara öllum fyrirspurnum eða fara með þig hvert sem þú þarft á nokkrum dögum. Ef þú þarft að hitta föður þinn, þá förum við þangað. Ef lögreglan vill að við förum eitthvað ákveðið, þá förum við einmitt þangað. Og ef allt annað bregst og þú þarft flóttaleið

- við höfum það líka. En núna vil ég bara að þú takir þetta inn; þetta er þitt líf og restin af því bíður."

Orð hans hafa hert brjóst mitt eins og löstur. Ég veit ekki hvað eða hvort ég er að hugsa. Hann hefur hugsað í gegnum allar mögulegar hliðar fyrir okkur til að takast á við þessa áskorun og ég hef nákvæmlega enga hugmynd um hvaða skref á að taka næst.

Ég opnaði hurðina mína og steig út í grenjandi rigninguna og reyndi að einbeita mér að einhverju áþreifanlegu en mistókst. Hljóp fram og til baka meðfram öxl þjóðvegarins, hugsanir mínar reikuðu stefnulaust áður en þær stöðvuðust þegar augu mín stilltu sig í leit að fókus.
Oföndun var að verða vandamál; Ég þurfti eitthvað til að koma í veg fyrir oföndun og halda önduninni í skefjum. Um leið og Holder hringsólaði framan á bílinn sinn, hljóp ég snöggt á eftir honum og vafði handleggjunum þétt um hálsinn á honum áður en ég kafaði með hausnum á undan í þegar bleytu skyrtuna hans til að grafa andlit mitt við flöt hennar. "Ég get þetta ekki!" var allt sem kom út. "Ég vil ekki að þetta sé líf mitt!"

Hann kyssti varlega ennið á mér áður en hann hallaði sér fram til að hvísla í eyrað á mér: "Ég vil ekki að þetta sé líf þitt heldur, og mér þykir það svo leitt að hafa látið þetta gerast fyrir þig."

Hann laumaði fingrinum undir höku mína og dró augnaráð mitt upp að hans. Þegar hann var á hæðinni náðu regndroparnir ekki beint að augum mínum, heldur runnu þeir niður andlitið á honum, yfir varirnar og á hálsinn á honum áður en þeir náðu mér. Hárið á honum var orðið að enni hans svo ég þurrkaði þráð úr augum hans þar sem ég sagði við sjálfan mig að hann þyrfti nú þegar að snyrta sig.

„Ekki gera þetta kvöld að lífi þínu," lagði hann til og stakk upp á að þeir tækju aftur inn í bílinn og létu eins og við séum að keyra eitthvað spennandi bara af því að þú vilt, frekar en í einhverjum hagnýtum tilgangi. Við gætum látið eins og ég sé að fara með þér eitthvað ótrúlegt...einhvern stað sem hefur verið á vörulistanum þínum að eilífu...þú gætir kúrað nálægt mér þegar við tölum spennt um allt sem við munum gera einu sinni þar. Við skulum ekki leyfa þessari augnabliks hugsunarlausu athöfn að ráða ferðinni á morgun...látum þetta ekki vera þitt líf."

Ég dreg munninn nærri mér og kyssi hann. Þakka honum fyrir að vita alltaf hin fullkomnu orð til að segja og vera alltaf til staðar þegar ég þurfti einhvern, fyrir að styðja hvaða ákvörðun sem var nauðsynleg og vera þolinmóður þegar ég reikna út allt, fyrir að vera kletturinn minn í gegnum allt, fyrir að hafa alltaf bakið á honum... Get ekki orðið betra en að klifra aftur inn í bílinn með honum og ræða allt sem við gerum þegar við komum til Hawaii.

"Þakka þér kærlega fyrir, Holder. Án þín gæti ég ekki gert þetta einn."

Hann kyssti mig varlega á varirnar aftur, brosir vingjarnlega á móti og segir við mig: "Já elskan, þú gætir það."
Hann renndi fingrunum hægt í gegnum hárið á mér þegar höfuðið á mér hvíldi þægilega á kjöltu hans í rúmlega fjögurra tíma akstur. Til baka í Waco notaði Karen símann minn til að senda skilaboð þar sem hann bað hann um að koma með mig heim en hann slökkti á símanum sínum þegar hann fékk skilaboð þar sem hann var beðinn um að gera það ekki - afar undarleg beiðni þar sem ég veit ekki lengur hvar heima er lengur!

Jafnvel þó ég elski Karen innilega, þá er samt erfitt fyrir mig að skilja hvað hún gerði. Engar aðstæður gætu nokkru sinni réttlætt barnsrán; þess vegna ætla ég ekki að fara aftur til hennar í bráð. Þess í stað ætla ég að afla eins mikilla upplýsinga um það sem gerðist áður en ég tek ákvarðanir um hvernig ég ætti að taka á þessu máli; Það gæti verið tilvalið að hringja í lögregluna en stundum er það ekki alltaf besti kosturinn.

Holder er ósammála því að við ættum að vera heima hjá honum og hélt að hann héldi að ég væri sofandi; núna er augljóst að hann veit að ég er vakandi þar sem hann er að tala beint við mig. Í staðinn stinga þeir upp á því að fá hótel og ræða svo á morgun hvað við þurfum að gera; Flutningur minn var langt frá því að vera hnökralaus, skapaði meira drama fyrir alla sem tóku þátt en nauðsynlegt var.

"Hvað sem þú vilt að ég geri. Það eina sem ég veit er að ég þarf rúm." Rétt í þessu dregur Holder bílinn sinn inn á hótelbílastæði og sest upp og teygir handleggina fram fyrir mig þegar ég teygi mig.

Þegar ég skráði okkur inn gaf hann mér lykilinn að herberginu okkar áður en hann hélt af stað til að leggja bílnum og safna dótinu okkar. Með því að nota lyklakortið mitt opnaði ég hurðina áður en ég fór inn á hótelherbergið okkar - það var aðeins eitt rúm sem þótti skrítið í ljósi þess að það voru fjórir sem gistu hér.
Þar sem við höfðum deilt rúm áður, hefði það verið miklu óþægilegra ef hann hefði beðið um aðskilin rúm.

Hann kom aftur nokkrum mínútum síðar með töskurnar okkar og setti þær frá okkur í herberginu okkar. Þegar kom að því að ég ætti að koma mér fyrir um nóttina fór ég að raða í töskuna mína eftir einhverju viðeigandi til að sofa í; því miður var ég ekki komin með náttföt svo ég náði mér í gamlan langan stuttermabol og nærföt til að nota í staðinn.

"Mig vantar sturtu." Svo ég safna saman þeim fáu snyrtivörum sem ég kom með og fer inn á baðherbergið með mér í langa og glæsilega sturtu. Þegar því er lokið reyni ég að blása hárið mitt en er of þreyttur - í staðinn er lausnin mín að draga það í blautan hestahala í staðinn og bursta tennurnar. Holder var að pakka niður töskunum okkar og hengja upp skyrturnar okkar þegar ég kom út úr baðherberginu, horfði forvitinn á mig þegar hann tók eftir því að ég var bara í stuttermabol og nærfötum. Augnaráð hans flökti í áttina til mín í aðeins augnablik áður en hann færðist óþægilega í burtu aftur. Hann er að reyna að vera góður, miðað við að dagurinn minn hafi verið. Ég vil ekki að hann komi fram við mig eins og ég sé viðkvæm - annars myndi hann tjá sig um hvað ég væri í og setja hendurnar á bakið á mér samstundis. Þess í stað snýr hann sér undan og tekur saman eigur sínar sem eftir eru úr töskunni sinni.

„Ég ætla að fara í snögga sturtu," tilkynnti hann, fyllti ísfötuna sína og safnaði drykkjum sem gætu haft áhuga á okkur báðum; ég vissi ekki hvort gos eða vatn væri óskað, ég fékk bæði. Þegar við gengum framhjá hvort öðru á leiðinni inn á baðherbergið fór hann í boxer stuttbuxur áður en hann gekk fram hjá mér með lokuð augu þar til loksins, þegar hann fór framhjá mér, greip ég um úlnliðinn hans svo hann sneri sér varlega í augun á mér og horfði bara í augun á mér og hvergi annars staðar.

"Gætirðu gert mér greiða, vinsamlegast?"
Svar hans: "Auðvitað!" einlæglega.

„Ég veit að þú hefur áhyggjur af mér, Holder. Hins vegar, ef aðstæður lífs míns valda því að þér finnst óþægilegt að laðast að mér og getur ekki lengur horft á mig þegar ég er hálfnakinn mun það brjóta hjarta mitt og skiljast. okkur er enn lengra á milli. Vinsamlegast ekki koma fram við mig öðruvísi."

"Hef ég leyfi þitt til að viðurkenna að ég þrái þig enn þó að líf þitt hafi tekið óheppilega stefnu?" Hann horfði vitandi á mig áður en hann tók höndina til baka frá kinn minni og færði sig í burtu með skemmtilegan svip á andlitinu. Lítið bros lék við varahornið á honum þegar augnaráð hans reikaði að vörum mínum - það fékk hann til að roðna aðeins áður en hann spurði: "Má ég leyfa mér að viðurkenna að ég þrái þig ennþá þó lífið hafi snúist gegn okkur?" "Bíddu, má ég viðurkenna þrá mína?" "Já!" Hann svaraði: "Er mér leyfilegt að viðurkenna tilfinningar mínar?" Hann horfði svo beint á mig með skemmtilegum svip: "Má ég viðurkenna löngun mína þó að líf þitt hafi snúist á hvolf?". Síðan brosti hann vitandi áður en hann spurði: „Má ég viðurkenna þrá mína til þín jafnvel núna þegar líf þitt hefur snúist á hvolf?". "svaraði fúslega munni hans í eftirvæntingu." Hann gaf honum leyfi með "Eigum við að viðurkenna djúpa þrá mína til þín þrátt fyrir að líf þitt hafi snúist á hvolf?" spurði hann áður en hann sneri sér að mér með augnaráðið fast á milli varanna "Þú gefur mér leyfi til að viðurkenna að ég vil þig enn, jafnvel eftir að líf þitt hefur verið ógeðslegt..." Þú gafst honum leyfi til að leyfa honum að viðurkenna það "Í þetta skiptið! Þú gefur honum leyfi eftir að það virðist skítt niður? Gefur hann okkur ekki báðum leyfi," svaraði síðan að varirnar hans snúðu mér með því að gefa "Þú gefur?". "Takk fyrir að líf hans hefur tekið slíkt. ljót átt?" sagði.

„Að vita að þú vilt mig enn er mikilvægara núna en þegar líf mitt fór að halla undan fæti. Hann brosir og sleppir vörum sínum að mínum, strýkur hendinni yfir mitti mitt og um mjóbakið með annarri hendi á meðan hann notar hina til að stýra kosshreyfingunni sinni á hársvörðinn minn ákveðið, djúpt að innan. Það er einmitt það sem ég þarf í þessum harða heimi mínum: það eina sem gæti mögulega látið mér líða vel.

"Mig vantar sturtu," muldraði hann á milli kossa, "en nú þegar ég hef leyfi frá þér vil ég koma eins fram við þig." Hann greip í rassinn á mér og dró mig að mér áður en hann sagði mér að sofna ekki því þegar hann kom út vildi hann sýna hversu ótrúlegur mér fannst þú líta út núna.

„Gott,“ muldra ég við varir hans áður en honum er sleppt og geng í átt að baðherberginu, þar sem ég lagðist á rúmið mitt um leið og vatnið byrjar að flæða úr krönunum.

Þar sem ég hef sjaldan tíma fyrir sjónvarpsáhorf reyni ég að horfa á eitthvað á Netflix; en ekkert virðist halda áhuga mínum. Eftir svona erfiðan sólarhring, með sól og ekki sofið ennþá... Um leið og ég byrjaði að reka af stað fann ég Holder skríða upp í rúm á eftir mér; einn handlegginn undir koddanum mínum og hinn yfir hliðina á mér áður en hann vafði styrk sinn um mig með handleggjum utan um okkur báðar og kyssti mig létt á bakið á höfðinu.

„Ég elska þig,“ hvísla ég í eyra hans.

Hann kyssti höfuðið á mér aftur og andvarpaði svo í hárið á mér. „Ég held að ég elski þig ekki lengur; reyndar veit ég að ég hef gert það, en ég er samt ekki tilbúin að segja það hreint út.
Ég vil að það standi eitt og sér frá þessum degi þegar ég segi þetta; Ég vil ekki að þú minnist þess á þennan hátt.

"Ég líka." Ég faðmaði hönd hans mjúklega að vörum mínum og kyssti hana blíðlega. „Og þú? „Ég líka. "Ég líka."

Og enn og aftur, í heimi mínum fullum af þjáningum og lygum, finnur þessi að því er virðist vonlausi drengur leið til að færa mér hamingju.

16. KAFLI

Eftir hádegið þegar Holder kemur með mat er ég að svelta; það voru liðnir rúmir tuttugu og fjórir tímar frá síðustu máltíð. Hann kemur með tvo stóla upp að skrifborðinu mínu og tekur hluti og drykki upp úr sekkjum sem hann hafði komið með til að panta fyrir mig frá myndlistarsýningunni í gærkvöldi, þó við gáfumst aldrei tíma til að panta það sem ég bað um þá. Ég tek lokið af súkkulaðihristingnum mínum og niður áður en ég tek umbúðirnar af hamborgaranum mínum og komst að því að lítið ferkantað blað hefur dottið út og lent á borðinu; sem ég tek upp og les í frístundum.

Bara vegna þess að líf þitt er orðið óútreiknanlegt og óreiðukennt þýðir ekki að ég vilji að egóið þitt fari í yfirgengi. Þú varst mjög heimilislegur í stuttermabolnum þínum og nærbuxunum; vonandi er dagurinn í dag góður dagur til að kaupa þér fótaföt svo ég þurfi ekki að sjá kjúklingaleggina þína alla nóttina.

Um leið og ég lagði frá mér miðann og horfði á hann glotti hann til baka með svo krúttlegu glotti; svo krúttlegt reyndar að ég gekk svo langt að halla mér að og kyssa eina af dúllunum hans í þetta skiptið!

"Hvað var þetta?" Hann hlær upphátt.

„Mig hefur langað til að gera það síðan daginn sem ég sá þig í matvöruversluninni. Ég tek annan bita úr hamborgaranum mínum og yppti öxlum. "Mig hefur langað til að hittast síðan þann dag þegar við hittumst."

Hann brosir hrokafullt og hallar sér aftur á bak í stólnum, virðist vera skemmt yfir því að hafa fyrstu viðbrögðin að vilja kyssa andlitið á mér í fyrsta skipti sem þeir hittu mig: að sleikja það. "Ger það oft þegar fólk fær áhuga á þér?" spyr hann.

"Ekki andlit þitt, frekar er það dældið þitt sem hefur fangað athygli mína. Nei. Þú ert eini gaurinn sem nærvera gefur mér hvöt til að sleikja."

"Gott. Vegna þess að ég hef haft löngun til að elska aðeins þig." Hann blikkar sjálfstraust til mín og brosir sjálfsöruggur til baka.
Ó nei! Hann sagði mér aldrei beint að hann elskaði mig, en að heyra þetta orð úr munni hans varð til þess að hjarta mitt hrökk við af spenningi. Ég tók annan bita úr hamborgaranum mínum til að fela brosið mitt á meðan setningin hans hélt áfram að liggja í loftinu; Ég var ekki tilbúinn fyrir það að fara ennþá.

Eftir að hafa notið máltíðar okkar í friði stend ég upp og þríf af borðinu áður en ég geng í átt að rúminu mínu til að fara í skóna.

"Hvert ertu að fara?" spyr hann um leið og ég spenni reimarnar á skónum mínum. Upphaflega svara ég ekki strax þar sem ég veit ekki nákvæmlega hvert það er sem ég vil fara; það eina sem ég veit er að ég vil fara út úr þessu hótelherbergi eins fljótt og auðið er. Þegar reimarnar mínar eru bundnar nógu þétt stend ég upp og stefni í áttina að honum; þegar ég nær til hans vef ég handleggina um axlir hans áður en ég fell á hnén til að knúsa.

"Mig langar að fara í göngutúr," segi ég við þá, "og langar að við tökum bæði þátt. Ég er spenntur að spyrja spurninga!"

Hann kyssti ennið á mér áður en hann nálgaðist borðið til að ná í herbergislykilinn minn. „Við skulum fara," sagði hann þegar hann teygði sig niður og fléttaði fingurna mína í gegnum hans.
Þar sem hótelið okkar var ekki nálægt neinum almenningsgörðum eða gönguleiðum ákváðum við að halda beint í húsagarðinn. Það voru nokkrir skálar við sundlaugina - allir tómir - svo hann leiddi mig yfir og leiddi mig inn í einn þar sem við sátum saman; Ég lagði höfuðið að öxl hans þegar við horfðum út yfir laugina; Veðurskilyrði sem voru mild í október gerðu það kleift að kúra sig nær saman á meðan að kúra þétt upp að öðrum.

"Viltu að ég segi þér hvað ég man eða eru einhverjar sérstakar spurningar fyrir mig?" spyr hann.

"Ekkert mál. Hins vegar þætti mér vænt um að heyra sögu þína fyrst."

Handleggur hans liggur yfir axlir mínar; fingurnir hans strjúka upphandlegginn á mér þegar hann kyssir hlið höfuðsins á mér - sama hversu oft hann gerir það; sérhver koss líður alltaf eins og sá fyrsti.

"Sky, ég get ekki lýst því fyrir þér hversu súrrealískt þetta finnst mér. Í þrettán ár núna hef ég hugsað um hvað kom fyrir þig á hverjum einasta degi - samt í sjö af þessum árum bjó ég tvær mílur frá þér og gat ekki unnið úr því sem hafði gerst almennilega - núna að hafa þig hér, segja allt um það ..."

Hann andvarpar djúpt og hallar höfðinu að stólbakinu áður en hann heldur áfram. Eftir að Les var farinn með einhverjum fór ég inn í húsið og tilkynnti Les að einhver hefði komið með sem þú hefðir farið með. Les spurði sífellt hver þetta væri; Mamma var í eldhúsinu á þessum tíma svo ég fór þangað líka og tilkynnti henni það, þó hún hafi lítið gefið eftir. Við héldum áfram að elda kvöldmatinn.
Hún hafði lært að stilla okkur út. Þar sem ég var ekki viss um að eitthvað hefði farið úrskeiðis, þá hljómaði ég heldur ekki með læti. Hún sagði mér að leika mér bara úti við Les; Hættulaus viðbrögð hennar fullvissuðu mig um að allt yrði í lagi; Þegar ég var sex ára hélt ég

að fullorðnir vissu allt, svo ég sagði ekki meira um það. Við Les lékum okkur úti þar til pabbi þinn kom út og kallaði nafnið þitt - hjartað mitt hætti að slá þegar hann stóð á veröndinni sinni og kallaði þig nafni; á því augnabliki áttaði ég mig á því að hann vissi að ekkert hefði gerst og vissi að eitthvað hefði farið hræðilega úrskeiðis - það augnablik að vita að eitthvað hafði gerst og það augnablik ein staðfesti það sem hafði gerst - "eitthvað var að".

„Handhafi," sagði ég. „Þá varstu bara unglingur".

Hann hunsar athugasemdina mína og heldur áfram og segir mér frá því hvernig faðir þinn kom yfir í garðinn okkar og spurði mig hvar þú værir. Eftir að hafa staldrað við og hreinsað hálsinn virðist hann þurfa smá tíma til að safna hugsunum sínum áður en hann heldur áfram. Að heyra það sem hafði gerst þennan dag er meira eins og að heyra sögu en allt sem tengist mér eða lífi mínu beint.

Sky, ég vil að þú skiljir eitthvað: þegar ég skildi þig eftir í friði varð ég hræddur. Faðir þinn lögreglustjóri stóð fyrir ofan mig með byssuna sína sýnilega á einkennisbúningnum; Ég fékk skelfingu." Um leið og ég sneri heim og læsti mig inni í svefnherberginu mínu, byrjuðu frændi minn og móðir að berja á hurðina í hálftíma án árangurs; viðbrögð mín brugðu þeim báðum og þau sendu strax útvarp til öryggisafgreiðslu - mér til ruglings hélt að lögreglubílarnir fyrir utan væru hérna fyrir mig vegna þess að ég hafði ekki enn skilið hvað hafði komið fyrir þig; þegar mamma sannfærði mig út úr herberginu mínu voru þrjár klukkustundir liðnar síðan þú fórst í bílnum þínum.

Hann nuddar enn öxlina á mér en grip hans á mér herðist meira eftir því sem tíminn líður. Ég þrýsti í gegnum skyrtuermarnar mínar svo ég geti tekið í höndina á honum og haldið í hana, ég dreg handlegginn til mín þegar við horfum báðir upp í áttina að hvor öðrum þegjandi.
„Ég var fluttur á stöðina og yfirheyrður í nokkra klukkutíma. Þeir vildu vita allt frá númerum og gerðum bíla sem þú hefur tekið, til þess hver fór með þig í bílinn, hvernig maðurinn leit út, hvað þeir sögðu við þig o.s.frv. .. Því miður gat ég ekki munað neitt, jafnvel hvaða litur bíll þetta var. Það eina sem ég man var að fötin þín væru í því það var eina upplýsingarnar sem til voru."
Pabbi þinn var reiður út í mig; Ég heyrði hann hrópa á ganginum á stöðinni að ég hefði bara sagt einhverjum þegar það gerðist fyrst að hann hefði kannski fundið þig hraðar og hann kenndi mér um. Þegar lögreglumaður sakar þig um að hafa misst dóttur sína, þá hefurðu tilhneigingu til að trúa því sem hann segir. Les heyrði hann öskra um mig; svo hún hélt að þetta hlyti allt að vera mér að kenna og vildi ekki tala við mig í nokkra daga á meðan við reyndum bæði að skilja hvað hafði gerst. Sex ár liðu og ég hélt að við lifðum í hugsjónaheimi þar sem fullorðið fólk tók alltaf réttar ákvarðanir og slæmir hlutir komu aldrei fyrir gott fólk. Þá varstu tekinn frá okkur svo fljótt; allt sem við töldum okkur vita hrundi skyndilega niður fyrir augum okkar; jafnvel fullorðnir eru færir um að gera hræðilegar athafnir - börn voru

tekin frá mér án þess að ég vissi nokkurn tíma hvers vegna eða hvort þau væru til lengur. Þetta varð allt raunverulegt þá.

"Við fylgdumst stöðugt með fréttum og fylgdumst með fréttum. Í margar vikur myndu þeir sýna myndina þína í sjónvarpinu og biðja um leiðsögn; nýjasta myndin þeirra af þér var rétt áður en móðir þín lést þegar þú varst aðeins þriggja ára." Ég man að það var pirrandi, að velta því fyrir mér hvernig næstum tvö ár hefðu liðið án þess að einhver hefði tekið uppfærðar myndir af húsinu þínu eða okkar. Þeir sýndu stundum myndir af báðum eignunum. Stundum var minnst á hvernig nágranni minn sá hvað hafði gerst en gat ekki munað miklu. Eitt af þessum kvöldum (móðir mín leyfði okkur loksins að horfa á sjónvarpsskýrslu um þetta allt saman) sýndi einn blaðamaðurinn loftmynd sem sýndi bæði húsin okkar. Móðir mín var svo reið að þau nefndu mig sem „Drenginn sem missti vonina". Þegar þetta gerðist hljóp hún út og fór að öskra á fréttamenn að skilja okkur í friði og skilja mig í friði; Faðir minn þurfti að lokum að draga hana aftur inn áður en frekari truflun varð.

Foreldrar mínir gerðu sitt besta til að reyna að endurheimta eðlilegt líf okkar. Eftir nokkra mánuði hættu fréttamenn að mæta. Ferðum lögreglustöðva hafði fækkað verulega þar sem hlutirnir fóru hægt og rólega í eðlilegt horf hjá öllum nema Les og mér; það virtist sem öll von okkar hefði farið með henni."

Að heyra orð hans og heyra auðnina í rödd hans fyllir mig sektarkennd. Maður gæti búist við því að það sem hafði gerst hefði haft meiri áhrif á mig en nokkur annar í kringum mig, en samt eru þeir ómeðvitaðir.
Hins vegar man ég það varla - svo yfirlætislaus atburður í lífi mínu sem breytti því og lífi þeirra mjög. Karen var svo róleg og skemmtileg að segja mér frá lífinu með ættleiðingum og fóstri að mér datt aldrei í hug að efast um það sem hún sagði mér; eins og Holder sagði á svo ungum aldri hefurðu tilhneigingu til að treysta fullorðnum sem áreiðanlegum einstaklingum og efast ekki um hvað er verið að segja þér.

„Ég hef eytt svo löngum tíma í að misbjóða föður mínum fyrir að hafa yfirgefið mig," lýsi ég hljóðlega. "Hvernig gat hún tekið mig frá honum - hvernig gat einhver?"

"Ég veit það ekki, elskan."
Ég sest upprétt, sný mér við og horfi í augun á honum. "Ég þarf að sjá húsið þitt," segi ég við hann og bætir við, "mig langar í fleiri minningar, en núna koma þær ekki auðveldlega - sérstaklega af honum. Svo ég vil bara keyra framhjá því ég þarf að sjá það.

"Núna strax?" Hann strýkur handlegginn á mér varlega áður en hann kinkar kolli til samþykkis.

Já, ég vil fara áður en það verður dimmt.

Á meðan ég keyri eftir þagnar ég alveg; hálsinn á mér er þurr og maginn hnýttur af ótta þegar ég bý mig til að sjá húsið hans; hræddur um að hann gæti verið þarna þegar ég kem - hrædd um að ég gæti séð hann! Þrátt fyrir það er það löngun mín að heimsækja það þar sem þetta gæti hjálpað mér að muna eftir honum; enn einn áfanginn á þessari ferð. Ég veit ekki hvort það hjálpar að sjá það aftur en að vita að það verður að gera gerir ferðina þess virði.

Hann snýr að kantsteininum og hægir á bílnum sínum. Ég horfi inn um gluggann minn á húsaröðina hinum megin við götuna; Það þyrfti of mikla orku og einbeitingu til að snúa augnaráði mínu.

"Við erum hér," sagði hann hljóðlega, "og þetta virðist ekki vera heimili neins."

Þegar ég sný höfðinu rólega og horfi út um gluggann hans á fyrsta heimili mitt sem ég bjó í, rifjast upp minningar um það sem áður var hvít málning og klipping á því. Jafnvel þegar dagur líður yfir í nótt, er enn hægt að bera kennsl á húsið; þó að það veki ekki strax sérstakar minningar að sjá það. Jafnvel á meðan Holder virðist geta lesið í huga minn segir hann mér: "Það var áður hvítt."

Þegar ég sný mér aftur til að horfast í augu við gamla húsið mitt, reyni að muna eitthvað, kemur ekkert. Engar myndir koma til mín af því að ganga inn um útidyrnar eða sjá stofuna; allar minningar hafa einhvern veginn horfið úr huga mér.

"Hvernig get ég munað hvernig stofan þín og eldhús líta út, öfugt við mitt eigin?"

Hann svarar mér ekki beint vegna þess að hann veit líklega að ég vil ekki endilega fá svar; í staðinn leggur hann hönd sína ofan á mína og heldur henni þar á meðan við horfum bæði á húsin sem breyttu lífi okkar að eilífu. "Er pabbi þinn að halda afmælisveislu fyrir þig?" Lesslie spyr.

"Engar afmælisveislur fyrir mig!" hrópa ég hissa.

Lesslie kinkar kolli áður en hún sest á rúmið mitt og tekur ópakkaðan kassa liggjandi á koddanum mínum þaðan sem hún hafði fallið. "Er þetta afmælisgjöfin þín?" spyr hún mig. En í staðinn tók ég það úr höndum hennar og setti það aftur á koddann minn aftur; útskýrir að pabbi minn kaupir oft fyrir mér gjafir fyrir sérstök tækifæri.

"Ertu að opna það?" spyr hún.

„Nei," svaraði ég ákveðið. "Ég vil það ekki."

"Af hverju komum við aldrei hingað og leikum okkur? Öll leikföngin líta áhugavert út hér; hvers vegna erum við aldrei hér í stað þess að fara aftur heim til mín?" Hún leggur hendurnar saman í kjöltu sér áður en hún lítur í kringum sig í herberginu. „Af hverju getum við ekki komið með öll leikföngin okkar hingað í stað þess að leika okkur í mínu þar sem það getur orðið fljótt leiðinlegt.

"Geturðu bundið þetta?" Ég spyr hana með skóna í höndunum og fer hægt í þá. Án þess að segja það upphátt, gríp ég herbergið mitt til að setja í, húsið mitt til að setja í og herbergið mitt til að setja í áður en ég fer til hennar - allt án þess að segja neina neikvæða hluti um annað hvort herbergi, hús eða líða öruggari þar en annars staðar. Að lokum tek ég upp skóreimarnar mínar á milli fingranna um leið og ég fer nær rúminu hennar og spyr: "Geturðu hjálpað til við að binda þessar?"

Hún tók fótinn á mér og setti hann á hnéð áður en hún sagði: "Vonandi, þú ert að verða fimm ára og verður að læra að reima þína eigin skó. Ég og Holder vissum hvernig þegar við vorum fimm." Svo hljóp hún niður á gólfið fyrir framan mig á meðan hún virtist eldri en ég þar sem hún verður sex sjálf á meðan ég verð fimm ára nógu fljótt.

„Horfðu á mér,“ sagði hún mér. "Haltu út þessum streng svona." Hún setti tvo strengi í hendurnar á mér og sýndi mér hvernig á að vefja og toga í þá þar til þeir hnýtust eins og þeir hefðu átt að gera. Þegar hún var bundin sjálf tvisvar sinnum, leysti hún báða strengina fyrir mig áður en hún skildi mig eftir eina með þeim aftur svo ég gæti lært á eigin spýtur hvernig hún kenndi mér að binda þá - fór svo á meðan ég reyndi hvað ég gat að lykkja skóstrenginn á leiðinni. aftur í átt að kommóðunni minni á meðan hún yfirgaf herbergið mitt til að fara í annað.
"Var þetta mamma þín?" spyr hún mig á meðan hún heldur uppi mynd. Þegar ég horfi aftur niður í skóna mína skilur spurningin hennar mig eftir orðlaus.

— Saknarðu hennar? spyr hún um leið og þú svarar játandi.

Ég kinka kolli og reyni að hugsa ekki um hversu mikið ég sakna hennar; Ég sakna hennar svo mikið.

"Vonandi! Þú gerðir það!" Lesslie hrópar af spenningi þegar hún sest aftur við hliðina á mér á gólfinu og knúsar. "Þú gerðir þetta allt á eigin spýtur og veist núna hvernig á að reima skóna þína."

„Lesslie kenndi mér að reima skóna mína,“ hvísla ég í huganum á meðan ég horfi upp í húsið.

"Manstu eftir því að hún kenndi þér það?" "Já. Og hér erum við."

„Hún var svo stolt,“ segir hann, snýr sér við og horfir aftur í átt að götunni.

Þegar ég legg höndina á hurðarhandfangið og opna það, geng ég út. Þar sem loftið var að verða kaldara núna teyg ég mig aftur í framsætið mitt til að grípa hettupeysuna mína áður en ég klæðist henni yfir höfuðið.

"Hvað ertu að gera?" spyr Holder.

Þar sem ég vissi að hann myndi ekki skilja, og vildi ekki að hann reyndi að tala mig frá, lokaði ég hurðinni og fór yfir götuna án þess að svara honum. Hann fylgdi á eftir mér, kallaði nafnið mitt þegar ég steig upp í grasið - "Handhafi, ég þarf að sjá herbergið mitt." Einhvern veginn vissi ég nákvæmlega hvora hlið hússins ég ætti að ganga í átt að án þess að hafa neitt líkamlegt minni um skipulag þess.

"Sky, enginn er hér og það væri of áhættusamt - ekki gera það!"

Þegar ég flýti mér í átt að honum eykst hraði minn þar til ég er að hlaupa og burtséð frá samþykki hans eða skorti á því, þegar ég kem til þess sem áður var svefnherbergisglugginn minn sný ég mér aftur og horfi á hann: „Ég þarf að gera þetta. Það eru hlutir af móður minni sem ég vil þarna inni, Holder. Þó að þú viljir ekki að ég geri þetta verð ég samt."

Hann lagði báðar hendur þétt á axlir mínar, augun stór af áhyggjum: "Sky, þessi maður er lögga. Hvað myndirðu búast við að ég geri; brjótast inn um opinn glugga?"

"Þetta hús er samt tæknilega séð mitt heimili. Að brjótast inn er í rauninni ekki að brjótast inn," svaraði ég áhyggjum hans.
Til að fá aðgang að vinnustaðnum mínum þjappaði ég saman vörum mínum áður en ég smellti fingrum mínum - "Það er fuglahús á bakhliðinni með lykli inni. Það hlýtur að vera það!"

Hugsanir mínar hlupu fram og til baka um heilann þegar ég áttaði mig á því að þarna var í raun og veru fuglahús. Að ná inn, vissulega var lykill. Þvílík ótrúleg upplifun sem þetta hefur verið! Hugurinn er sannarlega óvenjulegur hlutur.

„Sky, ekki,“ var kærastinn minn að biðja mig um að halda ekki þessari áætlun áfram. Hins vegar sagði ég honum að ég myndi fara einn inn í svefnherbergi hans. Bíddu fyrir utan gluggann hans eftir hugsanlegum komu og láttu mig vita um leið og þú sérð einhverjar.

Eftir að ég sting lyklinum í andvarpar hann þungt áður en hann grípur handlegginn á mér um leið og ég sting lyklinum inn í bakdyrnar. „Vinsamlegast ekki gera það augljóst að þú varst hér og flýttu þér," spyr hann, áður en hann leiðir mig inn í faðmlag áður en ég bíð eftir að sjá hvort ég snúi lyklinum og opnar hurðina.

Um leið og ég opna hurðina og geng inn snýst hurðarhúninn. Húsið mitt var dimmt og ruglingslegt þegar ég lokaði og læsti hurðinni á eftir mér, en vissi einhvern veginn nákvæmlega hvar svefnherbergishurðin mín var staðsett. Ég hélt niðri í mér andanum og fór varlega í gegnum eldhúsið í leit að því áður en ég beygði til vinstri inn í eldhúsið þar sem svefnherbergishurðin mín er - ég reyndi að hugsa ekki of mikið um hvað væri í húfi hér þar sem tilhugsunin um að verða tekin var ógnvekjandi; að gera það sem Holder mælti með þýddi að ganga hægt án þess að skilja eftir vísbendingar um að ég hefði jafnvel verið til þegar ég loksins náði því dró ég djúpt andann áður en ég opnaði hana hægt áður en ég kveikti ljósið til að skilja ekki eftir neinar vísbendingar um að ég hefði jafnvel verið til hér - Áður en loksins, loksins inn, dró ég andann djúpt aftur áður en ég opnaði hurðina mína og sneri henni svo hægt að fullu og hægt og rólega snúið ljósrofanum til að skapa ekki rugling áður en ég fór inn í annað herbergi í þessu herbergi.

Fyrir utan nokkra kassa sem eru hlaðnir í horninu lítur allt kunnuglega út í herbergi Lesslie; það líkist enn svefnherbergi ungs barns frá þrettán árum síðan, ósnortið og ósnertanlegt frá því hún lést. Ég ímynda mér að það hljóti að vera erfitt fyrir ástvini Lesslie að fara framhjá þessum líkamlegu áminningum um þá sem þeir elska sem hafa látist.

Þegar fingurnir mínir renna yfir kommóðuna og skilja eftir sig spor í rykinu, minna þeir mig fljótt á að þeir ættu ekki að skilja eftir sönnunargögn um veru mína hér; þannig lyfti ég og fæ niður höndina og þurrka svo slóðina af með skyrtunni minni.

Líffræðileg móðir mín man ekki eftir að hafa átt neitt sem tilheyrði henni; svo allt sem ég vil í raun er eitthvað áþreifanlegt frá henni sem mun minna mig á nærveru hennar. Mynd myndi gera bara vel; allt til að tengja mig aftur við hana myndi hjálpa; hún þarf að sjá andlitið á mér. Ég vil muna allt um hana sem getur rifjað upp góðar minningar.

Um leið og ég stíg inn í herbergið kemur himinþemað í ljós; ský og tungl prýða gluggatjöld og veggi á meðan sængin mín státar af stjörnum sem hylja yfirborð þess.

Alls staðar eru plaststjörnur; stórar plaststjörnur sem festast við veggi og loft og glóa í myrkri. Herbergið mitt var þakið þeim alveg eins og heima hjá Karen þar sem þau bjuggu áður á loftinu mínu; þegar ég sá þá fyrst í búðum fyrir nokkrum árum, bað ég Karen um þá þótt henni þætti þeir barnalegir; á endanum var allt skynsamlegt: kannski elskaði ég alltaf stjörnur þegar ég var Hope?

Kvíði byggist upp í maganum á mér þegar ég ligg aftur að koddanum og horfi upp í loftið. Hræðslubylgja skolast yfir mig þegar ég sný mér í átt að hurðarhúninum í svefnherberginu sem, í martröð sem ég upplifði um nóttina, sneri sér og lét vita með því að snúa.

Þegar ég loka augunum þétt saman og anda djúpt, streymir minningin til baka. Þó ég hafi haldið að ég hafi geymt það á öruggan hátt í þrettán ár, gerir það ómögulegt að vera hér á þessu rúmi. Minningar grípa eins og köngulóarvefur; tárin byrja að renna niður kinnina á mér og ég vildi óska að Holder hefði ráðlagt að snúa aftur hingað; kannski hefði það ekki orðið svo mikil tilfinningabyrði að minnast þessa dags í lífi mínu.
„Ég var vanur að halda niðri í mér andanum og vona að hann myndi halda að ég væri að sofa, en það virkaði aldrei þar sem honum er alveg sama hvort ég sé það eða ekki. Einu sinni reyndi ég að halda niðri í mér andanum svo hann myndi halda að ég væri dáin en það gerðist það virkar ekki heldur - hann tók aldrei eftir því að ég hélt niðri í mér andanum!"

Um leið og hann sneri hurðarhúninum varð ég uppiskroppa með brellur til að takast á við hann fljótt en gat ekki fundið upp aðra hugmynd nógu hratt. Þegar hann lokaði því á eftir sér og heyrði fótatak hans nálgast herbergið mitt, hélt ég samt niðri í mér andanum þar sem þessi taktík á ekki bara að virka í þetta skiptið heldur vegna þess að hún hjálpar til við að draga úr því hversu hrædd ég er.

"Hey prinsessa," hrópar hann af spenningi, "ég á eitthvað handa þér!" "Sjáðu!" Ég hrópaði með ánægju þegar kærastinn minn gaf mér gjöfina mína: listaverk!

Ég loka augunum saman þegar mig dreymir um að opna gjafir frá honum, þar sem ég veit að þær kaupa mér alltaf frábærar af ástinni hans. Samt pirrar það mig þegar þau koma á kvöldin þar sem ég sakna þess oft að taka á móti þeim strax; þeir þurfa alltaf að þakka honum fyrst áður en þeir gefa mér gjöfina!

"Nei takk, ég vil ekki þessa gjöf."

„Prinsessa?
Rödd pabba minn gerir mér alltaf illt í magann; ljúfu orðin hans minna mig svo mikið á mömmu; þó var röddin hennar ekki neitt eins og mín heldur! Ennfremur segir pabbi að mamma yrði leið ef ég hætti að taka við gjöfunum hans núna þegar hún er ekki lengur hér til að sækja þær sjálf - þetta gerir mig leiða og mig langar að horfa upp á hann; þess vegna velti ég mér upp á magann í sorg og lít upp til að sjá hann.

"Pabbi, gæti ég vinsamlegast fengið gjöfina mína á morgun í staðin fyrir í kvöld?" Það myndi láta hann hryggja mig enn frekar ef þessi kassi birtist í kvöld en svo er ekki.

"Já, á morgun geturðu fengið það. Hins vegar væri ekki við hæfi að við báðir tjáði þakkir okkar?" spyr pabbi um leið og hann burstar hárið á mér.
Hjartað byrjar að slá hratt, sem gerir það að verkum að maginn minn hristir af ótta. Í stað þess að leita huggunar á pabba lít ég til himins í von um að það að hugsa um fallegu stjörnurnar gæti hjálpað hjarta mínu að róast og kviðinn hætti að meiðast svona mikið.

„Ég reyni að telja þær, en minni mitt um hvaða tölu kemur á eftir fimm fer framhjá mér og því byrja ég upp á nýtt. Vegna þess að ég vil ekki hafa pabba minn á þessari stundu, þá virðist vera leiðin út að telja fimm stjörnur í einu: þannig mun hann vinna“ Ekki finna, lykta eða heyra neitt og þannig mun talning ekki koma upp minningunum."

Eftir að pabbi hefur lokið við að pína mig til að þakka sér, dregur hann niður náttsloppinn minn aftur og hvíslar „Góða nótt prinsessa“. Ég velti mér strax, dreg hlífarnar yfir höfuðið, loka augunum þétt og reyni að gráta ekki aftur; samt einhvern veginn renna tár einhvers staðar frá mér aftur þegar gjöf er flutt heim frá honum um kvöldið.
Mér líkar ekki að fá gjafir.

17. KAFLI

Þegar ég stend upp og skoða rúmið mitt, eykst ótti minn við það sem hljómar koma innan úr hálsinum á mér.

"Ég mun ekki gráta. Ég sekk hægt niður á hnén, legg báðar hendur á brún rúmsins og hleyp þeim varlega meðfram gulu stjörnunum sem eru dreifðar yfir djúpbláan bakgrunn sængursins - þar til tár skýla sjón minni og þær byrja að þoka í óskýra punkta.

"Þrýsti augunum saman og seig dýpra niður í rúmið, gríp hnefafulla af teppi. Þegar grátur sem hafa verið að byggjast innra með mér koma kröftuglega, hristast axlir mínar af titrandi grátum sem erfitt er að hemja. Loks stend ég upp, öskra upphátt, rífa af teppið og henda því yfir herbergið í einni snöggri hreyfingu."

Þegar ég horfi trylltur í kringum mig eftir einhverju öðru að kasta, koma púðar úr rúminu mínu fljúgandi út og kastast í spegilmynd í spegli einhvers sem ég þekkti ekki lengur - sem starir grátandi til baka. Tárin hennar, veikleikinn í þeim reiddi mig til reiði. Við byrjum báðar að hlaupa í áttina til hvors annars þar til hnefar okkar rekast á glerspegilinn og splundrið hann alveg og hún dettur í sundur á gólfið mitt.

Um leið og kommóðan mín var komin á bakið, greip ég þétt um brúnir hennar, ýtti henni til hliðar og sleppti öðru langvarandi gremjuöskri sem hafði verið innilokað inni í mér allt of lengi. Þegar það var komið aftur á bakið, reif ég upp skúffurnar og dreifði innihaldi þeirra um herbergið, snerist, kastaði, sparkaði í allt sem ég komst í snertingu við eins fljótt og ég gat safnað kröftum mínum. Ég greip í hreinar bláar gluggatjöld þar til stöngin þeirra klikkaði og varð til þess að þau féllu í kringum mig; greip í hreinar bláar gardínustangir þar til þær sprungu og duttu í kringum mig; að lokum teygði sig í átt að kössum sem voru hlaðnar hátt í horni og tók einn eins fljótt og fimm feta og þriggja tommu ramminn minn gat safnað; áður en ég kastaði því upp við vegg eins harða og fimm feta þriggja tommu ramman mín gat safnað upp.
"Ég hata þig!" Ég græt af reiði. "Ég hata þig svo mikið!"

Um leið og ég opna munninn til að öskra byrja tárin að streyma niður kinnar mínar og salt úr seltu þeirra fer inn í kerfið mitt.

Handleggir Holders vöfðust allt í einu um mig aftan frá og tóku mig svo fast að ég varð hreyfingarlaus. Hnakka, kasta, öskra - aðgerðir mínar eru ekki lengur úthugsaðar heldur einfaldlega viðbrögð.

Hann segir rólega, en ég neita að hlusta eða svara; í staðinn held ég áfram að standast tök hans þrátt fyrir að það herði enn frekar að mér. „Hættu," skipar hann rólega í eyrað á mér en neitar að losa mig úr greipum þess; þegar ég heyri þetta þó ég þykist ekki vera sama eða hunsa það sem hann hefur sagt mér; Að reyna í örvæntingu að flýja takið hans gerði mig bara verri þar sem gripið herðist enn frekar.

"Ekki snerta mig!" Ég hrópaði hátt á meðan ég tók fast um handleggi hans með báðum höndum.

Hann lætur það alls ekki trufla sig.

Vinsamlegast ekki snerta mig. PLEEEEEASE.

"Rödd hans bergmálaði í gegnum huga minn, og samstundis féll ég í fang hans. Tár streymdu fram innan úr mér þegar þau héldu áfram linnulausum straumi sínum. Á skömmum tíma varð ég ekkert annað en tómt ílát fyrir flæði þeirra.

Ég er veikur og leyfi honum að vinna.

Holder léttir takinu í kringum mig og leggur hendur sínar á axlir mínar áður en hann snýr mér við til að horfast í augu við hann. En ég get varla horft á hann; í staðinn er ég yfirbugaður af þreytu og ósigri, tek í mig hnefana af skyrtunni hans á meðan ég grét hjarta mitt upp að brjósti hans þegar kinn mín þrýsti hjarta hans. Með þessari látbragði lagði hann hönd sína fyrir aftan bakið á mér á meðan hann lagði varirnar að eyranu mínu til frekari þæginda.

Sky talar fastri röddu. Hann skipar henni að fara þegar í stað; fæturnir mínir eru slappir við að hrista svo mikið að þeir munu ekki halda uppi þyngd minni. "Himinn." Orð hans voru staðföst en samt óvægin. "Þú verður að fara strax." Ég gat ekki hreyft mig. Líkaminn minn skalf svo kröftuglega að ég er hrædd um að fæturnir mínir gætu sveigst undir mér og valdið sömu áhrifum aftur. "Himinn." Tónn hans er stöðugur en samt rólegur þegar hann vísar henni frá Sky sem ég óttast að gæti skilið eftir án mín.
Eins og hann vissi þetta, tók hann mig upp í fangið og leiddi mig út úr svefnherberginu og bar mig yfir götuna í farþegabílnum sínum. Þegar hann var kominn út tók hann hönd mína í sína og leit yfir hana áður en hann gaf hana aftur út þar sem „hér notaðu þennan jakka til að þurrka blóð“. Þar með fór hann inn um lokaðar dyr áður en hann hljóp aftur yfir götuna. Ég horfði niður á höndina á mér undrandi yfir því að hún hefði verið skorin þar sem hún var ekki einu sinni sár; Ég vafði það þétt að ermum jakkans hans. Ég faðmaði hnén þétt upp á meðan ég grét augun.

Um leið og hann kom aftur að bílnum skalf líkami minn af grátum sem héldu áfram að flýja hálsinn á mér. Þegar hann ræsti farartækið og dró sig frá mér, teygði hann sig yfir og lagði

hönd sína og strauk varlega um bakið á mér; strauk þegjandi hárið á mér alla leið aftur á hótelið okkar.
Hann hjálpaði mér út úr bílnum og leiddi mig aftur á hótelherbergið mitt án þess að spyrja nokkurn tíma hvort ég væri í lagi; hann vissi það þegar; það þýðir eiginlega ekkert að spyrja. Þegar inn var komið fórum við beint upp í rúm þar sem hann ýtti öxlum mínum aftur á bak þar til þær lágu flatar á henni, tók skóna úr mér, tók síðan upp höndina á mér til að þurrka af með blautri tusku áður en hann lyfti henni varlega upp á varirnar og kyssti hana varlega á báðar. hliðar úlnliðsins míns.

"Þetta eru bara nokkrar rispur," fullvissaði hann mig, "ekkert of djúpt." Um leið og skórnir hans voru komnir af hann setti hann mig á koddann og settist í rúmið hjá mér; dró svo sængina yfir okkur báða á meðan hann faðmaði mig að brjósti hans og huggaði mig án þess að spyrja hvers vegna ég væri að gráta...alveg eins og hann var vanur þegar við vorum börn.

Ég reyni að ýta til hliðar minningum um það sem gerðist í herberginu mínu á kvöldin, en þær eru eftir. Hvernig nokkur faðir gat hegðað sér svona ámælisvert við dóttur sína fer fram hjá mér. Ég reyni að segja við sjálfan mig að þetta hafi aldrei gerst og að ég sé að ofskynja, en allir hlutir í mér vita annað; sérhver hluti sem man hvers vegna það gladdi mig að komast í bílinn með Karen. Sérhver hluti af mér sem man allar stundirnar sem ég gerði út með strákum í rúminu mínu án þess að finna fyrir neinu, að horfa á stjörnurnar með auðveldum hætti er eitthvað sem ég skammast mín fyrir að viðurkenna. Sérhver hluti af mér sem fékk fullkomið kvíðakast kvöldið sem ég og Holder áttum næstum kynferðislegum kynnum hefur orðið fyrir miklum þjáningum vegna þessa. Sérhver þáttur í mér man, og ég myndi gera allt bara til að gleyma. Ég vil ekki muna hvernig faðir minn hljómaði eða leið á nóttunni; hver sekúnda sem líður kemur með líflegri minningar sem gera það erfiðara fyrir mig að hætta að gráta.

Holder kyssir mig blíðlega á hlið höfuðsins og segir mér að þetta verði allt í lagi - að ég ætti ekki að hafa áhyggjur. Hins vegar hefur hann ekki hugmynd um minni mitt eða áhrif þess á tilfinningar mínar, huga og trú á mannkynið í heild.

Í fyrstu virtist sem Karen væri að útvega mér allt sem ég þurfti; þannig að ég gleymdi miklu af hlutverki hennar. Nú geri ég mér hins vegar grein fyrir hvers vegna minningar mínar um það þegar Karen tók mig eru af skornum skammti: Það leið ekki eins og stórslys þegar hún tók mig úr lífi mínu; kannski fannst mér það frekar vera björgun frá svo skelfilegum aðstæðum en eitthvað sem gæti verið hörmulegt.

Holder lítur upp og tekur eftir því að tárin streyma niður kinnar mínar; Augun hans verkja af samúð þegar hann þurrkar þau burt með fingri sínum áður en hann kyssti mig mjúklega á varirnar og sagði: „Fyrirgefðu, ég hefði aldrei átt að leyfa þér að koma inn.

Hann kennir sjálfum sér alltaf um, þegar ég veit að ég get treyst á hann sem hetjuna mína. Hann hefur verið þarna í gegnum allt, hjálpað mér í gegnum kvíðaköst og frek-outs þar til þau líða yfir; samt einhvern veginn virðist þetta vera honum að kenna.

"Handmaður, það var ekkert að - hættu að biðjast afsökunar," segi ég grátandi í gegnum tárin. Hann yppir öxlum og stingur lausu hári mínu fyrir aftan eyrað áður en hann hristi höfuðið aftur.

"Ég hefði ekki átt að koma með þig hingað; það hefði verið of mikið fyrir þig að þola eftir að hafa bara uppgötvað allt."

"Það var ekki bara að vera þarna sem var of mikið, það var það sem ég mundi sem var of mikið. Þú hefur enga stjórn á því sem faðir minn gerði mér; vinsamlegast hættu að taka ábyrgð á öllu neikvæðu sem gerist í lífi annarra."

Hann rennir hendinni í gegnum hárið á mér með áhyggjur á andlitinu og spyr "Hvað ertu að tala um og hvað gerði hann þér?" Orð hans virðast treg til að koma fram vegna þess að ég vissi vel hvað gerðist þegar ég var ungur - báðir aðilar voru í afneitun yfir því sem raunverulega gerðist.

Þegar tárin mín renna aftur út, vefur hann öðrum handleggnum þétt um bakið á mér á meðan hann grípur um höfuðið á mér með annarri hendi til að koma í veg fyrir frekari stjórn á mér. „Nei," hvíslar hann aftur þegar hnefar mínar af skyrtunni hans verða að tárum, allt á meðan ég heldur um mig af slíkri sannfæringu sem fær mig til að elska hann enn meira fyrir að vera ekki eins hrifinn af föður mínum.

Holder kyssir höfuðið á mér og heldur áfram að halda mér. Hann biðst ekki afsökunar eða býður lausnir því hvorugur okkar veit hver næstu skref ættu að vera; það eina sem ég veit á þessum tímapunkti er að það er hvergi fyrir mig að snúa mér; Rétti faðir minn vill ekki forræði aftur, ekki heldur konan sem tók mig ranglega; nýtt ljós sem varpað hefur verið á fortíð mína hefur sýnt að ég er enn undir lögaldri svo jafnvel ég get ekki treyst á sjálfan mig; Holder er mín eina von í annars vonlausum aðstæðum.
Jafnvel þó ég sé örugg umvafin örmum hans, munu myndir og minningar ekki yfirgefa höfuð mitt. Sama hvað ég reyni eða hversu mikið ég reyni að hætta að gráta, handleggir hans sitja á mér hljóðlega þegar ég hugsa um hversu mikið ég þarfnast hvíldar - að Holder taki allar þessar tilfinningar og tilfinningar í burtu í stutta stund þar sem það er of mikið að björn; að muna eftir því sem gerðist allar þessar nætur sem faðir minn kom inn í herbergið mitt er allt of sárt; Sérhver trefjar í veru minni fyrirlítur þá manneskju fyrir að hafa tekið eitthvað dýrmætt frá mér þessa fyrstu stund sakleysis. Ég fyrirlít hann. Sérhver fruma í mér fyrirlítur hann; sérhver fruma í mér fyrirlítur þann mann fyrir að hafa tekið frá mér eitthvað dýrmætt þá fyrstu stundina.

Holder lagði handlegginn um öxlina á mér og lagði hönd á höfuð mitt á meðan augu hans leituðu í mínum til að athuga hvort allt væri í lagi.

Ég vil ekki líða svona lengur.
Svo ég renn mér á Holder og kyssi hann ástríðufullur, í von um að hann myndi eyða þessum tilfinningum sem neyta mig núna. Í stað þess að lyfta skyrtunni sjálfur yfir höfuðið ýtir Holder mér af honum á bakið á mér, lyftir mér upp á annan handlegg áður en hann horfir niður á mig með dýpkandi sorg í augunum.

"Hvað ertu að gera?" hann spyr.

Ég læt hendina mína fyrir aftan hálsinn á honum og dreg andlitið nærri mér, þrýsti vörum mínum að hans. Ef ég kyssi hann nógu mikið mun hann kannski gefa eftir og kyssa mig aftur áður en allt hverfur í lausu lofti.

Hann lagði höndina á kinnina á mér, kyssti mig stuttlega, dró sig síðan í burtu og dró niður skyrtuna aftur til að stöðva tilraun mína til að fara úr henni. „Hættu þessu," varaði hann mig við áður en hann lagði skyrtuna frá mér aftur og spurði hvað væri að gerast.

Augu hans fylltust rugli og áhyggjum þar sem ég gat ekki svarað fyrirspurn hans um hvers vegna ég gríp til þessarar aðgerða; það er jafnvel sjálfum mér óljóst hvers vegna. Stundum vil ég aðeins að tilfinningin fari frá, en í sannleika sagt er svo miklu meira að gerast; án afskipta hans núna veit ég að ég mun aldrei geta hlegið, brosað eða andað aftur.

Ég þarf bara Holder til að taka það í burtu.

"Eigðu kynlíf með mér." Ég dró djúpt andann og horfði beint í augu hans. "Viltu fá þér?"

Hann starir fast og svipurinn er óbreyttur, ýtir sér upp úr rúminu sínu og stendur upp áður en hann labbar um gólfið stressaður, rennur höndunum stressaður í gegnum hárið áður en hann gengur aftur í átt að rúminu sínu þar sem hann stendur við brún þess.
"Sky, ég get ekki gert þetta núna. Af hverju ertu að spyrja?"

"Vinsamlegast, Holder. Ég þarf þetta." Ég stökk á fætur, hneykslaður yfir því að hann skyldi ekki standa við það sem við sömdum um. Ég hljóp þangað sem hann stóð á rúminu mínu, krjúpi fyrir framan hann á meðan ég þreifaði mig í skyrtuna með báðum höndum og bað og bað „Vinsamlegast," áður en ég stóð upp á hnjánum til að biðja.

"Sky, þetta er ekki okkar verk; ekki við heldur. Kannski ertu í sjokki eða eitthvað...ég veit ekki einu sinni hvað ég á að segja núna!" Hann hristir höfuðið afsakandi áður en hann færir sig tvö skref aftur á bak. Enn ringlaður og hristur af samskiptum okkar staldrar hann við áður en hann snýr sér alveg ráðvilltur frá:

Eftir að ég hef gefið upp alla von um að bjarga honum frá sjálfum sér, hrap ég aftur niður í rúmið ósigrandi, tárin streyma frjálslega niður kinnar mínar þegar ég lít upp í áttina til hans með algjörri örvæntingu.

„Vinsamlegast," bið ég. Þegar augnaráð mitt fellur í átt að höndum mínum, sem nú eru spenntar saman í kjöltu mér, dofnar rödd mín þegar ég tala - getur ekki mætt augnaráði hans beint þegar hann talar upphátt. Ég lyfti augnaráðinu hægt aftur upp í átt að hans og lækka það svo hægt aftur um leið og ég segi: "Handhafi...hann er sá eini sem hefur nokkurn tíman gert mér það; vinsamlegast hjálpaðu þér að taka þetta frá honum - vinsamlegast."

Orð hafa þann eiginleika að brjóta sálir og orð mín gerðu einmitt það með Holder. Andlit hans féll og tár fylltu augu hans þegar ég bað hann um að hjálpa til við að draga úr eigin sársauka og hatri. "Vinsamlegast, Holder." Ég grátbað.

Hann vill ekki að fyrsta stefnumótið okkar endi á þennan hátt. Þó ég vildi að svo væri ekki, þá taka aðrir þættir en ást oft þessar ákvarðanir fyrir okkur; þetta gæti falið í sér þætti eins og hatur eða einfaldlega að vera örvæntingarfullur í leit þinni til að fjarlægja umtalað hatur frá sjálfum þér og einhverjum öðrum. Hann skilur hvernig mér líður núna og skilur þarfir mínar, hvort sem hann er sammála eða ekki.

Hann sneri aftur að rúminu mínu, kraup niður á gólfið fyrir framan mig og féll niður á hnén á báðum hnjám hvoru megin við höfuðið á mér - kom nær og nær augnhæð við mig. Hann greip um mittið á mér, dró mig í átt að rúmbrúninni, vafði höndum sínum fyrir aftan hnén á mér og vafði fótum mínum um hann áður en hann dró skyrtuna yfir höfuð mér án þess að líta undan einu sinni; einu sinni hneppti hann upp bæði skyrtuna sína og mína auk þess að fara úr þeim báðum; þegar því var lokið vafði hann handleggjunum utan um mig áður en hann stóð upp með báða handleggina í kringum mig áður en hann gekk með okkur yfir á aðra hlið rúmsins míns þar sem hann lagði mig varlega niður áður en hann lagði lófana á hvora hlið dýnunnar með óvissu augnaráði en sagði svo örugglega " Allt í lagi", jafnvel þó að augu hans véku mjög á milli svipbrigða þeirra;
Hann lyfti sér á hnén og teygði sig í veskið sitt á náttborðinu, dró upp smokk áður en hann renndi upp buxunum - tók aldrei einu sinni augun af mér eins og hann væri að bíða eftir merki um að ég hafi skipt um skoðun eða búist við öðru kvíðakasti frá mér - hvorug atburðarásin er líkleg. Hvað sem það kann að vera, hins vegar verð ég að bregðast við núna eða leyfa honum að eiga þennan hluta af mér lengur.

Holder greip um gallabuxurnar mínar í hnöppunum, losaði þær og renndi þeim af mér eins fljótt og hann gat. Ég horfði í átt að loftinu þegar tilfinning mín fyrir sjálfri mér hélt áfram að hverfa með hverju skrefi nær sem hann kom.

Ég velti því oft fyrir mér hvort líf mitt hafi orðið fyrir óbætanlegum skaða. Mun ég einhvern tíma finna gleði og huggun við að vera með honum á þennan hátt?

Hann spyr mig ekki hvort þetta sé það sem ég vil; hann veit að það er það nú þegar, svo spurningin er ósögð. Í staðinn lækkar hann varirnar að mínum og kyssir mig á meðan hann fer úr brjóstahaldara og nærbuxunum. Að kyssa gefur mér afsökun til að loka augunum; augnaráð hans virðist langt í burtu; þegar varirnar á honum skiljast til að hann geti sett á sig smokkinn þá loka ég þeim. Þegar ég er kominn aftur ofan á mig dreg ég hann þétt að mér áður en hann skiptir um skoðun aftur.

"Himinn." Um leið og ég opnaði augun og sá efa í svip hans, hristi ég fljótt hausinn: "Ekki ofhugsa þessa ákvörðun - gerðu það bara!" "Handhafi." Ég krafðist þess að hann yrði að fara.

"Ég veit ekki hvernig ég á að takast á við þetta allt, elskan. Ég veit ekki hvort það sem ég er að stinga upp á muni gera hlutina erfiðari fyrir þig, svo við skulum halda fjarlægð okkar í bili." Hann lokar augunum og grefur höfuðið í hálsinn á mér áður en hann lokar þeim aftur þegjandi. „Ég bara veit ekki hvernig ég á að takast á við allt; mér finnst þetta allt yfirþyrmandi.

Orð hans slógu djúpt í sál mína þegar þau minntu mig á hvað faðir minn átti við með þeim. Þó ég sé óvíst hvort þetta sé nákvæmlega það sem ég þarfnast eða muni skaða samband okkar á einhvern hátt, var allt sem mér var sama um að koma einum hlut frá honum - jafnvel þótt það þýddi að hætta öllu. Svo um leið og hann heyrði tárin mín reyndi hann mikið að taka ekki þátt í þeim sjálfur - eitthvað sem olli honum jafnmikilli vanlíðan en ég; þess vegna stakk ég höfðinu undir hálsinn á honum og lyfti mér upp að honum á meðan ég bað hann hljóðlega um eitthvað.
Hann hallaði sér að mér, kyssti hlið höfuðsins á mér og gekk svo hægt inn í mig.

Sama óþægindin þá er ég rólegur.

Lungun mín þurfa loft og ég anda ekki einu sinni!

Núna hugsa ég ekki einu sinni um hvað er að gerast á milli okkar; það eina sem hugur minn getur hugsað um er loftið mitt með glitrandi stjörnunum, velti því fyrir mér hvort ég taki þær niður þurfa þær aldrei að telja aftur.

Mér tókst að halda fjarlægð frá því sem hann er að gera þar til hann hættir skyndilega að hreyfast ofan á mig með höfuðið enn þétt við hálsinn á mér, andar þungt í nokkur augnablik áður en hann andvarpaði að lokum og fjarlægist mig algjörlega, horfði niður á mig, lokaði augunum áður en veltist frá mér áður en hann settist upp á rúmbrúnina með bakið frá mér.

„Ég get ekki gert það," sagði hann harmaði, „því mér finnst það rangt... þér líður svo vel, samt finnst mér hverja sekúnda rangt." Við það stóð hann upp úr stólnum og fór í buxurnar áður en hann tók sig til. út skyrtuna sína og herbergislykilinn úr kommóðuskúffunni; horfði aldrei aftur í áttina til mín þegar hann fór út án frekari athugasemda eða samtals frá okkur báðum.

Um leið og hann fór stóð ég strax upp úr rúminu og hljóp til að fara í sturtu því ég fann fyrir skítugu og sektarkennd yfir því sem hafði gerst, í von um að sturtan gæti hjálpað til við að skola burt þá sektarkennd. Að skúra hvern tommu af líkama mínum með sápu þar til húðin er sár var til einskis; enn ein innileg stund hafði glatast vegna brots míns; þegar hann fór gat ég séð skömm skrifaða um allt andlit hans þegar hann neitaði að líta aftur á mig eða horfa í augun á mér þegar hann fór út úr svefnherberginu okkar.

Þegar ég var búin að þorna af sturtu, greip ég í skyndi skikkjuna mína aftan við baðherbergishurðina og klæddi mig í hann áður en ég burstaði hárið mitt og setti snyrtivörur aftur í snyrtitöskuna mína. Þó ég vilji ekki fara án þess að segja Holder frá því sem gerðist hér, ætti hann ekki að finnast hann þvingaður til að horfast í augu við mig aftur; svo að hringja í leigubíl getur komið mér á öruggan hátt á áfangastað strætóstöðvarinnar áður en heimkoma hans er örugg.

Kemur hann aftur?

Um leið og ég opnaði baðherbergishurðina og kom inn á hótelherbergið var ég ekki viðbúinn því að hann sæti á rúminu með hendurnar spenntar á milli hnjánna, augu hans skutust upp í átt að mínum um leið og baðherbergishurðin var opnuð. Ég stoppaði á miðju skrefi til að horfa aftur á hann - augu hans eru skærrauð og kinnar hans voru líka rauðrauðar! Nef hans rann frjálslega af munnvatni. Bros hans fékk mig til að staldra við á miðju skrefi. Kinnar hans voru líka með skrýtna lit - það var næstum því hægt að greina næstum töfrandi lykt innan úr honum sem gerði það að verkum að hann virtist minna ógnvekjandi miðað við fyrri reynslu okkar af því að aðrir hótelgestir neyddu hann til að sofa í honum að minnsta kosti.
Þegar ég nálgaðist hann sá ég bráðabirgðabindi úr stuttermabolnum hans vafið þétt um hönd hans, þakið blóði. Ég hljóp í skyndi að honum og tók í hönd hans áður en ég pakkaði upp skyrtunni til að skoða ástand hennar.

"Haldamaður, hvað gerðirðu?" Ég sný hendinni á honum fram og til baka og horfi vel á rifið á hnúa hans, áður en ég dreg höndina frá honum til að nota stuttermabol til að vefja fingurna á honum einu sinni enn.

„Mér líður vel," svaraði hann af yfirvegun. Ég tók skref til baka og bjóst við að hann færi út um dyrnar; í staðinn stóð hann beint fyrir framan mig og starði niður á mig í staðinn.

„Fyrirgefðu," hvísla ég og horfi upp á hann, þegar ég lít niður á hendurnar á mér. "Ég hefði aldrei átt að biðja þig um að hjálpa... ég þurfti bara...."

"Þegiðu!" hrópar hann í áttina til mín, um leið og ég biðst innilega afsökunar á einhverju sem gerðist ekki fyrr; frekar var það mín vegna sem ég fór snemma! Þú hefur ekkert að biðjast afsökunar á!" „Ekki biðjast afsökunar; að ég fór snemma var ekki vegna þín; frekar var það mín vegna!"

"Það er í lagi." Ég bakka úr greipum hans og sný mér undan, langar ekki að horfa á þegar hann hrúgaði meiri sök á sjálfan sig. Ég fer aftur að rúminu, lyfti sængunum upp og sest niður. Ég sagði honum að það væri ekki rétt eða rétt af mér að ætlast til að þú vildir mig þannig núna; það var rangt af mér og eigingirni að biðja þig á þennan hátt - afsakaðu." Um leið og hann sofnaði lagðist ég á hliðina með tárin rennandi niður kinnar mínar svo hann sæi þær ekki, áður en ég sagði honum að við gætum farið og sofa saman?

Rödd mín var miklu rólegri en búist var við og orð mín komu diplómatískari í gegn en búist var við. Ég vildi ekki að hann fengi sektarkennd; allt sem hann hefur gert fyrir mig hefur verið að styðja mig og hlúa að mér í öllu þessu umróti; samt ekkert í staðinn frá mér. Á þessum tímapunkti, það besta sem ég gæti gert fyrir hann væri einfaldlega að slíta sig svo að hann telji sig ekki þurfa að styðja mig lengur - þegar allt kemur til alls, það var aldrei neitt í staðinn frá honum til mín hvort sem er!

"Heldurðu að ég eigi í erfiðleikum vegna þess að ég vil þig ekki?" Hann gengur fram og kraup við hliðina á mér í rúminu, andspænis mér. "Sky, þetta ástand hefur brotið hjarta mitt og ég veit ekki hvernig ég get hjálpað. Hvert orð úr munni mínum finnst rangt og í hvert skipti sem ég snerti eða kyssi þig hef ég áhyggjur af því að það gæti verið óæskilegt af þér. Nú vilt þú kynlíf vegna þess sem gerðist á milli hans og þín - á meðan ég skil hvaðan þú ert að koma gerir það ekki að gera ást auðveldari - er svo sárt. "Sky, allt þetta órói hefur brotið hjarta mitt líka og það er svo sárt fyrir bæði okkur."
Vegna þess að satt að segja ætti þetta ekki að koma fyrir þig. Og það er ekkert sem ég get gert til að breyta því til hins betra; allt sem ég vil er að þessi sársauki hætti; samt virðist ekkert hjálpa og mér finnst ég vanmáttugur."

Á meðan ég var upptekin af orðum hans, tókst honum að setjast upp á rúmið og draga mig að sér án þess að ég gerði mér grein fyrir því. Hann vafði handleggina um mig og dró mig í kjöltu hans, vafði síðan fótunum um hann, áður en ég tók andlitið í hendurnar á mér og starði beint í augun á mér, faðmlag hans lét mig alveg glatast í hugsun.

"Þó að ég hafi hætt, hefði það aldrei átt að byrja án þess að segja þér fyrst hversu mikið ég elska þig. Elskan, þú meinar heiminn fyrir mig og á skilið að ég snerti þig aðeins af ástæðum sem tengjast ást."

Hann þrýstir vörum sínum að mínum án þess að gefa mér tíma til að svara; ástin mín er svo mikil að það er líkamlega sárt; allt sem kemur upp í hausinn á mér á þessari stundu er hversu mikið hann elskar mig; sama hvað annað er að gerast í lífi mínu, þessi stund með honum væri samt tilvalin.

„Ég vildi óska að kossinn minn gæti tjáð allt sem ég finn, en það er bara ekki nóg. Svo ég dreg mig í burtu og kyssi höku hans, nef, ennið og svo tárótta kinnina áður en ég reyni enn einu sinni að tjá hvernig mér líður. "Ég elska þig líka. Án þín núna veit ég ekki hvað hefði orðið um líf mitt; takk kærlega, Holder. Vinsamlegast fyrirgefðu mér; Ég vildi að þú yrðir fyrsta ástin mín og það braut hjarta mitt að hann tók það frá þér.

Holder hristir höfuðið ákveðið og kyssir mig blíðlega á kinnina til að stöðva frekari orð eða hugsanir þess eðlis. Pabbi þinn tók mikið frá þér á óhugsandi hátt, en það var allt sem það var að taka frá þér - því þú ert svo sterkur einstaklingur, ótrúlegur í alla staði, klár, fallegur og fullur af styrk og hugrekki - það sem hann gerði gerir það ekki draga úr hvaða þætti sem þú ert; í rauninni bætti það bara fleiri lögum við það sem þú varst þegar - þú lifðir hann einu sinni af, svo ég veit að þú getur gert það aftur."

Hann lagði lófann yfir hjarta mitt og dró hendina mína að brjósti sínu yfir hjarta hans. Hann lækkaði augun og tryggði að ég væri hér með honum og veitti honum fulla athygli. „Gleymdu öllu um fyrstu," sagði hann, „aðeins að eilífu skiptir máli í sambandi mínu.

„Ég elska þig," heyri ég hann hvísla, vagga höfðinu á mér með hendinni áður en ég lækkaði mig varlega aftur í rúmið með hann klifra yfir mig til að klára þessa fallegu ástúðarbendingu. „Ég hef alltaf elskað þig en gat ekki stillt mig um að segja þér það. Það fannst mér ekki rétt að láta einhvern elska mig aftur þegar það voru hlutir sem ég hélt frá þeim.

Tárin streyma aftur niður kinnar mínar, samt einhvern veginn finnst mér þessi tár fersk fyrir mig þrátt fyrir að koma frá sömu augum. Þessi tár stafa ekki af hjartaverki eða reiði...þau koma frá því að heyra hann segja mér hversu mikið honum þykir vænt um mig núna.

„Í kvöld hefði ekki getað verið heppilegra augnablik til að segja mér að þú elskir mig, svo ég er ánægður með að þú hafir beðið.

Hann brosir niður til mín af hrifningu. Hann dýfir höfðinu og kyssir mig blíðlega og dregur bragðið af honum í munninn á mér um leið og hann leysir varlega skikkjuna mína. Skyndilega léttir hönd hans inni til að strjúka um magann minn með fingurgómunum - upplifun sem er ólík öllu sem ég upplifði fimmtán mínútum áður; einn sem ég þrái meira og meira í hvert skipti sem hann snertir mig! Ég gleypi af ánægju þegar fingurgómarnir strauk því létt; þetta var allt önnur tilfinning en áður og ég vildi meira og meira af fyrir aðeins fimmtán mínútum - eitthvað annað sem mig langaði í meira og vildi meira og ég fékk meira en búist var við af kynnum okkar!

„Guð, ég elska þig," segir hann um leið og hönd hans færist yfir magann og mittið á mér og dregur fingurna rólega niður fótinn á mér þar til þeir mæta mínum og ég stynja inn í varir hans, sem kallar á enn ákveðnari koss. Þegar lófan hans snertir fótinn minn þrýstir hann örlítið á hann til að slaka á mér en þess í stað hrökk ég við og herðist. Þar sem hann finnur fyrir ósjálfráðu hikinu mínu, dregur hann varir sínar frá mínum áður en hann minnir mig á: "Mundu elskan; ég snerti þig bara vegna þess að ég elska þig. Engin önnur ástæða."

Holder kyssir kinn mína og dregur skikkjuna að mér, eins og til að koma í veg fyrir að ég finni þessa tilgangslausu tilfinningu aftur. Ég kinka kolli og loka augunum aftur af ótta. Hann leggur handlegginn utan um mig til að koma í veg fyrir að þetta gerist.

„Opnaðu augun," sagði hann mér blíðlega. Þegar ég gerði það teygði hann sig upp og rakti tár með fingri sínum áður en hann útskýrði að ég væri að gráta.

"Ekki hafa áhyggjur, þessi tár eru góð." Ég fullvissaði hann um það.

Hann kinkar kolli án þess að brosa, rannsakar mig augnablik áður en hann tekur höndina mína í sína og reimir saman fingurna. "Ég vil elska þig, Sky. Og ég held að þú gerir það líka; hins vegar þarf ég að þú skiljir eitthvað fyrst." Hann kreisti höndina mína þétt og beygði sig svo niður til að kyssa annað tár þegar við kysstumst aftur áður en við héldum áfram samtalinu: „Ég veit að það getur verið erfitt fyrir þig að láta þig finna, þar sem þú hefur eytt svo löngum tíma í að þjálfa þig í að leyfa ekki slíkar tilfinningar og tilfinningar þegar einhver nefnir eitthvað eins og stefnumót. Hins vegar, núna... "

En ég vil að þú munir að það sem særðist var ekki það sem faðir þinn líkamlega gerði þér; frekar var það það sem hann gerði við traust þitt á honum sem brast hjarta þitt. Hetjan þín var einhver sem þú leitir upp til sem barn, en það sem hann gerði þér er á engan hátt tengt okkur þegar við erum saman í þessu umhverfi. Þegar ég snerti þig er það vegna þess að ég vil færa hamingju. Þegar ég kyssi þig er það vegna þess að munnurinn þinn er einfaldlega

ómótstæðilegur - ég bara get ekki staðist að kyssa hann! Og þegar ég elska þig - það segir sig sjálft: þegar ég elska þig geri ég það af því að ég elska þig; allar neikvæðar tengingar við líkamlega snertingu eiga ekki við hér - ég snerti þig vegna ástarinnar einni saman."
"Ég elska þig," hvíslaði hann einlæglega.

Á meðan hann kannaði líkama minn með höndum sínum, vörum og augum sagði hann mér ítrekað hversu mikið hann elskaði mig - hélt athygli minni algjörlega einbeitt í augnablikinu - fann allt sem hann gerði og sagði. Loksins þegar hann lagði frá sér umbúðirnar til að búa sig á móti mér horfði hann niður á mig með brosi brosti og strauk mér um kinnina með fingurgómunum.

„Segðu mér að þú elskir mig," spyr hann.

"Handmaður, ég elska þig svo mikið...bara svo þú vitir það... það gerði Hope líka." Ég held augnaráði hans af óskipta öryggi þegar ég segi honum sannleikann í því sem ég hef að segja.

Augabrúnir hans teygjast í sundur og hann andar hratt frá sér eins og hann haldi aftur af sér í þrettán ár; býst við einmitt þessum orðum. "Elskan, ég vildi að þú gætir fundið hvað það gerði við mig! Þegar hann hylur munninn minn með sínum, kunnuglega, sæta blandan af honum sem fyllir mig bara við það sem hann ýtti samstundis inn í mig inn í mig. Fyllir mig aftur."
Hann færir mér meira en bara sjálfan sig: heiðarleika, ástúð og óendanlega framtíð sem er sameiginleg. Ég vef handleggjum mínum um axlir hans þegar við förum saman - finn fyrir hverjum einasta fallega þætti sem umlykur okkur bæði.

18. KAFLI

Holder situr við hliðina á mér á rúminu og horfir niður á símann sinn. Þegar hann sér mig teygja sig, snýst augnaráð hans í átt að mér áður en hann beygir sig til að kyssa mig; þó sný ég mér samstundis frá.

"Morgun andardráttur," muldra ég um leið og ég skrapp úr rúminu. Holder hlær áður en hann færir fókusinn aftur í símann sinn. Einhvern veginn tókst mér að skipta aftur í stuttermabolinn minn á einni nóttu, samt hef ég ekki hugmynd um hvenær eða hvers vegna það gerðist. Eftir að hafa tekið það af og farið inn á baðherbergi til að fara í sturtu, þegar ég kom aftur inn í herbergið okkar, var Holder þegar byrjaður að pakka dótinu okkar aftur.

"Hvað ertu að gera?" spyr ég um leið og ég horfi á hann brjóta saman og setja skyrtuna aftur í töskuna. Augnaráð hans lítur stuttlega í átt að mér áður en hann snýr aftur niður í átt að öllum fötunum hans sem liggja á rúminu.

"Við getum ekki verið hér að eilífu, elskan. Við þurfum að finna út hvað það er sem þú vilt."

"En...en...ég hef ekki einu sinni neitt að fara," svaraði ég kvíðin og hjartað sló hraðar og hraðar í brjósti mér.

Hann heyrði örvæntingarfulla rödd mína og hreyfði sig fljótt um rúmið og vafði handleggjunum um mig á meðan hann talaði. "Vertu rólegur, Sky. Við skulum bara fara aftur heim til mín og ræða þetta saman - við förum báðir enn í skóla; það þýðir ekkert að hætta alveg, né búa á hótelum að eilífu!"

Það að óttast að vera svona nálægt Karen gerir mig órólegan og að snúa aftur gerir mig enn meira. Að vera í kringum hana gæti hvatt mig til að takast á við hana aftur og ég er ekki alveg tilbúin fyrir það ennþá - allt sem ég vil er einn dagur í viðbót með gamla húsinu mínu í von um að það geti kallað fram minningar eða vakið upp spurningar sem Karen getur svarað fyrir mína hönd ; þannig get ég gert mína eigin rannsókn og fengið eins miklar upplýsingar um hver eða hvað Karen raunverulega er og hægt er.

Vinsamlegast gefðu mér bara einn dag í viðbót," legg ég til áður en ég lýk máli mínu, „og við förum. Ég þarf tíma til að reyna að finna út úr þessu og til þess þarf ég að vera hér í einn dag í viðbót."
Holden setur bil á milli okkar, horfir beint á mig með fyrirlitningu áður en hann snýr sér undan og hristir höfuðið ákveðið: "Engan veginn!" lýsir hann eindregið yfir; hann gengur ekki í gegnum það aftur - þú ferð ekki aftur þangað.

"Handhafi, takk. Ég lofa að ég mun ekki fara út úr bílnum í þetta skiptið - lofa!" "En ég þarf að sjá húsið aftur áður en við förum. Ég man svo margt þegar ég var þar; gefðu mér bara eina minningu í viðbót áður en þú ferð með mig heim svo ég geti ákveðið hvað er best."

Hann yppir öxlum og gengur um, virðist ekki vilja verða við brýnni beiðni minni um stuðning.

„Vinsamlegast," bið ég, vitandi að hann mun að lokum gefa eftir ef ég held áfram að spyrja.

Hann gengur hægt að rúminu sínu og safnar öllum fatapokanum og kastar þeim í átt að skápnum sínum.

"Allt í lagi. Eins og ég sagði þér áðan, mun ég gera allt sem þú telur nauðsynlegt - en ekki hengja öll þessi föt aftur upp," segir hann og bendir á töskur nálægt skápnum sínum.

"Þú ert besti og skilningsríkasti kærasti í öllum alheiminum!" Ég hrópa til hans af hlátri áður en ég stökk fram til að faðma hann þétt í faðm mínum. Mér til vantrúar skilar hann faðmlagi mínu með eindregnu "Nei!" áður en hann þrýsti vörum sínum að enninu á mér með stolti: "Ég er bara sá sem er mest þeyttur!"
Af öllum mínútum dagsins völdum við systir mín sömu tíu mínúturnar til að sitja á móti húsinu mínu og faðir minn valdi þegar farið var inn í heimreiðina sína. Þegar bíll hans hafði stöðvast fyrir framan bílskúrinn lyfti Holder hendinni upp í átt að kveikjunni til að ræsa vélina og snúa bílnum sínum.

"Vinsamlegast vertu," skalf ég, "ég þarf að sjá hvernig hann lítur út."

Holder andvarpar og hallar sér aftur í sætið, fullkomlega meðvitaður um að við ættum að fara, en vitandi það vel að það er engin leið að ég leyfi honum.

Ég sný mér frá Holder og horfi í átt að lögreglubíl sem er lagt á móti okkur í innkeyrslunni. Þegar hurðin opnaðist, kom maður í einkennisbúningi fram með símann við eyrað á meðan hann stóð í hléi í garðinum og talaði inn í hann án þess að fara inn. Það hafði engin áhrif að horfa á hann; ekkert hrærðist þar til bakið á honum sneri við og ég sá andlitið á honum.

„Ó nei," hvísla ég að Holder þegar við horfum báðir í áttina til hans, sem spyr mig hvað sé að. Sem ég svara að það sé ekkert - að maðurinn líti bara kunnuglega út. Þó hefur aldrei verið mynd af honum í höfðinu á mér áður - en ef hann stæði hérna á götuhorninu þá myndi ég örugglega þekkja hann."

Hendur Holders tóku um stýrið og hvítu hnúana hans. Ég tók eftir því að mínar eigin hendur tóku um öryggisbeltið mitt á sama hátt.

Faðir minn dregur símann sinn út úr eyranu og setur hann í vasa sinn áður en hann gengur í áttina að okkur, og hvetur hendur Holder til að fara strax aftur að kveikju í bílnum okkar. Við gátum báðir þegjandi af undrun yfir því hversu nærri faðir minn er kominn; þá átta sig báðir á því í einu að þetta gæti bara verið einhver undarlegur leikur sem er í gangi fyrir okkur. Við póstkassann við enda heimreiðarinnar okkar urðum við samstundis rólegri.

"Ertu búinn að fá nóg?" spyr Holder hikandi. „Vegna þess að ég get ekki verið hér í viðbót án þess að fara út úr þessum bíl og ráðast á bakhlið hans.“

„Næstum,“ segi ég við hann og vil ekki að hann geri neitt hættulegt; vil samt ekki að hann fari bara. Þegar faðir minn rýnir í póstinn sinn og kemur heim með hann í höndunum, sekkur loksins eitthvað inn: Það sló mig - í fyrsta skipti - hversu mikilvægt þetta ástand var í raun.

Hvað ef hún giftist aftur og eignaðist önnur börn? / (valkostur 2) (valkostur 3)?

Hvað ef hann er að gera þetta við einhvern annan?

Hendurnar mínar byrja að svitna á móti sléttu efni bílbeltisins, svo ég losa það og þurrka þær yfir gallabuxurnar mínar. Lófarnir á mér titra enn meira en áður þegar ég velti fyrir mér hvernig þetta gæti gerst aftur eða einhver annar verið illa haldinn af föður mínum; Ég má ekki leyfa honum að komast upp með það sem þeir gerðu mér eða öðrum; til að vita það með vissu er það skylda mín, bæði við sjálfan mig og öll börn sem hann kemst í snertingu við, að ég sjái hann, tala við hann og átta mig á því hvers vegna þau gerðu það sem gerðist. Holder andaði þungt frá sér þegar faðir minn opnaði og fór inn um útidyrnar og dró djúpt andann með hverju skrefi.

"Nú?" Hann snýr sér að mér og talar.

Þar sem ég vissi að hann myndi ráðast á mig strax ef hann vissi að ég væri að fara að gera það sem ég ætlaði mér, þvinga ég bros og kinka kolli eins fljótt og hægt er til að fela allar vísbendingar um áætlun mína. "Já, við getum farið núna."

Hann leggur höndina aftur á kveikjuna. Á sama tíma og hann sneri úlnliðnum, sleppti ég öryggisbeltinu, opnaði hurðina og hljóp. Ég hljóp yfir báðar göturnar og yfir framgarð föður míns áður en ég komst inn á veröndina hans, þar sem Holder greip mig án þess að gefa frá sér hljóð þegar hann vafði handleggjum sínum um mig og lyfti mér af fótum, bar mig niður öll þrjú þrepin án þess að gera nokkurn tíma önnur. hávaði - allt á meðan ég sparkaði í handleggina hans til að reyna að hnýta þá af maganum á mér.

„Hvað í fjandanum ertu að gera? Hann setur mig ekki niður, heldur heldur hann áfram að stjórna styrk mínum á meðan hann ber mig yfir garðinn.
Slepptu mér núna eða ég sver við Guð að ég mun öskra! Ég sver!"

Með þessari hótun sneri hann mér í kringum sig til að horfast í augu við sig og sneri mér snöggt við, hristi axlirnar á mér af vonbrigðum og varaði við því að þetta væri ekki nauðsynlegt eftir það sem hafði gerst. "Ekki gera þetta elskan. Eftir það sem hefur gerst á milli ykkar tveggja, gefðu þér meiri tíma," bað hann mig.

"Augu mín virðast bera sársauka í hjarta mínu sem ekki er hægt að neita, vitandi að hann gæti sært einhvern annan eða eignast fleiri börn. Vitandi hvað þessi maður getur gert, það væri kæruleysi af mér bara að láta það líða hjá - ég verð að sjá hann , talaðu við hann og hafðu einhvers konar fullvissu um að hann hafi breyst áður en ég leyfi mér aftur inn í bílinn og keyri af stað aftur.

"Ekki gera þetta. Að minnsta kosti ekki ennþá. Við getum hringt nokkur símtöl og leitað á netinu um hann fyrst áður en við hittumst í eigin persónu. Vinsamlegast, Sky." Hann ýtir mér í átt að bílnum sínum á meðan ég er staðföst að hittast augliti til auglitis er nauðsynlegt; ekkert sem ég læri á netinu gæti veitt mér alla innsýn í hver þessi maður er í raun og veru.

Stendur þú frammi fyrir vandamálum hér?"

Við Holder snerum okkur báðir í átt að röddinni, til að sjá föður minn standa við rætur tröppunnar á veröndinni með mig í sjónmáli og augu hans beinast að Holder sem hélt enn fast um báða handleggina á mér. „Ung kona," spurði faðir minn. "Er þessi maður að meiða þig?"
Rödd Holder ein og sér var nóg til að láta hnén á mér sveigjast, svo hann dró mig að brjósti sér, hvíslaði "Við skulum fara," vafði handlegg um mig og ýtti mér í átt að bílnum sínum - krafðist þess að "hreyfa sig ekki!" áður en ég leiddi mig áfram í átt að því.
Holder heldur áfram að reyna að ýta mér áfram af krafti.

"Snúðu við!" Rödd föður míns var áleitnari að þessu sinni. Holder þagði við hlið mér, báðir vissir um skelfilegar afleiðingar þess að óhlýðnast fyrirmælum lögreglu.

Holder hvíslaði í eyrað á mér: „Bara út úr þessu," svo snerum við okkur hægt saman.
Hugurinn reikaði og svo klikkaði allt í einu: Ég vissi hvert skotmarkið mitt var! Við kinkuðum báðar kolli þegar við önduðum djúpt frá okkur áður en við snerum okkur hægt við aftur.
Nú, pabbi minn er rétt fyrir utan húsið okkar, nálgast hratt. Augu hans beinast að mér þegar hann gengur til mín með höndina á hulstrinu sínu; augu mín fara niður þegar andlit hans blikkar af viðurkenningu sem veldur ótta í mér.

Holder stoppar nokkra metra frá, herðir takið í kringum mig og starir niður í myrkrið - ég er enn frosinn til að anda að mér lofti.

"Hver ert þú að snerta hana!" "Nei!" öskrar hún sem svar áður en hún bætir við:

Holder öskrar og ég finn fyrir þrýstingi undir handleggjunum; Rödd hans hljómar nógu nálægt til að ég veit að hann heldur um mig, svo ég slepp handleggjunum við hliðina og finn gras á milli fingranna.

"Elskan, vinsamlegast opnaðu augun þín!" Holder strauk varlega um hlið andlitsins á mér þegar ég opnaði þau hægt til að sjá hann standa yfir mér með föður mínum nálægt. Hann sagði mér að það væri í lagi; að mér leið bara yfir en þurfti að þú stæðir upp þar sem við þurftum að fara og fara strax.

Hann dregur mig á fætur og heldur handleggnum um mittið á mér og hjálpar mér í raun að standa.

Faðir minn stendur frammi fyrir mér núna og horfir með stórum augum. „Þú hlýtur að vera von," hrópar hann um leið og augu hans fyllast af tárum.

Mínar eru það ekki. „Við skulum fara," lagði Holder aftur til, og ég ýtti mér frá greipum hans og út úr greipum hans. Þegar ég lít til baka í átt að föður mínum...sem var einhvern veginn að lýsa ástinni eins og þeir hefðu elskað mig áður en var það í rauninni ekki -- hugur minn ákvað að það hlyti að hafa verið það. Strax féll hjarta mitt á sinn venjulega stað. Það virtist svo falskt. Hann fann ekki fyrir neinu...Hann er fullur af vitleysu.

"Getur þú?" Hann stígur nær, ýtir mér í burtu með hverju skrefi sem tekið er í átt að föður mínum. Þegar faðir minn var kominn nógu nálægt, sagði Holder aftur: "Vonandi, manstu eftir mér?"
"Hvernig gat ég gleymt þér?" Í fullri hreinskilni liggur kaldhæðnin innra með mér: Ég gleymdi honum alveg. Allt það sem hann hafði gert fyrir mig og líf okkar saman hefur dofnað úr minni; samt vil ég að hann viti að ég man enn allt sem hann gerði mér og hverja minningu sem hann skildi eftir í mér.

„Þetta ert þú," svaraði Holder hughreystandi, áður en hann rétti fram höndina og tuðaði með henni við hlið sér. Hann dró upp útvarpið sitt, líklega í von um að hringja í skýrslu, en áður en fingur hans náði að snerta hana, rétti Holder fram höndina og greip hann í burtu áður en hægt var að leggja fram skýrslur.
Faðir minn sló útvarpið sitt óvart úr höndum sér og lét það falla á jörðina. Faðir minn beygði sig niður og beygði sig niður til að taka það upp áður en hann tók annað varnarskref aftur á bak með höndina aftur tryggilega á hulstrinu.

„Ef ég væri þú," segir Holder, „myndi ég ekki láta neinn vita af því að hún sé hér; það síðasta sem þú þarft er að sú staðreynd að þú sért kynferðislega brengluð verði forsíðufréttir.

Faðir minn missir strax allan lit í andlitinu, horfir á mig óttaslegnum augum og spyr "Hvað?". Vantrúaður á þögn mína dregur hann sig fljótt nær, augu örvæntingarfullar með spurningum: Hver tók Hope og hvenær? "..Hverjum er þetta að kenna?" hann krefst í örvæntingu "Hver tók þig, Hope? Hver var það?".

"Ég man allt sem þú hefur gert mér. Og ef þú gefur mér bara það sem ég vil hér, þá lofa ég að koma ekki aftur." Ég stíg af öryggi nær. "Ef það gerist," segi ég mál mitt ákveðið, "þá heyrirðu ekki í mér aftur."

Hann heldur áfram að yppa öxlum í vantrú á að dóttir hans standi rétt fyrir framan hann og reynir að vinna úr því hvernig þessar fréttir ógna öllu sem honum þykir vænt um - feril hans, orðstír og frelsi allt í húfi núna. Ég horfi á hvernig andlit hans fölnar enn frekar þegar hann áttar sig á því að það er ekki lengur að leyna þessum veruleika; Hann veit, ég veit.

"Hvað er það sem þú vilt?"
Ég horfi í átt að heimili hans áður en ég sný mér aftur í átt að honum og svara: „Svör," og segist líka leita eftir einhverju sem tilheyrir móður minni hjá honum.

Holder er með dauðahaldið sitt aftur þétt um mittið á mér. Þegar ég teygði mig niður, gríp ég um hönd hans til að fullvissa mig um að ég sé ekki einn á þessari stundu. Með hverri sekúndu sem líður með honum í návist hans, rennur sjálfstraust mitt fljótt lengra í burtu; allt frá rödd hans, svipbrigðum, hreyfingum o.s.frv. gerir mig svo sár í maganum að það gerir það ómögulegt fyrir mig að starfa eðlilega.

Faðir minn lítur stuttlega á Holder og snýr sér svo aftur í áttina að mér áður en hann segir hljóðlega „Við getum talað inni," með augu hans reikandi til hvers húss í kringum okkur. Sú staðreynd að hann virðist stressaður sýnir hversu takmarkað val hans er orðið; svo hann færist í átt að útidyrunum með annan fótinn á tröppunum áður en hann opnar hana frekar.

Handhafi talar fyrir því að afvopna sjálfan þig.

Faðir minn stoppaði en sneri sér ekki við. Þess í stað teygði hann sig hægt til hliðar og dró upp byssu, setti hana varlega á veröndina og byrjaði sjálfur upp stigann.

Holder segir báðar skoðanir.

Faðir minn staldrar við áður en hann opnar hurðina aftur. Hann beygir sig niður, lyftir buxnafótinum til að fjarlægja byssuna sína áður en hann setur báðar byssurnar utan seilingar og gengur inn. Holderinn snýr mér svo í kringum mig þannig að ég sé á móti honum þegar ég fer inn um þessa hurð.

"Ég sit hér með hurðina opna - ég treysti honum ekki! Farðu ekki út fyrir stofuna."

Faðir minn kyssir mig stuttlega áður en hann sleppir takinu og sendir höggbylgjur í gegnum mig þegar hugur minn hleypur af hræðilegum minningum frá því að alast upp í kringum hann og vera þvingaður inn í þetta hús af honum. Þegar ég stíg inn í stofuna sé ég hann sitja með hendurnar saman og stara niður á gólfið sem hann starir niður á. Þegar ég gekk þangað sem sæti hans var, tók ég mér strax sæti nálægt því með annarri kantinum. Ég neitaði að slaka á og dró nokkra hægt andann til að reyna að slaka á taugunum.

Ég nýti mér þögn okkar til að leita að einhverju líkt í eiginleikum hans sem líkjast mínum; kannski liturinn á hárinu hans, til dæmis? Hann stendur miklu hærri en ég, með dökkgræn augu (ólíkt mínum). Fyrir utan að deila karamellulituðum hárlitalíkingum, líkist ég honum alls ekki og hef gaman af því hversu lík við lítum út þrátt fyrir að vera ókunnug. Ég brosi vitandi að ég líkist honum alls ekki - það gefur mér eitthvað annað til að brosa að!

Faðir minn horfði beint í augun á mér og andvarpaði djúpt og hreyfði sig óþægilega. „Áður en þú segir eitthvað," segir hann, „þú þarft að skilja að ég elskaði þig mjög innilega og samhryggist innilega fyrir það sem ég gerði í lífinu.

Ég svara ekki munnlega, heldur hindra mig líkamlega í að bregðast við yfirlýsingum hans. Engin afsökunarbeiðni myndi bæta upp fyrir eina nótt þegar hurðarhúninn minn snerist.

"Mig langar að vita hvers vegna þú gerðir það," segi ég með skjálfandi röddu. Það fær mig hroll að tónninn minn hljómar slappur - ég vil ekki að hann haldi að ég sé enn sama barnið frá því við vorum vön að grátbiðja hann um að lemja okkur ekki; nú er ekki rétti tíminn til þess! Ég vil svo sannarlega ekki sýnast veik fyrir honum!

„Ég veit það ekki," harmar hann og hristir höfuðið í gremju. „Eftir að móðir þín dó byrjaði ég aftur að drekka mikið; eina nótt eftir að hafa orðið svo fullur vaknaði ég við að vita að eitthvað hræðilegt hefði gerst; fyrst hélt ég að þetta væri allt í hausnum á mér en þegar ég kom til að vekja þig um morguninn virtist þú öðruvísi; þau voru ekki sama hamingjusama barnið og ég man eftir því áður.
Á einni nóttu varðstu einhver sem ég óttaðist gríðarlega og ég hataði sjálfan mig fyrir það. Þó ég man ekki nákvæmlega hvað hafði gerst á milli okkar vegna of drukkinnar, en hvað sem það var var hræðilega rangt og ég baðst innilega afsökunar - ég keypti þér gjafir allan tímann auk þess að gefa allt sem þú baðst um í viðleitni ekki til að rifja upp minningar frá því kvöldi.

Ég gríp þétt um hnén og reyni að stökkva ekki yfir stofuna og kyrkja hann. Tilraunir hans til að gera lítið úr því sem einu sinni hafa aðeins orðið til þess að mér líkaði meira við hann; eins og það hafi verið slys; eins og hann hafi brotið kaffibolla eða valdið sjálfsárekstri.

"Nótt eftir kvöld eftir kvöld," kveina ég og safna upp hverri smá stjórn sem ég get til að öskra ekki gremju mína á þig. "Ég var hrædd við að fara að sofa, vakna, fara í bað eða tala við þig - ekki vegna skelfilegra skrímsla í skápnum mínum eða undir rúminu mínu heldur frekar vegna þín! Hver átti að vernda mig gegn fólki eins og þér!?! "

Holder krjúpar núna við hlið mér og grípur um handlegginn á mér á meðan ég öskra á manneskjuna handan við herbergið. Allur líkami minn titrar þegar ég halla mér að honum í smá frest frá þessu karlmannsbarni á móti okkur; róleg nærvera hans hjálpar til við að draga úr óviðráðanlegum tilfinningum sem ég gæti verið með; hann nuddar handlegginn á mér og kyssir öxlina á mér án þess að reyna að stoppa mig.
Faðir minn hnígur aftur í sæti sitt með tárin streyma niður andlit hans. Hann reynir ekki að verja sig; í staðinn grætur hann bara hljóðlega í hendurnar á sér og vorkennir því að einhver hafi loksins staðið frammi fyrir honum, samt alls ekki miður sín yfir því sem hann gerði í raun og veru.
— Áttu önnur börn? spyr ég hann með augu full af skömm sem geta varla hitt mína. Hann sleppir höfðinu og þrýstir lófa að enni sér eins og til að fresta því að svara mér beint; enn þegar ýtt er lengra krefst ég svars frá honum strax: "Ertu það?" Reyndar krefst ég þess vegna þess að það er afar mikilvægt að þetta hafi ekki komið fyrir neinn annan eða gerist enn í dag.

„Nei," svarar hann í ósigruðum tón og lítur út fyrir að vera nokkuð sigraður.

"Er ég sá eini sem þetta hefur komið fyrir?"

"Þú skuldar mér sannleikann," fullyrði ég ákveðinn og fylgi með frekari fyrirspurnum eins og: "Gerðist þetta áður en þetta kom fyrir mig?" og "Hverja aðra hefurðu sært á undan mér?" Hann heldur augnaráði sínu á gólfið á meðan hann forðast spurningar mínar með löngum hléum og þögn. „Þetta hefði aldrei átt að gerast," svara ég með meiri vissu, áður en ég spyr hvort einhver hafi verið skotmark á undan mér.
Ég finn fyrir honum draga sig í hlé. Forhert augu hans gefa frá sér fyrirætlanir hans um að opinbera fleiri sannleika; höfuðið dettur í hendurnar á mér án þess að vita hvernig ég á að bregðast best við. Fannst hjálparvana gagnvart hegðun sinni, en hræddur við að tilkynna hann. Hef áhyggjur af því að enginn trúi mér þar sem þetta gerðist fyrir svo löngu síðan. Af öllum ótta mínum er einn sérstaklega ásækinn: að elska hann of mikið og eyðileggja restina af lífi hans. Að vera í kringum hann minnir mig ekki bara á öll hræðilegu gjörðir hans í minn garð heldur minnir mig líka á hver hann var áður - frábær faðir undir öllum þessum sóðaskap. Að vera inni í þessu húsi hefur valdið því að tilfinningar hafa myndast innra með

mér. Þegar litið er á eldhúsborðið rifjast upp góðar minningar um samtöl sem við áttum þar saman; Að horfa út um bakdyrnar minnir mig á að við hlaupum út til að horfa á lestir fara framhjá á túninu fyrir aftan heimili okkar; allt í kringum mig fyllir mig af blendnum minningum - sumar sem mér þykir vænt um á meðan aðrar minningar gera mig brjálaðan. Allt þetta misvísandi myndmál fyllir hugsanir mínar samtímis af ást og hatri fyrir þessa manneskju sem ég þekkti vel.

Þurrkaði tár af augum mínum og horfi til baka með þurr augu. Hann horfir hljóðlega niður í gólfið þegar ég reyni að þekkja ekki svipinn af pabba mínum...sem elskaði mig einu sinni eins og enginn gæti nokkru sinni fyrr...löngu áður en hurðarhúninn fór að snúast.
„Shh," hvíslar mamma um leið og hún burstar eyrun mín létt með hárbursta. Við liggjum báðar saman á rúminu mínu, kúrðum okkur nærri. Ég hef vakað alla nóttina veikur; Þó að þetta geri mig óhamingjusaman, þá þakka ég fyrir hvað mamma gætir vel við mig þegar þetta gerist.

Lokaðu augunum og reyndu að sofa svo mér líði betur, þar til hurðarhúninn snýst og ég heyri pabba koma inn á heimilið mitt og brosa niður til mömmu og mig áður en hann stoppar þegar hann tók eftir því að mér leið ekki vel - eitthvað sem pabbi gerir Það líkar ekki þar sem að vera nálægt gerir hann dapur! Hann brosti aftur en stoppaði þegar hann sá að svo virtist sem andlitið á mér væri ekki alveg eðlilegt lengur. Hann hætti að brosa því það braut hjarta hans að mér leið illa; Pabba mínum líkar heldur ekki að sjá það þegar ástvinir hans veikjast; hjarta hans brotnar þegar ástvinir hans veikjast; því þegar það gerist, mun bros hans líka.

Hann sest við hliðina á mér á hnjánum og snertir andlit mitt með hendinni og spyr "Hvernig líður stelpunni minni?" „Segðu mér," svaraði hann á ensku.

„Mér líður ekki vel, pabbi," hvísla ég. Pabbi kinkaði kolli þegar ég segi þetta og það hefði verið best fyrir okkur báða ef ég segði honum bara að mér liði vel svo hann myndi ekki hryggjast svona mikið.

Mamma mín liggur sofandi fyrir aftan mig í rúminu. Þegar hann horfir á móður mína brosir hann hlýlega til hennar áður en hann teygir sig og snertir bæði andlitin varlega með þumalfingrinum og spyr hina stelpuna mína hvernig hún hafi það. "Hvernig hefur hinni stelpunni minni það?" spyr hann hana.

„Þreytt," hrópar hún. "Ég er búinn að vera vakandi með henni í alla nótt."

„Leyfðu mér að sjá um þetta," lofar hann og lyftir hendinni upp svo hún standi líka upp. Ég sé hann vefja handleggina utan um hana og faðma hana þétt áður en hann kyssir kinn hennar og segir: "Leyfðu mér að ráða við það núna; hvíldu þig bara."

Mamma kinkar kolli og kyssir hann aftur áður en hún yfirgefur herbergið. Þegar pabbi minn kom aftur í rúmið lá hann í nákvæmlega sömu stöðu og mamma gerði og byrjaði að vefja handleggina um mig á meðan hann söng fyrir mig uppáhaldslagið mitt - eitt sem hann sagði mér að væri sérstaklega samið um mig! Hann söng það þar til það endaði með því að verða háttalag hans!
„Í gegnum tíðina hef ég upplifað mikinn missi.

Já, ég hef upplifað sársauka og deilur.

En ég gefst ekki upp; Ég gefst ekki upp.

Þar sem ég mun alltaf hafa von, sama hvernig aðstæðurnar eru.

„Þó að mér líði hræðilegt, heldur pabbi áfram að syngja fyrir mig þar til augun lokast og ég sef rólegur..."

19. KAFLI

Fyrsta minning mín frá því áður en allt slæmt hófst er ljóslifandi; það er eini minn frá því áður en mamma lést. Því miður man ég ekki enn nákvæmlega hvernig hún leit út en man hvernig mér leið: ástin til þeirra beggja var gríðarleg.

Faðir minn horfði upp á mig núna með sorgarfullum augum. Þegar ég stóð upp til að mæta honum reyndi Holder að grípa í handlegginn á mér, svo ég horfði niður og hristi létt til að bregðast við tilraunum hans til að halda fastari böndum en nauðsynlegt var. „Það er allt í lagi," fullvissaði ég hann og losaði mig að lokum frá honum svo ég gæti gengið í átt að föður mínum og krjúpað fyrir framan hann til að horfa í augu sem virtust full eftirsjá og áhyggjum. Að krjúpa fyrir framan hann olli spennu í líkama og hjarta; samt þvingaði þessi nálægð út reiði jafnt sem skilnings - hvort tveggja verður að gerast fyrir hann til þess að svör fáist; þetta mun sýna samúð með sársauka hans svo við verðum að reyna þessa nálægð til að öðlast traust sem leiðir hann til að gefa svör sem munu koma.

„Ég var veikur," játaði ég rólega. „Við móðir mín vorum að sofa saman þegar þú komst heim úr vinnunni; hún hafði vakað alla nóttina og hjálpað til við að sjá um mig; þú hvattir hana til að hvíla þig áður en þú sagðir henni að það væri í lagi að hún kæmi aftur með okkur seinna um kvöldið.

Faðir minn þerrar tár um leið og hann kinkar kolli hikandi og viðurkennir varla spurningu mína.

"Hann hélt mér um nóttina eins og hver faðir ætti að gera: af styrk og umhyggju. Þegar þú söngst mér söng um von og ljósgeisla. Þegar tárin streymdu frjálslega úr augum mínum horfði ég upp á hann í von."

"Áður en móðir mín lést og þú þurftir að þola þennan ástarsorg, gerðirðu ekki alltaf svona hluti við mig?"

Hann hristir höfuðið, réttir út höndina að andlitinu á mér og svarar: "Vonandi, ég elskaði þig svo innilega og elska þig enn. Móðir þín var lífsförunautur minn; þegar hún dó gerðu margir hlutir af mér líka."

„Fyrirgefðu," segi ég ákveðið og þykir leitt að við báðir þurftum að þola þessa þrautagöngu. Að minnast þess hve afa þótti vænt um móður mína og fylgjast með því hvernig hann syrgði missi hennar er mér þungbært; en sama hver niðurstaðan er, það lætur mig langa að hann hafi aldrei þurft að upplifa það í fyrsta lagi.

"Ég veit að þú elskaðir hana; ég man það. Hins vegar gerir þetta ekki auðveldara að fyrirgefa þér í hjarta mínu. Hvað sem er innra með þér hlýtur að vera öðruvísi en annað fólk...að því marki að þú leyfir þér að gera það sem þú gerðir við ég. Hins vegar, burtséð frá því sem gerðist á milli okkar ... þrátt fyrir allt sem þú gerðir mér veit ég að þú elskar mig ... og þó að það gæti verið erfitt fyrir mig að viðurkenna það ... ég elskaði þig líka einu sinni - allt gott eiginleika."

"Ég skil að þú ert ekki öll vond; ég skil það. Hins vegar, ef þú elskar mig virkilega eins og þú segir að þú gerir... ef þú elskaðir móður mína yfirhöfuð... þá gerðu allt sem er nauðsynlegt til að hjálpa mér að lækna. Allt Ég bið um heiðarleika svo ég geti farið héðan með einhvers konar frið í huga - það er allt."

Hann er núna að gráta í hendurnar, kinkar kolli frá mér þegar ég fer aftur í sófann og Holder vefur handleggnum þétt um mig - enn krjúpandi við hliðina á mér - á meðan líkami minn skjálfti hélt áfram. Þegar Holder vissi að þetta hafði áhrif á mig fann hann hvernig mér leið svo hann strauk fingrunum niður handlegginn á mér þar til þeir náðu að bleiku mér og vafði handleggnum sínum utan um hann; ákaflega lítil bending en sem hjálpaði mér til að hugga mig á þessum tíma.

Faðir minn andvarpar þungt áður en hann sleppir höndum. "Þegar ég byrjaði fyrst að drekka...það var bara einu sinni...eitthvað gerðist með litlu systur mína sem var ekki notalegt...en það var bara einu sinni." Þegar hann lítur aftur upp á mig lítur hann skammarlegum augum - "og þetta gerðist árum áður en ég hitti móður þína."

Hjarta mitt brotnar yfir hrottalegum heiðarleika hans, enn meira við tilhugsunina um að þetta hefði bara einu sinni gerst. Ég saug kökk niður úr hálsinum og hélt áfram með fyrirspurnir mínar: "Hefurðu gert það við einhvern annan síðan þú tókst mig?"

Hann lítur allt í einu undan og ég skynja samviskubit hans - hún slær eins og hnefahögg í magann á mér! "Hver? Hversu margir?" spyr ég án þess að hafa spor af tilfinningum í röddinni.

„Bara einn í viðbót," svaraði hann og hristi höfuðið aðeins. Hann hætti að drekka árum áður en hefur ekki haft samband við neina einstaklinga síðan. Um leið og hann sá mig horfa aftur upp á hann með vongóðum augum. Hann bætti við: "Það voru aðeins þrír." "Ég sver það. Aðeins þrír."
„Drykkja var einn af lægstu stigum lífs míns, en þegar ég er edrú get ég betur stjórnað hvötunum mínum - þess vegna drekk ég ekki lengur.

"Hver var hún?" Ég spyr hann í von um að það neyði hann til að horfast í augu við sannleikann í örfáar sekúndur í viðbót áður en ég hverf úr lífi hans að eilífu.

Hann hallar höfðinu til hægri. "Hún bjó í næsta húsi. Þau fluttu þegar hún var um tíu ára, svo ég veit ekki hvað hefur komið fyrir hana síðan þá. Það er sannleikurinn Hope." Hann lofar sjálfum sér að gera það ekki aftur í bráð.

Hjarta mitt verður skyndilega þungt þegar gripið um handlegginn á mér rennur út og ég sé Holder sundrast fyrir augum mér.

Andlit hans breytist í óbærilegan sársauka og hann snýr sér frá mér á meðan hann dregur hendurnar í gegnum hárið. „Les,“ hvíslar hann óþolandi. "Ó Guð." Hann þrýstir höfðinu að hurðarkarminum og grípur báðum höndum þétt um hálsinn á honum með báðum höndum, þrýstir á sjálfan sig þar til öndun hans hættir og fellur síðan saman til hliðar og grípur þétt um báða handleggina til að festa báða háls þeirra þétt með báðum höndum. Ég stóð snöggt og gekk til hans og lagði hendurnar á axlir hans af ótta við að hann væri að springa. Þess í stað fóru axlir hans að titra á meðan hann grét hljóðlega án þess að neitt hljóð kom frá hvoru tveggja. Ég vissi ekki hvað annað ég ætti að segja eða gera þar sem hann endurtók sig sífellt með því að hrista höfuðið nei. Hjarta mitt verkjar af áhyggjum vegna hans, samt veit ég ekki hvernig ég get aðstoðað í núverandi ástandi hans. Ég skil hvað hann á við með því að halda að allt sem hann segir við mig sé óheiðarlegt því það er nákvæmlega ekkert sem ég gæti sagt sem gæti mögulega hjálpað á þessari stundu. Svo í staðinn þrýsti ég höfði mínu að honum og hann snýr sér aðeins að mér til að faðma mig í fangið.

Ég sé brjóstið á honum lyftast þegar hann á í erfiðleikum með að halda í reiðinni. Andardráttur hans kemur í stuttum köstum þegar hann reynir að róa sig. Ég herða tökin í kringum hann í von um að koma í veg fyrir að skyndilega reiði hans berist út - eins mikið og ég vil að hann leggi líkamlega aftur á föður minn fyrir það sem hann hafði gert við Les og sjálfan mig, er Holder líka fullur af mikið hata á þessum tímapunkti að það muni yfirbuga hann og hleypa heift hans út.

Hann sleppti takinu og færði báðar hendurnar upp að herðum mér og ýtti mér frá mér. Útlitið í augum hans sendi hroll niður hrygginn á mér; setti strax af stað varnarham minn. Þegar ég steig á milli hans og föður míns, ekki viss um hvað annað er hægt að gera til að stöðva árás, fann ég sjálfan mig máttlausan standa þarna á meðan Holder horfði beint í gegnum mig, að því er virðist án þess að sjá mig þarna - þegar hann horfði á föður minn leit hann bara beint í augun. í gegnum hann líka - áður en hann sneri loksins við tilbúinn til að segja föður mínum að fara þegar Holder greip í báða handleggina á mér og ýtti mér út af brautinni áður en hann greip skyndilega í handleggina mína með því að ýta mér í burtu. Faðir minn teygði sig á bak við sófann, tók upp byssuna sína og fór hægt og rólega að draga hana í átt að Holder, á meðan augu mín gátu aðeins horft á. Get ekki öskrað eða hreyft mig, það eina sem ég gat gert var að horfa á.

Faðir minn dró útvarpið sitt nær, hélt byssunni þétt í annarri hendi með svipbrigðalausri hendi og ýtti á hnappinn án þess að líta frá Holder á meðan hann talaði í hana. „Yfirmaður niðri við Oak Street 35.2.“

Augu mín fóru strax á milli Holder og föður míns. Útvarpið hans datt á gólfið fyrir framan mig. Ég gat ekki öskrað upphátt og dró mig upp. "Fyrirgefðu prinsessa. Leyfðu mér að gera það sem þarf." "Vinsamlegast fyrirgefðu mér," faðir minn sneri hægt byssunni.

Mikill hávaði fyllir skyndilega allt herbergið mitt og sendir hroll niður hrygginn á mér. Ég loka snöggt augunum og byrgi fyrir eyrun þegar hljóðið fyllir rýmið í kringum mig - ég veit ekki hvaðan það kemur; en það sem ég heyri hljómar eins og hátt hljóð svipað öskri. Og það hljómar nákvæmlega eins og einhver inni sé að öskra eitthvað á mig, en það er alls ekki raunin; það er ég sem öskra út úr mér.
Öskrandi. Augu mín opnuðust mikið til að sjá líflausan líkama föður míns rétt fyrir framan mig. Hönd klemmdist um munninn á mér þegar Holder lyfti mér upp og út um útidyrnar; Annar handleggurinn hans greip um mitti mitt til að halda fastar í munninn á mér en mér til stuðnings þegar við komum að bílnum, deyfði öskrin mín á meðan hann hélt hendinni fastri til að deyfa þau enn meira; Augu mín stór og hristi höfuðið í afneitun í von um að þessi síðasta stund gæti einfaldlega horfið af sjálfu sér.

"Vinsamlegast hættu að öskra strax. Nú."

Ég kinkaði kolli kröftuglega og reyni að bæla niður ósjálfráða hljóð sem kemur úr munninum. Öndun verður sífellt erfiðari og ég heyri að loft sé dregið inn og út um nefið á mér í stuttum stökkum. Brjóstið mitt lyftist þegar ég tek eftir blóði á kinn Holder; að reyna að öskra ekki aftur.

"Heyrirðu það?" spurði Holder Sky. "Þetta eru sírenur. Þær ættu að koma fljótlega." Ég tók þá höndina af Sky og sagði henni að sitja róleg í bílnum sínum þangað til við getum yfirgefið þetta svæði í bænum.

Hann kinkar kolli aftur, maðurinn tekur höndina úr munninum á mér áður en hann mokar mér inn í bílinn sinn og klifraði hratt upp í sjálfan sig áður en hann sveif og ekur út á veginn. Við förum á endanum yfir horn rétt þegar tveir lögreglubílar birtast.
Loksins beygjum við beygjunni á öfugum enda vegarins fyrir aftan okkur og keyrum af stað, á meðan ég sit hnípinn á milli hnjána og reyni að ná andanum. Það þýðir ekkert að reyna að skilja það sem gerðist þar sem það gerðist einfaldlega ekki - bara martraðir eiga sér stað í raunveruleikanum. Öndun verður eina leiðin mín til að halda lífi þar sem þetta er vissulega ekki lífið eins og ég þekki það.
Við gengum inn á hótelherbergisdyrnar okkar eins og uppvakningar; Ég man ekki einu sinni eftir að hafa komið. Þegar hann var kominn í rúmið sitt settist Holder niður og fór úr

skónum; þegar hann kom að mínum komst ég aðeins nokkra metra inn í innganginn áður en ég stoppaði við að stara yfir á opið gluggatjald sem sýndi ekkert nema múrsteinsveggi með enga sýnilega glugga eða hurðir fyrir augum þess; það eina sem við sáum frá því var myrkur og múrsteinn.

Að horfa út um gluggann minn, á mitt eigið líf er eins og að horfa í gegnum múrsteinsvegg: Ég reyni að horfa fram á veginn, en get aðeins séð eins langt og þetta augnablik. Án þess að vita hver eða hvað mun búa með mér eða hvort ég eigi að tilkynna það sem gerðist (Karen), eða hvort ég muni jafnvel tilkynna það sem hefur gerst - ég þori ekki einu sinni að reyna að giska. Þess í stað er allt sem er til staðar er þessi trausti múrsteinsveggur á milli þessarar stundar og þess næsta - án þess að nein vísbending sé dreift meðfram veggjum hans í sprey-málningu.

Frá 17. ári hefur líf mitt einkennst af ósýnilegum vegg sem skilur fyrstu árin mín frá síðari árum; órjúfanlegur hindrun sem skilur himinn frá voninni í lífinu og öfugt. Ég hafði heyrt um fólk sem bæli niður sársaukafullar minningar, en hafði aldrei ímyndað mér að það myndi taka þetta skref sjálft. Undanfarin þrettán ár hef ég hins vegar ekki munað neitt um hver ég var einu sinni. Þó ég hafi aðeins verið fimm ára þegar ég var tekin úr því lífi, mætti halda að jafnvel þá myndi ég muna eitthvað af því. Þess í stað, þegar Karen sagði mér sögur um „ættleiðingu“ mína, aðlagast hugur minn fljótt að sætta sig við skaðlausar lygar frekar en að horfast í augu við óþægilega fortíð mína.

Í fyrstu gat ég ekki útskýrt fyrir neinum nákvæmlega hvað faðir minn var að gera mér; það eina sem ég vissi var að það var sárt. Og þegar þú ert óviss um eitthvað getur það gert hlutina enn verri; fyrir einhvern eins og mig þegar ég stendur frammi fyrir því að vita ekki, verður allt ruglingslegt og skelfilegt.
Sama hvers vegna eða hvað það er sem þér líkar ekki, það er erfitt að halda stjórn á öllum smáatriðum í kringum þá tilfinningu um ósmekk. Ég veit að ég var aldrei nógu forvitin til að kanna fortíð mína til hlítar - ég vildi aldrei komast að því hver líffræðilegur faðir minn var eða hvers vegna hann "setti" mig í ættleiðingu - kannski vegna þess að einhvers staðar í undirmeðvitund minni bar ég enn hatur og ótta í garð þessa manns og fannst auðveldara að byggja bara veggi í kringum hann og horfa alls ekki til baka.

Ég ber enn hatur og ótta við hann þó hann geti ekki lengur snert mig beint. Ég hata að hann skildi eftir sig svo mikinn sársauka fyrir mig að syrgja. Í sannleika sagt ætti það ekki einu sinni að fá mig til að harma missi hans; frekar vil ég fagna því eins og allir aðrir myndu vilja að ég geri. En þetta er bara ekki í mér.

Það er verið að fjarlægja jakkann minn. Ég sný mér frá múrsteinsveggnum fyrir utan gluggann og horfi á bak við mig, þar sem Holder stendur fyrir aftan mig og legg jakkann minn þvert yfir stól áður en ég fer úr honum með blóðskvetta skyrtu og blóðugum blóðlituðum kraga skvettum yfir hann. Skyndileg sorgartilfinning kemur upp þegar ég átta mig á erfðafræðilegu sambandi mínu við líflaust blóð sem hylur fötin mín og andlitið, á meðan Holder færist nær mér að framan, teygir sig niður til að hneppa gallabuxunum mínum og hneppa þær úr hnappalykkjunum.

Athygli mín vakti strax á boxer stuttbuxunum hans; Ég tók aldrei eftir því að hann hefði farið úr fötunum. Augu mín berast upp andlitið á honum þar sem örsmáir blóðblettir eru á hægri kinn hans, sem kom í ljós við hugleysi föður míns. Þung augu hans einbeita sér að fótleggjunum mínum þegar hann rennir buxunum mínum í burtu.

„Ég þarf að stíga út úr þeim, elskan," hvíslaði hann lágt þegar hann náði að fótum mér. Ég spennti axlir hans þétt saman með báðum höndum um leið og ég tók annan fótinn úr gallabuxunum á undan hinum. Þegar augun mín æfðust á blóðskvettu lokka hans, teygði hönd mína mig til að grípa um einn streng áður en ég dró höndina upp til að skoða - blóð renndi um milli fingurgómanna, það fannst mér þykkara en venjulegt blóð hefði átt að vera.

Það er vegna þess að blóðið mitt er ekki það eina sem rennur í gegnum okkur.

"Figurnir mínir byrja að strjúka yfir magann á mér til að reyna að þurrka burt það sem er að strjúka yfir hann ákaft, en í staðinn smyrja það frekar á mig og allt í kring. Hálsinn á mér þegir alveg og ég get ekki öskrað lengur; alveg eins og draumar sem ég hef dreymt. þar sem eitthvað svo ógnvekjandi birtist fyrir augum mér og hindraði alla von um flótta. Það var skelfilegt!" "... og svo byrjar martröðin"
Holder lítur upp og mig langar að öskra, grenja og gráta; það eina sem ég get gert er að reka upp augun, hrista höfuðið og halda áfram að þurrka af mér með höndunum. Hann sér lætin í mér og lyftir mér fljótt og ber mig í sturtuna, setur mig niður á gagnstæðan enda frá sturtuhausnum áður en hann lokar snöggt gardínunni eftir að hafa kveikt á vatni og dregur mig svo til sín þar sem við stóðum báðir undir heitum vatnsstraumi sem skvettist í augun á mér, ég fékk andann djúpt og dró frá mér gífurlegan andann undir heitum vatnsstraumi sem skolaði yfir mig úr handleggjum hans áður en hann steig snöggt inn með honum til að kveikja á vatni um leið og hann lokaði fortjaldinu einu sinni heitt áður en hann skrúfaði fyrir vatnið, sem gerði augun mín vatnslaus af létti á meðan ég sogaði inn stóran andann af lofti á meðan ég var undir öllu!

Hann teygði sig niður og greip sápustykki úr hliðinni á baðkarinu, reif upp bleytu pappírsumbúðirnar og tók þær með sér inn í sturtu - ég byrjaði að hrista þó vatnið væri heitt - áður en hann hallaði sér út og aftur inn í það með þvottaklæði sem hann setti sápumettað vatn úr sápuskammtara áður en hann notaði þetta til að nudda á kinnina á mér.

„Ekki tala," hvíslar hann í skelfduð augu mín og starir djúpt inn í þau. "Leyfðu mér að hjálpa." "Shh. Við skulum bara vera róleg hérna."

Hann byrjar að þurrka andlit mitt varlega, á meðan ég kreisti augun saman og kinka kolli til að svara. Ég held þeim lokuðum til að sjá ekki blóðlitaða þvottaklæðið þegar hann dregur það frá mér; vefja handleggina um sjálfa mig eins þétt og ég get, á meðan ég er eins kyrr og hægt er undir hendi hans; eftir að hafa þurrkað blóð í nokkrar mínútur af andliti mínu og handleggjum og maga, nær hann sér á bak við höfuðið á mér til að taka út halahaldarann minn og sleppa hestahalanum.

"Horfðu á mig, Sky." Um leið og augun mín opnuðust vel setti hann fingurna létt á öxlina á mér og sagði mér að hann þyrfti að fjarlægja brjóstahaldarann minn til að sjampóa hárið mitt án þess að fá neitt á það.

Þegar ég átta mig á því að hann er að tala um eitthvað sem er innbyggt í hárið á mér eykst lætin og ég losa báðar ólarnar á brjóstahaldaranum og dreg hann yfir höfuðið.

"Komdu því út!" Ég hvíslaði lágt áður en ég hallaði mér aftur í vatnið til að reyna að metta lokka mína með því að renna fingrunum í gegnum þá undir læknum. Rödd mín varð sífellt kvíðalegri þegar ég krafðist létta.
Hann greip aftur um úlnliðina mína og dró þá frá hárinu á mér áður en hann vafði þeim um mittið á sér.

"Haltu fast í mér og slakaðu á - ég mun komast í gegnum þetta."

Ég þrýsti höfðinu að brjósti hans og herti gripið um hann, anda að mér ilminum af sjampói um leið og hann hellir því yfir hendurnar á sér áður en hann ber það beint í hárið mitt, dreifir því með fingurgómunum. Við færumst nær þar til vatn snertir höfuð mitt þrýst á öxl hans; nuddar og skrúbbar lokkana mína ítrekað með sápu; Ég spyr hann ekki hvers vegna, ég leyfi honum bara.

Þegar Holder hafði lokið sér af, sneri hann okkur báðum við í sturtunni þar til hann var kominn undir vatnsstrauminn og sjampóaði sitt eigið hár með því. Ég sleppti takinu um mitti hans og færði mig í burtu, vildi ekki að nokkur hluti af honum snerti mig aftur. Þegar ég horfði niður, var hvorki magi minn né hendur snert af neinum hluta föður míns sem skilinn var eftir á þeim, eða merki hans skilið eftir neins staðar. Aftur upp við Holder sá ég hann nota ferskan þvottaklút til að skrúbba sitt eigið andlit og háls þar sem ég stóð og horfði á hann skola rólega í burtu það sem gerðist svo nýlega.

Þegar hann var búinn, opnaði hann augun og horfði niður á mig með eftirsjáraugum.
"Elskan, vinsamlegast vertu viss um að ég hafi allt, allt í lagi? Vinsamlegast hjálpaðu mér að þurrka burt allt sem var saknað."

Hann talaði lágt, eins og hann væri að reyna að vernda mig. Ég áttaði mig á þessu af rödd hans. Hann hlýtur að hafa áhyggjur af því að ég gæti splundrað eða sprungið undir þrýstingi, eða einfaldlega snúið út.

Af ótta við að hann gæti haft rétt fyrir sér tek ég þvottastykkið úr höndum hans og þvinga mig til að vera sterkur og skoða hann. Það var ennþá blóð yfir hægra eyra hans svo ég teygði mig upp með þvottaklæðinu til að þurrka það í burtu áður en ég dró það aftur niður til að horfa niður á alla dropa sem eftir voru sem höfðu loðað við okkur báða; renndi því síðan undir vatnsstraum þar til öll blóðsmerki hvarf út í loftið.

„Þetta er allt farið," muldra ég við Holder. Ekki einu sinni viss um hvort ég sé að tala um blóð - hann tekur einfaldlega þvottinn minn af mér og kastar honum á brún baðkarsins - á meðan augu hans virðast rauðari en nokkru sinni fyrr - allan þennan tíma gat ég bara ekki sagt hvað var að honum. augu!

Maður getur sagt að Lesslie er að gráta þegar vatnið hans rennur niður andlitið á svipuðu mynstri sem gefur til kynna að tár hafi verið til staðar. Þegar ég er minntur á Lesslie aftur vegna fjarveru þeirra finnst mér ég minna á það.
Hjarta mitt byrjar að brotna á ný þegar Holder kemur inn í líf mitt. Grátur flýr mér þegar axlir mínar titra óstjórnlega; svo dregur hann mig að brjósti sér og þrýstir vörunum að hárinu á mér til að hugga mig.

"Handhafi, mér þykir það svo leitt. Vinsamlegast fyrirgefðu mér, vinsamlegast samþykkja afsökunarbeiðni mína!" Ég var að gráta á meðan ég hélt fast í hann til að reyna að þvo burt vonleysi hans eins auðveldlega og ég var að þvo blóðbletti úr handleggjum hans og fótum. En hann þurfti á þessu að halda; hann þurfti fyrir mig að finna sársauka hans alveg eins og ég þurfti til að hann fyndi minn á þessari stundu.

Í dag tek ég hvert orð sem faðir minn sagði og reyni að gráta þau upp úr mér. Ég vil ekki muna andlit hans eða rödd; þar að auki vil ég hvorki muna hversu mikið ég hataði hann eða elskaði hann; Sektarkennd kemur auðveldlega þegar það er pláss í hjarta þínu fyrir einhvern svo viðbjóðslegan eins og föður minn.

Holder setur aðra höndina fyrir aftan höfuðið á mér og þrýstir andliti mínu inn í öxlina á sér, þrýstir kinn sinni að efra höfuðinu á mér þegar tárin hans byrja hægt og rólega að streyma út. Ég heyri sársauka hans yfir því sem faðir minn gerði við Lesslie, og hluti af þessari sekt liggur hjá mér; hefði ég ekki verið í kringum hann hefði faðir minn ekki snert Lesslie og hún gæti verið enn á lífi í dag ef við hefðum aldrei klifrað upp í bílinn ásamt Karen.

"Fyrirgefðu. Hann hefði aldrei snert hana án mín..." Ég sný andlitinu í átt að Holder og gríp um axlir hans áður en ég lyfti upp kinninni og snýr munni mínum í átt að hálsi hans, kyssti mjúklega á móti honum. "Mér þykir það svo leitt... Ef það hefði ekki verið fyrir mig..." Ég biðst innilega afsökunar og byrja að hágráta mjúklega þegar hendur mínar herðast um handleggi hans, grípa þá fast á milli fingranna. "...Hann hefði aldrei snert hana..."

Holder grípur um handleggina á mér af slíkum krafti, augu mín víkka út til að bregðast við. Hörð orð hans skera djúpt. "Ekki þora þú að segja það." Hann sleppir takinu fljótt áður en hann færði höndina mína nær og greip mig enn fastar - augu hans fylltust tárum - "Ekki biðjast afsökunar á því sem þessi maður gerði, Sky. Heyrirðu í mér? Það var ekki þér að kenna; sverðu. fyrir mér muntu aldrei leyfa slíkum hugsunum aftur að taka yfir huga þinn!" Augu hans virðast örvæntingarfull en samt hjartnæm á sama tíma.

„Ég sver það," svara ég dauflega.

Hann leit aldrei undan og leitaði í augu mín að sannleika. Viðbrögð hans létu hjarta mitt hlaupa; það skildi mig orðlausa yfir því hversu fljótt hann vísaði frá sér hverri sök sem ég kann að hafa haft - því miður ekki á eigin kostnað.
Ég þoli ekki lengur að horfa í augun á honum, svo ég kasta handleggjunum um hálsinn á honum og faðma hann þétt, með sárri örvæntingu. Við föllum bæði í sundur þegar við gleypum sannleikann um Lesslie og það sem gerðist sem við urðum vitni að - tárin renna frjálslega þegar við slepptum báðar öllu í gegnum grátandi í fanginu; Reyndu ekki lengur að vera sterk fyrir mig, þau streyma nú frá honum þegar ást hans og reiði fyrir Lesslie streymir út í gegnum hann af fullum krafti.

Ég veit að Lesslie þyrfti vini sína til að hjálpa til við að finna sorg sína, svo ég reyni ekki að hugga hann með orðum. Við grátum hana báðar núna því það var enginn til staðar fyrir hana þá. Þess í stað kyssi ég hlið hans á höfði hans á meðan hendur mínar grípa um háls hans; í hvert sinn sem varir mínar snerta hann hertir hann enn frekar takið á hálsinum á mér; varir hans mæta mínum þegar við reynum báðar að kyssa alla sorg okkar saman - varir hans verða sífellt ástríðufyllri eftir því sem hann kyssir hálsinn minn harðar og hraðar í tilraun til að flýja; þá hækka axlir hans og lækka við hverja andardráttartilraun mína; svo dregur hann sig til baka á meðan hann horfir beint í augun á mér, axlir hans hækka og lækka við hvern andardrátt sem hann tekur í tilraun sinni.

Ein snögg hreyfing leiddi til þess að varir hans hrundu að mínum af ótrúlegum krafti, greip um hárið mitt og bakið með skjálfandi höndum sínum, áður en hann þrýsti bakinu mínu að sturtuveggnum þegar hendur hans færðust niður fyrir aftan læri mín til að þrýsta á mig lengra. Í einni snöggri hreyfingu lyfti hann mér upp og vafði báða fæturna um mittið á sér - sársaukinn er nú horfinn og þarfnaðist mín alveg eins og í gærkvöldi.

Ég sting hálsi hans inn í minn, dreg hann nærri mér svo ég geti leyft þyngd hans að mér til huggunar á þessum erfiðu tímum. Ég leyfi honum að gera það vegna þess að ég þarf líka léttir, þarf eitthvað annað en sjálfan mig til að neyta mín á þessari neyðarstund. Saman þurfum við flótta, rétt eins og hann; að gleyma öllu öðru og einblína eingöngu á hvert annað í bili.

Í kvöld vil ég ekki að þetta verði okkar raunveruleiki.

Með líkama hans að þrýsta mér upp að sturtuveggnum notar hann hendurnar til að halda mér kyrrum á meðan munnurinn okkar leitar að léttir frá raunveruleikanum. Handleggir mínir vefja sig um efri bakið á honum þegar varir hans hreyfast ákaft niður hálsinn á mér.

„Segðu mér að þetta sé í lagi,“ biðlar hann andlaus við húðina á mér. Taugaveikluð augun hans fara í taugarnar á mér þegar hann talar: "Segðu mér að það sé í lagi að ég vilji vera inni í þér núna...því eftir allt sem við höfum upplifað í dag finnst mér rangt að þurfa á þér að halda svona."
Ég gríp um hárið á honum með báðum höndum, dreg hann nær og kyssti af slíkri sannfæringu að orð eru óþörf til að lýsa hversu innilega mér þykir vænt um. Hann stynur þegar við göngum saman út af baðherberginu í átt að rúminu þar sem hann heldur áfram að rífa af sér fötin á meðan hann hrífur munninn minn með vörunum, þó að hegðun hans hafi kannski ekki verið upp á sitt besta núna. Hjarta mitt þolir aðeins kröftugri nálgun hans í bili.

Hann stendur á brún rúmsins míns og hallar sér framar, munnur hans er tengdur við minn. Við skiljum stutta stund til að setja á okkur smokk áður en hann grípur um mittið á mér og dregur mig að sér upp á rúmbrúnina. Í fyrstu virðist hann feiminn en lyftir síðan fótleggnum mínum skyndilega fyrir aftan hnéð á mér og dregur hann til hliðar áður en hann rennir hendinni undir handlegginn á mér og greip þétt um öxlina á mér án þess að hika eða hugsa. Loksins ýtir hann sér á móti mér án frekari tafar! "Skyndilega andaði ég af skyndilegum krafti hans; undrandi af mikilli ánægju sem náði fljótt öllum augnabliks sársaukabliki. Vafði handleggjunum mínum utan um hann og fylgdi honum um leið og hann greip fastar um fótinn minn áður en hann huldi munninn minn með handleggnum, augun mín lokuðust. þar sem við notuðum ást okkar til að draga tímabundið úr hatri og örvæntingu.

Hendurnar hans lentu í mitti mér, drógu mig að sér með hverri æsandi, taktfastri hreyfingu á móti mér, grófu dýpra í mjaðmirnar á mér með hverju togi og togi. Ég tók um handleggina á honum og slakaði á, leyfði honum að leiða mig, en það gæti best hjálpað honum á þessum tíma. Þegar munnurinn á honum brotnaði opnaði hann augun á nákvæmlega sama tíma og ég; Augu hans voru enn fyllt af ferskum tárum voru vísbending mín um að losa tak og færa hendur mínar nær til að róa sársaukafulla andlit hans með snertingu minni. Á meðan hann starði enn beint á mig færði hann varirnar inn í lófann á mér og kyssti hana og datt svo skyndilega ofan í mig, stoppaði skyndilega ofan á mig áður en hann datt og stoppaði skyndilega ofan á mig áður en að lokum gafst upp alveg og gafst upp með öllu.

Andargandi eftir lofti finn ég enn fyrir honum inni í mér; vantar mig enn. Augu hans eru áfram læst með mínum þegar hann rennir handleggjunum sínum undir bakið á mér til að draga mig nærri mér og lyfta okkur báðum upp saman. Við skiljumst aldrei aftur þegar hann snýr okkur við og rennir sér í gólfið með mig sitjandi enn í kjöltu hans og dregur mig hægt inn í annan koss; blíður að þessu sinni.
Nú heldur hann mér að sér, kyssir varir mínar og kjálka - það virðist eins og þessi nýi Holder sé öðruvísi en áður, en samt ástríðufullur. Eina mínútu hélt hann verndandi í höndina á mér og kyssti mig á varirnar; annað augnablik, hendur hans halda mínum þétt að verndandi, slóðandi kossum hans meðfram vörum mínum og kjálka - næstum eins og við séum aftur ein heild!
Hann fer frá því að vera reiður og upphitaður eina mínútu, yfir í að vera rólegur og róandi þá næstu. Ég er farinn að meta og elska óútreiknanlegar leiðir hans!

"Hann er að reyna að fá mig til að taka við stjórninni, en ég er kvíðin - ekki viss um að ég viti einu sinni hvernig. Þegar hann skynjar vanlíðan mína færir hann hendurnar sínar hægt um mitti mína til að leiðbeina og færa mig nær honum - er enn að fylgjast með til að tryggja Ég er með honum."

Núna er ég alveg á kafi í návist hans; ekkert annað skiptir mig máli í augnablikinu.

Hann ber varlega aðra höndina upp að andlitinu á mér, heldur enn um mittið á mér með hinni handleggnum. "Þú þekkir tilfinningar mínar til þín, elskan. Ég myndi gera allt sem hægt er til að taka burt allan sársauka í lífi þínu. Ekki satt?"

Ég kinkaði kolli hægt, ég viðurkenni það sem hann segir með kinkandi kolli; Augu hans sýna mér ósviknar tilfinningar hans til mín og segja mér að þeim hafi alltaf liðið svona um mig löngu áður en þessi merka atburður átti sér stað.

"Sky, ég þarfnast þessa fullvissu um ást frá þér núna. Vinsamlegast sýndu það."

Allt við hann verður pyntað; Ég mun gera allt sem þarf til að lina kvöl hans. Að setja saman fingurna og hylja hjörtu okkar beggja með höndunum hjálpar mér að safna hugrekki til að sýna honum hversu mikið mér þykir vænt um hann. Að stara beint í augun á honum þegar ég lyfti mér aðeins áður en ég lækka mig hægt aftur ofan á hann er það sem gerir gæfumuninn.

Hann stynur, lokaði augunum og hallaði sér aftur, lét höfuðið hvíla að dýnunni fyrir aftan sig.

„Opnaðu augun," hvíslaði ég. "Ég vil að þú fylgist með mér."

Hann lyftir höfðinu og horfir á mig með hettuklæddum augum. Þegar ég tek stjórnina smám saman er markmið mitt að hann finni hversu mikið hann þýðir fyrir mig og skilji að þetta er eitthvað nýtt fyrir mig; bara það að vera fylgst með mér finnst ég þurfa sem aldrei fyrr; kannski er tilvera mín ein nauðsynleg til að hann lifi af?

„Ekki líta undan,“ segi ég við hann á meðan ég lyfti mér hægt upp frá honum. Þegar ég lækka mig aftur á hann, sveiflast höfuðið aðeins af ákafa skynjunarinnar; Háli minn opnast til að bregðast við þegar stynur flýja varir mínar en pyntuð augu hans haldast fast við mín. Líkami minn krefst ekki lengur leiðsagnar hans; heldur verður hrynjandi einkenni þess hluti af mínum.

"Manstu þegar við kysstumst fyrst?" spyr ég hann. "Það augnablik þegar varir þínar snertu mínar? Þú stalst bita af hjarta mínu um nóttina." Þegar hann horfir á mig ástríðufullur, verður taktur minn æ sterkari þegar hann starir. "Manstu þegar við töluðum fyrst saman og þú sagðir mér að þér líkaði við mig en værir ekki tilbúin að segja að þú elskaðir mig ennþá?" Ég þrýsti hendinni harðar að brjósti hans þegar ég færist nær svo hann finni alla hluti af mér; þessi orð tóku annað stykki úr hjarta mínu!“ „Leyfðu mér að segja honum allt sem gerðist um nóttina...“ spyr hann áður en hann heldur áfram.

"Manstu þegar ég sagði þér að ég vildi vera einn í herberginu mínu?" Þegar Holder opnar höndina þrýsti ég henni að minni þar til lófi hans hvílir flatt á húðinni minni, ég geri það sama við hans. Hann segir mér frá "Nóttina sem ég komst að því að ég væri von?" Þegar ég vaknaði og sá þig í rúminu mínu fékk það mig til að gráta; þegar handleggir þínir vafðu um mig og héldu mér að mér vissi ég að þú værir heimilið mitt, sama hvað annað gæti orðið á vegi mínum og þú stalst bita af hjarta mínu einmitt þetta kvöld." . Þakka þér kærlega fyrir!“ segir hann áður en hann heldur áfram, „Þakka þér Holder! Þegar kom að tíma okkar ein í rúminu! Þegar þú komst og hittir þig loksins hittumst við."

„Haltu þeim opnum,“ hvíslaði ég um leið og ég dró mig til baka frá því að kyssa hann mjúklega. Um leið og augun hans lokuðust aftur og höfuðið hvíldi aftur að rúminu, opnaði hann þau aftur með ákafa sem náði til kjarna míns: „Ég vil að þú haldir þeim opnum... því ég þarf að horfa á mig gefa þér allt hjartað mitt."

Hann andar djúpt frá sér og virðist reka allan sársaukann frá honum. Þegar hendur hans herðast um mínar og augnaráð hans breytist skyndilega úr miklu vonleysi í brennandi þörf, byrjum við bæði að hreyfa okkur saman á meðan höldum augnaráði hvors annars; að lokum verða einn líkami, hendur, augu sem tjá það sem orð gætu aldrei gert ein.

Á hverju augnabliki vorum við tengdir þar til hann hætti alveg að hreyfa sig og augu hans urðu þung af þreytu, höfuðið féll aftur, yfirbugað af hrolli. Þegar hjartsláttartíðni hans byrjaði að setjast að lófa mínum og sjón hans hreinsaði, dró hann hendurnar frá sér og greip um bakhausinn á mér og kyssti grimmt áður en hann hallaði sér fram og lækkaði mig niður á gólfið um leið og við skiptumst á yfirráðum og kyssti mig yfirgefið á leiðinni.

Með því að eyða því sem eftir er af nóttinni í að miðla tilfinningum okkar í hljóði án þess að tala eitt einasta orð, byrjum við að tjá hvernig okkur líður án nokkurra talaðra samræðna. Loksins náum við þreytu faðmuðum í faðmi hvors annars, mér finnst eins og öll vera mín hafi bara hrunið inn í hvort annað sem aldrei fyrr; að treysta einhverjum nógu fullkomlega til að láta hjartað mitt í té er eitthvað sem ég hafði aldrei ímyndað mér að myndi nokkurn tíma gerast!

20. KAFLI

Þegar ég velti mér og leita að Holder er hann ekki til staðar þegar ég velti mér aftur. Þegar ég sit uppi á rúminu teyg ég mig fram og kveiki á lampa fyrir utan. Skórnir hans voru ekki þar sem þeir áttu að vera þegar hann fór úr þeim svo ég dreg í fötin og fer út í leit að honum.

Þegar ég geng fram hjá húsgarðinum, tek ekki eftir honum þar sem hann situr í neinum skálum, rétt áður en ég sný við og fer til baka, sé ég hann liggja á steypu við sundlaugina með hendurnar saman fyrir aftan bak og horfa upp á stjörnurnar - lítur svo friðsællega út. Á því augnabliki ákveð ég að raska ekki ró hans með því að fara aftur inn í einn af skálunum heldur láta hann vera ótruflaður.

Þar sem ég sit, halla höfðinu aftur, horfi á hann, dragast handleggirnir í peysuna mína þar sem tunglsljósið lýsir upp hann frá öllum hliðum og gefur honum næstum englakenndan eiginleika. Útlit hans eru baðuð mjúku ljósi frá ljóma þess; og þegar ég horfi á kyrrláta svip hans og æðruleysissvip sem hann gefur frá sér, þá léttir það að vita að hann fann nægan frið innra með sér til að komast í gegnum þennan dag. Að vita að Lesslie var svo mikið fyrir hann er ástæðan fyrir því að sársauki okkar er deilt núna: hvað sem hann gengur í gegnum ég finn fyrir því; hvað sem ég geng í gegnum þá gerir hann það líka. Það er það sem gerist þegar tvær manneskjur verða einn: báðir aðilar upplifa sársauka, hjartaverk, sorg og sorg allt í senn.

Sama hvernig aðstæður eru í lífi mínu núna, að vera með Holder í kvöld fyllir mig hlýju. Sama hvað verður á vegi okkar, hann virðist alltaf hjálpa til við að leiðbeina skrefum mínum í gegnum hvert augnablik - kannski jafnvel bera mig stundum - gefa mér von um að hlutirnir verði ekki vonlausir aftur svo lengi sem hann er félagi minn.

„Komdu og leggðu hjá mér," spyr hann um leið og ég losna úr sætinu og stefni í áttina að honum, brosandi vitandi um leið og ég læt líða að honum. Þegar við náum hvort öðru tekur hann af sér jakkann um öxl hans til að setja yfir mína þegar ég sest í faðm hans og við leggjumst báðir aftur á líkama hvors annars.
Þar sem ég lá á kaldri steypunni og vef mig að bringu hans strýkur hann mér um hárið á meðan við horfum upp til himins og hugleiðum stjörnurnar þegjandi.

Minningar byrja að skjóta upp kollinum og ég loka augunum og langar að muna þær að fullu í þetta skiptið. Þeir virðast sérstaklega notalegir; svo mikið að ég faðma hann þétt áður en ég gef mig algjörlega undir þetta allt saman.
"Af hverju ertu ekki með sjónvarp?" Ég spyr hana eftir að hafa verið með henni í talsverðan tíma núna. Þó mér finnist mjög gaman að vera hér með henni og vinátta hennar er frábær, en ég sakna þess eins mikið að horfa á sjónvarp og Dean og Lesslie gera!

Karen sagði mér að horfa ekki á sjónvarp vegna þess að fólk er orðið háð tækni og það gerir það lata, samt hafði ég ekki hugmynd um hvað hún átti við með þessari yfirlýsingu. Samt ákvað ég að efast ekki um hvað hún meinti þar sem ég nýt þess mjög að vera heima hjá henni og vil ekkert sem gæti leitt til þess að hún vilji fá mig aftur heim til föður míns enn sem komið er; Ég var ekki tilbúinn.

"Vonandi, manstu fyrir nokkrum dögum þegar ég sagði þér að ég hefði eitthvað mjög mikilvægt að ræða?"

„Vinsamlegast takið eftir," hvatti hún mig og dró stólinn sinn nær. Hún benti á mig á meðan hún talaði. "Þetta er mjög mikilvægt!" Ég kinkaði kolli kurteislega eins og ég mundi hvað hafði gerst. Hún dró stólinn sinn enn nær þegar við töluðum saman.

Ég kinka kolli og vona að hún segi mér ekki að þeir séu að fara með mig heim núna; Mér finnst ég ekki tilbúin. Já, Dean og Lesslie munu sakna mín sárt en það væri best ef pabbi væri áfram þar sem hann er núna.

"Skilurðu hvað ættleiðing felur í sér?" spyr hún.

Ég varð hissa, hafði aldrei heyrt þetta orð áður.

"Ættleiðing á sér stað þegar einhver elskar barn svo mikið að þeir vilja að þeir verði sonur þeirra eða dóttir; þess vegna ættleiðir þeir það og verða mamma eða pabbi þeirra. Hún tók hönd mína í báðar hendur og þrýsti fast áður en hún sagði: "Ég elska þig svo mikið að ég vil að þú verðir minn! Svo ég mun ættleiða þig svo við getum orðið mamma og pabbi!" „Ég elska þig svo mikið að ég vil að þú verðir minn - þess vegna ætla ég að ættleiða þig svo við getum orðið foreldrar saman. Hún sagði síðan eitthvað svipað og sagði eitthvað á þessa leið:

"Kemurðu heima hjá mér og pabba?" "Ertu að meina það?" spyr hún mig vantrúuð.

"Nei, elskan. Þó að pabbi þinn elski þig mjög mikið, þá þarf hann að sjá um þig núna til að vera viss um að þú sért hamingjusöm. Núna í stað þess að búa með honum muntu búa hjá mér sem mamma þín."

Ertu dapur en ekki viss af hverju? Karen og pabbi eru ástirnar mínar tvær og mér líður eins og ég vilji gráta en veit samt ekki af hverju. Karen býr nálægt þar sem ég vinn svo það myndi gera lífið miklu einfaldara, á meðan pabbi sá um okkur bæði á mismunandi tímum. Karen gerði mér illt í maganum af því að heyra að pabbi gæti ekki séð um mig lengur svo kannski gerði það hann reiðan eða kannski tekur hún mig aftur með þeim; hvorugt er mér sama svo lengi sem Karen heldur að ég vilji hann enn þar sem ég spyr ekki - bara ef það gerist; elska þá báða en engin möguleiki á að hvorugur komi aftur á hvorn veginn sem er; vona bara að það gerist og verði hérna í smá stund svo að mér verði ekki illt í maganum aftur þegar ég heyri Karen segja að pabbi gæti ekki séð um mig lengur og tekið mig með sér aftur... ég vil ekki fá hann aftur þrátt fyrir hversu mikið hann þarfnast mín...

Ertu spenntur fyrir því að vera ættleiddur af mér? Langar þig að búa saman?"

Mér þykir afar vænt um Lesslie en er leið yfir því að það hafi tekið okkur svo mikinn tíma og orku að komast hingað - það þýðir að þau gætu þegar verið flutt langt í burtu.

Hvað með vini mína? Fæ ég að sjá þá aftur?"

Karen sneri höfðinu til hliðar og brosti blíðlega til mín áður en hún stakk hárinu á bak við eyrað. "Sæll, þú munt eignast marga nýja vini hér."

Ég brosi til baka, samt er mér illt í maganum. Ég vil ekki nýja vini; það eina sem mig vantar eru Dean og Lesslie. Augu mín byrja að brenna þegar tár streyma innra með mér; Ég reyni að sýna ekki sorg mína með því að gráta eða sýna nokkur merki þess að ég sé ekki sammála því sem hún hefur gert við mig því í raun er ég mjög fegin að vera ættleidd inn í fjölskylduna hennar.

Karen teygði sig niður og faðmaði mig. „Hafðu engar áhyggjur, elskan, einhvern tíma muntu hitta gamla vini þína aftur; en á meðan þurfum við að búa til nýja hér, allt í lagi?“

Ég kinka kolli og hún gefur mér koss ofan á höfuðið á meðan ég horfi niður á armbandið mitt með von um að Lesslie viti hvar ég er; að snerta hjarta þess veitir mér huggun þar sem þeir hafa ekki áhyggjur af mér lengur.

"Og eitt í viðbót," bætir hún við, "þú átt eftir að dýrka það alveg."

Karen hallar sér aftur í sætinu og dregur fram blað og blýant fyrir aftan sæti sitt og útskýrir fyrir þeim að einn af kostunum við að vera ættleiddur sé að velja sitt eigið nafn - vissu þeir af þessari staðreynd?

Ég var agndofa þegar ég lærði að fólk gæti valið nöfn sín sjálft.

Áður en við getum valið nafnið þitt er nauðsynlegt að skilja hvaða nöfn ekki er hægt að nota.

"Við getum ekki notað nafnið sem áður var gefið, né nein gælunöfn. Ertu með einhver gælunöfn sem pabbi þinn kallar þig?" Hann kinkar kolli en nefnir ekkert frekar. Ég kinka kolli til samþykkis, án þess að bjóða upp á svar.

"Hvað kalla þeir þig?"
Hún spurði mig hvað gælunafnið hans á mér væri, svo ég leit niður og ræsti mig áður en ég svaraði: "Prinsessu." En það hentaði mér alls ekki vel! "

Um leið og ég sagði þetta varð hún mjög sorgmædd. Svo ég sagði: "Jæja, þá munum við ekki kalla þig prinsessu aftur, allt í lagi?"

Ég kinkaði kolli og er ánægður með að henni er ekki sama um þetta nafn heldur.

"Segðu mér frá sumum hlutum sem gleður þig - fallega eða þroskandi hluti - svo við getum valið nafn þaðan."
„Ég elska himininn," segi ég við hana og rifja upp það sem Dean sagði mér að muna að eilífu.

"Sky," svarar hún brosandi, "er uppáhaldsnafnið mitt; mér sýnist það fullkomið. Nú skulum við hugleiða annað nafn saman því allir þurfa tvö nöfn; hvað eru nokkrar tillögur?"

Lokaðu augunum og reyndu að hugsa um eitthvað annað; en ég bara get það ekki. Uppáhalds hluti lífsins er að horfa upp á himininn sem gleður mig í hvert skipti sem ég hugsa um hann. Opnaðu þær aftur og horfðu á hana: "Karen, hver eru áhugamál þín?"
"Ég elska svo margt en pizza er í algjöru uppáhaldi! Getum við kallað þig Sky Pizza?" spyr hún.

"Þetta er svo óvenjulegt nafn!" Ég hlæ hysterískt og hristi höfuðið.

"Leyfðu mér að hugsa," svarar hún, "og þá kannski Bangsahiminn?"

Ég hlæ og hristi höfuðið aftur.

Hún dregur sig frá mér og hallar sér nær. "Viltu vita hvað ég virkilega elska?" spyr hún mig.

„Já," svara ég.
"Jurtir eru græðandi plöntur sem ég hef gaman af að rækta til að finna leiðir til að láta fólki líða betur. Einn daginn vonast ég til að stofna mitt eigið jurtafyrirtæki - kannski gætum við valið jurtarnafn saman sem boð um gæfu; það eru hundruðir af þau með fallegum nöfnum."
Hún gengur fljótt í átt að stofunni til að grípa bók sem hún kom með til baka og benti síðan á eina síðu með blikk: "Hvað með timjan?" spurði hún með skemmtilegu blikki.
Ég hlæ og hristi höfuðið af skemmtun.

"Hvað með ... calendula?" Aftur hristi ég höfuðið. "Ég get ekki einu sinni borið þetta orð fram."

"Góður punktur. Það er satt; þú þarft að geta borið fram þitt eigið nafn." Hún les fleiri upphátt en ég var ekki hrifinn. Að lokum sneri hún við blaðinu og spurði: "Hefurðu hugsað um Linden þar sem hún hefur laufblöð sem mynda hjartaform - finnst þér hjartalaga laufblöð?"

"Linden," svaraði ég. "Mér líkar þetta nafn."

Hún brosir og lokar bókinni áður en hún hallar sér nær. "Svo er það, Linden Sky Davis, og bara svo þú vitir að þú ert núna með fallegasta nafn í heimi. Við skulum ekki hugsa um gömlu nöfnin þín lengur - lofaðu mér að héðan í frá munum við aðeins hugsa um fallega nýja nafnið þitt og lífið!"

„Ég lofa," svara ég og það er einmitt það sem ég á við. Ég vil ekki lengur muna gömlu nöfnin mín eða herbergin eða allt það sem pabbi var vanur að gera við mig þegar ég var prinsessan hans. Þess í stað er ég að njóta nýja nafnsins og herbergisins þar sem ég þarf ekki lengur að hafa áhyggjur af því hvort hurðarhúninn minn snúist.

Að teygja mig og knúsa bakið fær mig til að brosa; það er alveg eins og þegar mig dreymdi að mamma myndi lifna við og faðma mig.
Þegar ég teygði mig upp, þurrka ég tár sem er nýfallið. Ég skil ekki hvers vegna tárin mín falla; minningin var ekkert sérstaklega sorgleg; kannski er það vegna þess að það er eitt af fyrstu skiptunum sem ég byrjaði að elska Karen; að hugsa til baka um hversu mikið ég elska hana er sárt vegna þess sem hún gerði; Það er sárt að hugsa til baka um öll fyrri sambönd okkar því það er einhver leynileg hlið á henni sem ég vissi ekki einu sinni að væri til!

"Má ég spyrja þig að svolitlu?" Handhafi grípur inn í til að rjúfa þögnina.

Ég kinka kolli að brjósti hans, rennandi tárum í kinninni eftir síðasta tárið mitt. Þegar hann skynjar mig skjálfa á móti sér, sveiflast báðir handleggir hans um mig í viðleitni til að halda á mér hita; svo nudda þeir hendi hans að öxlinni á mér á meðan þeir kyssa höfuðið á mér með ástúðlegum látbragði.

„Sky, heldurðu að allt fari vel hjá þér?

„Þetta er ekki óvenjuleg spurning; í rauninni er hún frekar einföld og einföld; samt að svara henni var ein erfiðasta áskorunin sem ég hef lent í."
„Ég veit það ekki," er heiðarlegt svar mitt. Þó að ég vona að ég verði í lagi með stuðning hans mér við hlið, þá er sannleikurinn sá að ég veit í raun ekki hvort það dugar.

"Hvað hræðir þig?"

Ég svara fljótt: "Allt." Fortíð mín ásækir mig stöðugt og minningarnar streyma fram þegar ég loka augunum, hvað gerðist í dag og varanlegar afleiðingar þess, hvernig það gæti haft tilfinningalega áhrif á mig þegar þú ert ekki lengur hér og möguleikinn á að Karen sé ekki lengur til - eða hafi að minnsta kosti ekki lengur sjálfsmynd lengur - eru allt ógnvekjandi þættir fyrir mig að takast á við tilfinningalega og takast á við allar nýjar framfarir í kringum Karen eða hugsanlega hættu sem hún gæti stafað af í framtíðinni minni." Með þessar hugsanir í forgrunni í huganum lyfti ég höfðinu og lyfti mér. augun til að horfa fram á við. Augun mín stilla sig þegar höfuðið lyftist hægt þegar hugsanir mínar byrja aftur að flýta sér í gegnum áður en ég opnar þær aftur áður en ég lyfti því aftur áður en ég lyfti því aftur niður á upphafsstöðu sína augnablik áður en ég lyfti því aftur áður en ég sneri aftur, það er bara til að minna á sjálfur þar sem hausinn á mér byrjaði og lyftist af áður en ég sleppti því aftur áður en ég gaf mér leyfi til að lyfta mér aftur áður en ég lyfti aftur og lyfti mér fyrir fullt og allt í þetta skiptið í kringum mig núna........... "
"En veistu hvað hræðir mig mest?" "Veistu hvað?" spurði hann vantrúaður.

Hann strauk hendinni í gegnum hárið á mér og hélt augunum beint að mér og vildi að ég vissi að hann væri að hlusta. Af einlægri umhyggju spurði hann: "Hvað er að?".

"Ég hef áhyggjur af því hversu ótengd ég er við Hope. Þó að við deilum einum líkama, kom það sem varð fyrir hana ekki beint inn í mig. Þess í stað líður mér eins og ég hafi yfirgefið hana þarna í húsinu með svo hræðileg tár sem streymdu frjálslega þegar ég ók. burt án þess að einu sinni kveðja bless eða bless. Nú eru tvær algjörlega aðskildar útgáfur af mér sjálfum; Vona að litla stelpan og ég stelpan sem yfirgaf hana. Hvorugt lífið líður heilt aftur!"

Ég sting hausnum inn í brjóstið á honum, vitandi að ég meika sennilega ekkert vit. Hann kyssir á hausinn á mér þegar ég stari aftur upp í himininn og velti því fyrir mér hvort eðlilegt sé að koma aftur; það var miklu einfaldara að vita ekki sannleikann.

„Eftir að foreldrar mínir slitu samvistum," segir hann, „var móðir mín umhugað um líðan okkar, svo hún setti mig og Les í meðferðarlotur í sex mánuði... þó að fundunum lyki fyrr en það... en síðan þá fannst mér ábyrgur fyrir klofningi þeirra og dæmdi sjálfan mig harðlega fyrir það. Mér fannst bilun mín daginn sem þú varst tekinn valda miklu álagi fyrir þá, þó margt væri óviðráðanlegt á þeim tíma. Það var ein aðgerð sem meðferðaraðili þeirra gerði sem að hluta til létta byrði þeirra. "Hann lét mig sjá sjálfan mig í fortíðinni og tala við yngri útgáfuna af sjálfum mér til að orða allt sem þurfti að segja á þeim tíma. Þegar andlit mitt sneri sér að honum sagði hann mér að það gæti hjálpað og hvatti mig til að fara aftur í tímann og segja Hope allt sem þú vildir að þú hefðir getað sagt daginn sem þú skildir." Hann hvatti mig til að sjá sjálfan mig fyrir mér þegar ég talaði beint við yngra sjálfið mitt - eitthvað sem fannst mér óþægilegt en er orðið mér annað eðli núna.

"Hvað meinarðu?" spyr ég hann og legg hökuna varlega að bringu hans. "Ætti ég að sjá fyrir mér að tala við hana?"

„Einmitt,“ svarar hann, „reyndu það bara með lokuð augu.

"Eru þeir lokaðir?"

Ég loka þeim án þess að skilja í raun hvers vegna eða hver áform mín voru, en geri það samt. Hann spyr hvort þeir séu lokaðir, sem ég svara "Já". Legg höndina yfir hjarta hans, þrýsti brjósti hans með höfðinu á meðan ég þrýsti hinum handleggnum mínum að hliðinni á honum líka - allt á meðan ég er óviss um næstu hreyfingu mína og hvað gæti komið næst. „Ég veit samt ekki alveg hvað ég á að gera.

"Ímyndaðu þér bara eins og þú ert núna; sjáðu fyrir þér að keyra upp að og leggja á móti húsi föður þíns; en sjáðu fyrir þér hvernig það var þá," bendir Hope. Manstu að það hafi verið hvítt?

"Já." Augu mín herðast meira þegar dauf minning um hvíta húsið birtist í huga mér. "Já."

Mundu nú hvert smáatriði frá þeim degi í huga þínum og finndu hana. Talaðu við hana; segðu henni hversu sterk, falleg og sterk hún er; láttu hana vita allt sem þarf að segja frá þér við hana í dag - það sem þú vilt þá hefðirðu getað sagt sjálfum þér."
Ég hreinsa hugann, fer eftir tillögu hans og reyni að sjá mig fyrir mér að keyra að húsinu - ég myndi vera í sólkjólnum mínum með hárið dregið aftur í hestahala í þvílíkum hita; næstum eins og sólarhitinn streymdi um framrúðuna mína og hitaði húðina aftur.

Þegar ég fer út úr bílnum mínum og fer yfir götuna í átt að húsi Hope, byrjar hjartað mitt strax að hlaupa þar sem taugarnar aukast fljótt við viðbrögð. Veit ekki hvort ég vil hitta hana eða ekki, Holder ráðleggur mér að halda áfram að ganga áfram svo ég geti talað við hana; loksins kemur hlið húss hennar í ljós og þar sat hún með krosslagða handleggi yfir hnén - grátandi tár af kvölum eins og þetta væri einhver vísbending. Það braut hjarta mitt aftur!

Þegar ég nálgast hana hægt og með semingi lækka mig til jarðar, augnaráð mitt helst fast á þessa viðkvæmu litlu stúlku. Þegar hún var komin á grasið beint fyrir framan hana lyftir hún höfðinu frá krosslagða örmum til að horfa á mig; þegar hún gerir það, splundrast sál mín; Þegar ég horfði í þessi dökkbrúnu augu sýndi ég ekkert líf eða hamingju - ekki það að nokkur gæti séð af andliti mínu einu hversu mikil sársauki þeirra hafði haft áhrif á mig persónulega. En í staðinn reyndi ég að brosa til hennar svo hún vissi ekki um óþægindi mín við að verða vitni að því af eigin raun hvernig sársauki hennar hafði haft bein áhrif á mig.

Þegar ég teygði höndina hægt í áttina að henni, fylgja dapurleg brúnu augun hennar eftir henni þar til þau stoppa áður en hún nær til hennar. Augnaráð hennar fellur síðan á fingur mína þegar hún starir inn í þá með skelfingu og hendur mínar byrja sýnilega að titra; ef til vill hjálpar það að öðlast traust hennar að sjá að ég er líka hrædd; um leið og það gerðist lyfti hún höfðinu enn frekar og breiddi út handleggina áður en hún lagði eina pínulitla hönd inn í mína.
"Núverandi sjálf mitt er að horfa niður á mig úr hendi fortíðar sjálfs míns; samt allt sem ég vil er meira en það - að taka burt sársauka hennar og ótta líka."

Þegar ég rifja upp það sem Holder hafði ráðlagt, lít ég niður á hana og opna munninn áður en ég hreinsaði hálsinn á mér, tek þétt saman í hönd hennar í minni.

„Vonandi..." Hún heldur áfram að horfa á mig eftirvæntingarfull á meðan ég vinn kjark til að takast á við allt sem hún þarf að vita. Ég reyni mikið að brjótast ekki niður fyrir framan hana um leið og ég segi við hana: „Gerirðu þér grein fyrir því að ég tel þig vera eina af hugrökkustu litlu stelpunum sem ég hef þekkt? "." Gerirðu þér grein fyrir því hversu hugrakkur þú hefur staðið þig fram að þessu?" „Gerirðu þér grein fyrir því hversu hugrökk lítil stelpa þú ert í raun?"

Hún hristir höfuðið og starir niður í grasið, skýr og örugg í ákvörðun sinni. „Nei," svarar hún hvísluðum tón.

"Já, þú ert það. Þú ert ótrúlega hugrakkur. Og þú munt komast í gegnum þetta vegna þess að hjarta þitt hefur getu til að elska fólk á þann hátt sem þú hélst aldrei mögulegt - horfðu bara á þig! Fegurð þín skín." Svo þrýsti ég hendinni að hjarta hennar og sagði eitthvað eins og: „Hér inni liggur svo fegurð; einhver mun koma einn daginn sem mun hugsa nógu vel um að þykja vænt um þessa fegurð."

Hún tekur aðra höndina til baka og þurrkar augun með henni áður en hún dregur aðra höndina til baka og spyr hvernig hann viti slíkt. "Hvað gefur þér þessar upplýsingar?" svaraði hann.

"Ég skil hvað þú ert að upplifa; ég hef upplifað nákvæmlega sömu baráttuna." Ég halla mér fram og legg handleggina þétt um hana. Í staðinn leggur hún handleggina utan um mig og leyfir mér að halda í sér. Ég halla höfðinu varlega niður aftur og hvísla í eyra hennar: "Ég veit hvernig það er vegna þess að ég hef upplifað þá af eigin raun." Vona, ég skil hversu djúpt sársauki gjörðir pabba þíns valda þér, þar sem pabbi minn gerði það sama við mig. Þó það sé gríðarlega sárt, þá er allt í lagi fyrir þig að elska og virða hann sem pabba þinn; einbeittu þér bara að því að elska það sem er gott við hann því enginn er fullkominn! Það er allt í lagi að hata þá hluta hans sem gera þig svo sorgmædda, lofaðu mér bara að þú munt ekki finna fyrir sektarkennd eða kenna sjálfum þér; þetta er ekki á þína ábyrgð. "Þú ert bara ungur og það er ekkert að hugsa um þig að lífið sé erfiðara en búist var við. Jafnvel þó ég viti að þú viljir gleyma þessum atburðum sem hafa gerst fyrir þig og þessi hluti lífs þíns var til, vil ég að þú munir allt."

„Ég vil þig," hvíslar hún hljóðlega að brjósti mér á meðan tár hennar þvinga til að sleppa mér. Ég heyri sjálfan mig gráta lágt.
Hafðu í huga hver þú ert þrátt fyrir hvað slæmir hlutir gætu verið að gerast hjá þér, því þessir atburðir eru ekki hluti af þér; þeir bara dettur þér í hug. Samþykktu að hver þú ert jafngildir ekki því sem hefur komið fyrir þig."

„Vinsamlegast lofaðu mér að sama hvað, sama hversu illa heimurinn lætur þér líða, sama hversu mikið þú vilt breyta, sama hvað pabbi gerir við þig - ekki láta hann skilgreina eða skilja hver þú ert frá því sem þú ert sannarlega ertu - ekki missa vonina," lyfti ég höfði hennar varlega af brjósti mér. Hún horfði í brún, tárvot augun mín. "Lofið mér því að sama hvað, sama hvaða freistingu kann að koma upp til að skammast sín fyrir hver þú ert - lofaðu mér að þetta eða engin von mun nokkurn tíma vera til fyrir komandi kynslóðir námsmanna!"

„Ég lofa," segir hún við mig um leið og ég þerra tárin af henni með þumalfingrinum. Að sjá eitthvað nýtt í stóru brúnu augunum hennar, einu sinni er líf þarna. Hún dregur hana upp í kjöltu mína og vefur handleggina um hálsinn á mér á meðan ég rugga henni varlega á meðan við grátum báðar í fangið á öðru samtímis.

Vona, ég heiti því að héðan í frá sleppi ég ekki. Ég lofa að ég mun alltaf halda og bera þig með hjarta mínu; aldrei aftur muntu líða einmana."

Hár Hope, ég byrja að gráta í fangið á Holder í staðinn. — Reyndirðu að tala við hana? spyr hann mig.

„Já," staðfesti ég án þess þó að reyna að stjórna tilfinningum mínum. "Ég sagði henni allt."

Þegar Holder byrjar að setjast upp, færist ég nær og fer með honum. Hann snýr sér að mér og tekur andlit mitt á milli handanna áður en hann sagði við Sky: "Sky... þú sagðir henni ekki allt; í staðinn sagðir þú sjálfum þér allt sem gerðist; þessir atburðir gerðust fyrir ykkur bæði, ekki einhvern annan; Hope upplifði þessa atburði líka. Hann þrýsti vörum sínum að mínum og kyssti mig blíðlega áður en hann dró mig í burtu; þegar ég horfði aftur á hann á eftir sá ég að hann var líka að gráta með mér. sem barn. Ekki snúa frá þessum minningum; faðma þá; Ég er gríðarlega stoltur af þér. Hvert bros sem ég sé á andliti þínu skilur mig eftir orðlausa; að þekkja hugrekkið og styrkinn sem þurfti þegar þú varst ungur til að viðhalda þessum hluta sjálfs þíns. Og hláturinn þinn? Guð minn góður! Bara ef við gætum aðeins gert okkur grein fyrir því hversu hugrakkur það tók þig að hlæja aftur eftir að hafa upplifað svo mikið mótlæti í lífi þínu! Og augun þín? Hlátur þinn gerir daginn minn.

"Hjartað þitt..." Hann hristir höfuðið efasemda og hristir það aftur, "sannar að ég hef fallið fyrir einni af hugrökkustu konum sem ég hef þekkt - eftir það sem gerðist með föður þinn - þú hefur fundið kjark til að leyfa einhverjum að koma inn. eins og ég sjálfur inn í hjarta þitt enn og aftur er eitthvað til að dást að, Linden Sky Hope". Þakka þér kærlega fyrir að elska mig - Linden Sky Hope

Hann ber nöfnin mín hægt fram, gerir ekki einu sinni tilraun til að þerra tárin af mér vegna of margra. Ég vef handleggina um hálsinn á honum og læt hann halda um mig - öll sautján ár mín.

21. KAFLI

Ég finn sólarhitann skína skært í gegnum teppið mitt; samt var það ekki þetta sem vakti mig - frekar var það rödd Holders!

„Þú hefur ekki hugmynd um hvað hún hefur gengið í gegnum síðustu tvo daga," harmar Holder og talar lágt til að vekja mig ekki eða til að ég heyri ekki samtal hans. Þar sem enginn svarar til baka virðist hann vera í símanum; hvern annar gæti það mögulega verið að tala við?

„Ég skil vel löngun þína til að verja hana. Hins vegar ættuð þið bæði að muna að hún gengur ekki ein inn í það hús.

Það varð óþægileg þögn áður en hann loksins talaði: "Gefðu okkur smá tíma; ég lofa að ég vek hana um leið og við erum búin að tala saman; við ættum að fara innan klukkustundar."

„Vaknaðu elskan," hvíslar hann í eyrað á mér þegar síminn hans dettur á borðið. Samstundis lækkar rúmið mitt og ég skynja nærveru hans nálægt - renna handlegg í kringum mig áður en ég sagði hreint út: "Vaknaðu."

„Ég er vakandi," tilkynni ég við sjálfan mig undir sænginni, og finn að höfuðið þrýstist inn í öxlina á mér.

"Hefurðu heyrt hvað?" spyr hann mjúkri röddu.

"Hver var þetta?"
Höfuðið á mér færist aðeins þegar hann dregur hlífina aftur af höfðinu á mér. "Jack. Hann heldur því fram að Karen hafi trúað honum fyrir allt í gærkvöldi og hefur nú áhyggjur af velferð hennar - svo hann þarf að tala við hana."

Hjarta mitt sekkur. — Játaði hún? spyr ég vantrúaður um leið og ég sest varlega upp á rúmið.

Hann kinkar kolli aðeins og heldur áfram: "Við förum ekki út í of mörg smáatriði en hann virðist skilja hvað er að gerast. Hins vegar minntist ég á föður þinn vegna þess að Karen vildi það."
"Sky, þegar ég vaknaði í dag var það í fréttum. Þeir dæmdu þetta sem sjálfsmorð á grundvelli þess að hann leitaði eftir aðstoð; engin rannsókn hefur verið hafin á dauða hans." Hann strýkur varlega um hönd mína með þumalfingri áður en hann heldur áfram. „Jack virðist örvæntingarfullur fyrir þig að snúa aftur - og ég held að hann gæti haft rétt fyrir sér - við verðum að fara saman aftur til að klára þetta." Hann hélt áfram: "Sky, Jack hljómar rétt ... við

þurfum að koma saman aftur til að takast á við allt sem fyrir hendi er ... við verðum ekki ein - Jack og Karen verða líka til staðar með okkur sem stuðningur. Ekkert annað valmöguleikinn er áfram. Því miður en enginn valkostur er til, sama hversu erfitt það er.

Hann er að reyna að sannfæra mig þegar ég er tilbúinn. Til að fá svör við öllum spurningum mínum sem eftir eru, kasta ég sænginni alveg af mér og fer fram úr rúminu, stend hægt upp áður en ég teygði mig aftur áður en ég fer inn á baðherbergið án þess að snúa mér við en finn stolt hans streyma inn þegar ég fer inn í það. ein. Hann virðist frekar stoltur af mér.

Holder gaf mér farsímann sinn þegar við vorum á leiðinni. „Breckin og Six hafa miklar áhyggjur af þér; Karen fékk númerin þeirra úr farsímanum þínum og hefur hringt í þau alla helgina til að reyna að finna þig.

Heimsótti annar hvor þeirra þig?"

Hann kinkar kolli. "Í morgun, áður en Jack hringdi, talaði ég við Breckin. Ég sagði honum að þú og móðir þín hafi lent í rifrildi og þú þyrftir smá pláss - hann samþykkti þessa skýringu án nokkurrar spurningar."

"Hvað með Six?"
Hann brosir mér örlítið áður en hann svarar spurningu minni með: "Þú gætir þurft að hafa samband við Six. Ég reyndi að friða hana með sögu minni um að þú og Karen væru ekki að berjast, en hún var ekki að kaupa það og sagði að við yrðum að segja henni sannleikann. áður en hún kemur aftur frá Texas og sparkar í afturendann á mér!"

Sex hljóta að vera áhyggjufullir, þar sem ég hef ekki sent henni sms í marga daga. Í stað þess að hringja í Breckin ákveð ég að skrifa Six tölvupóst í staðinn og sýna ástúð mína í gegnum þann miðil.

"Hvernig geturðu sent einhverjum tölvupóst?" spyr ég Holder. Hann brosir og grípur símann sinn úr hleðslubryggjunni áður en hann tekur smá stund til að ýta á nokkra hnappa á honum áður en hann afhendir hann aftur með leiðbeiningum: „Sláðu bara það sem þú þarft að segja þar, skilaðu honum aftur, og ég skal senda hann fyrir þú!'

Ég sendi henni tölvupóst þar sem ég útskýrði að ég hafi nýlega lært nokkrar vandræðalegar upplýsingar um sjálfan mig og þurfi tíma einn til að vinna úr öllu áður en ég hringi í hana með útskýringu - þó á þessu stigi sé ég óviss um að það gerist í raun; þar til öll svör hafa fundist gæti verið best að báðir aðilar viti ekki um aðstæður hvors annars.

Holden sendir mér tölvupóstinn, grípur síðan hönd mína og fléttar fingurna í gegnum mína. Augnaráð mitt reikar út um gluggann til himins þegar við horfum á hvort annað í þögn.

„Ertu svangur?,“ spyr bílstjórinn minn eftir að hafa keyrt í rúman klukkutíma þegjandi. Ég hristi höfuðið. Of kvíðin til að hugsa um að borða eitthvað áður en ég hitti Karen á morgun, ég get varla haldið uppi samræðum hvað þá að gera einhverjar áætlanir umfram það að stara út um gluggann og hugsa um hvar ég mun vakna á morgun.

"Fröken, það er kominn tími til að borða! Með tilhneigingu þína til að líða út, myndi matur líklega gera kraftaverk í því að halda þér vakandi og vakandi."

Vegna þess að ég veit að hann hættir ekki fyrr en ég borða, gef ég upp. „Fínt,“ muldra ég.

Eftir að mér tókst ekki að velja veitingastað fyrir hádegismat, stakk hann upp á að við stoppuðum á mexíkóskum veitingastað nálægt okkur. Að panta eitthvað af hádegismatseðlinum þeirra var mín leið til að friðþægja hann; oftar en ekki mun ég ekki einu sinni geta smakkað neitt sem ég pantaði sjálf!

"Viltu spila Dinner Quest?" Hann spyr um leið og hann dýfir tortillu flögum í salsa.

"Ég býst við. Með einu skilyrði samt. Vinsamlegast forðastu að tala um neitt sem tengist fyrstu árum, síðustu þremur dögum eða 24 klukkustundum lífs míns.
Hann brosir, virðist vera í friði. Kannski vill hann heldur ekki hugsa um neitt af því lengur.

„Konur fyrst,“ segir hann. Ég býð honum að setja niður flöguna sína áður en hann dekrar við sig mat af disknum mínum.

Hann hallar sér aftur á bak í stólnum með óbænanlega heillandi svip á andlitinu og byrjar að tyggja franskar sínar, tútandi. "Flýttu þessu, ég er að svelta!" hann grínast glettnislega.

"Af hverju elskarðu þá svona mikið?" spyr hún og gefur mér tækifæri. Um leið og röðin kemur að mér nýti ég það með því að drekka gos og taka bita úr flís sem ég stal bara úr hendinni á honum. "Af hverju líkar þeim svona vel við þig?" "Hvernig gátu þeir nokkurn tíma treyst þér aftur?" "Hver gaf þeim þessa flís í fyrsta sæti?" "Má ég spyrja hvers vegna þeir elska mig svona mikið?" Ég svara á minn venjulega hátt.
"Af hverju ertu að hlaupa?" spurði ég með smá forvitni í röddinni. Hann yppti öxlum af spurningu minni með afsökunarbeiðni, og dregur úr öllum áhyggjum án skýrra svars.
Þegar hann byrjaði að hlaupa þrettán ára byrjaði þetta sem flóttaleið frá Les og pirrandi vinum hennar; Stundum þurfti ég bara að fara út úr húsi vegna þrettán ára stúlkna sem öskraði og grenjaði í einu, þannig að ég þarfnast þögn. Hlaup gaf það tækifæri. Að vera að einhverju leyti greinandi hugsandi sjálfur hjálpar huganum mínum að skýrast.“

„Ég hef tekið eftir því,“ svara ég hlæjandi. "Hefurðu alltaf verið svona?" Hann kinkar kolli og hristir höfuðið áður en hann tók flísina mína úr hendinni á mér til að stinga upp í eigin munn áður en hann drekkur úr gosflöskunni sinni. Hann heldur áfram með því að spyrja "af hverju mættir þú ekki á brautarpróf?" "Getum við talað?" spyr hann þegar við förum í átt að því að borða hádegismat saman.

"Það er skrýtin spurning að setja fram núna; þessi atburður átti sér stað fyrir tveimur mánuðum síðan!" Ég svara hlæjandi.

Hann hristir höfuðið og veifar flís til mín til að gefa til kynna að ég sé ekki dómgreind þegar kemur að vali mínu í lífinu.

„Jæja," hlæ ég. "Skólinn var ekki eins og ég ímyndaði mér að hann yrði; hinar stelpurnar voru ekki eins og ég bjóst við - flestar töluðu bara við mig til að segja mér hversu slæm manneskja ég væri! Breckin var eina manneskjan í skólanum sem gerði jafnvel tilraunir ."

"Þetta er ekki rétt," svarar Holder, "þú ert að gleyma Shayla." Ég hlæ og spyr hvað hann eigi við með „Shayna".

„Hvað sem er," svarar hann í aflátslausum tón og hristir höfuðið. "Þú ræður." Um leið og hann var búinn að tala stakk hann annarri flís í munninn á sér og brosti til mín áður en hann gekk burt með annað bros á vör.

Hvers vegna skildu foreldrar þínir?

„Ég held að það hafi verið kominn tími til," svarar hann án tilfinninga eða undrunar.

— Var ekki kominn tími til? spyr ég hann vantrúaður, undrandi yfir óljósu svari hans. "Hefur hvert hjónaband núna gildistíma?" svarar hann óviss.

„Kannski," svaraði hann.

Nú er ég forvitinn að vita hugsunarferli hans. Nú þegar spurning mín hefur verið spurð, vil ég að hann velti því fyrir sér; þegar öllu er á botninn hvolft vill þessi gaur sem ég elska mína skoðun og myndi ekki vilja að ég yrði hissa á árunum eftir hvaða skoðun hann hafði á þessu máli.
"Hvers vegna heldurðu að hjónaband þeirra hafi haft takmarkaðan líftíma?" Ég set fram sem spurningu mína.

"Sérhvert hjónaband hefur gildistíma ef það er skráð af röngum ástæðum. Skilnaður verður ekki auðveldari; hjónaband gerir það." Ef þú gengur í hjónaband í von um að það muni bæta hlutina gæti tímamælirinn þinn byrjað að tikka um leið og þú segir „ég geri það"."

Hver var hvatning þeirra til að gifta sig?"

„Ég og Les,“ leggur hann áherslu á með áherslu. "Þau höfðu þekkst innan við mánuð þegar móðir mín varð ólétt. Pabbi minn hélt að giftast henni væri rétt ákvörðun þegar í raun og veru hefði kannski betri lausnin verið að gera það alls ekki."

Slys gerast, segi ég við sjálfan mig.

„Það er sannarlega ástæðan fyrir því að þeir hafa skilið.

"En trúirðu ekki að skilnaður sé óumflýjanlegur fyrir hvert hjónaband?" spurði ég hann af vantrú. Átta ár voru liðin; Kannski hefur Holder, tíu ára gamall, ekki tekið skilnað foreldra sinna svona létt þá.

"Sky, ef þú ert að velta því fyrir þér hvort ég eigi við skuldbindingarvandamál að stríða, þá er svarið nei. Þegar ég býð þér - sem ég mun einn daginn, vegna þess að þú losnar ekki við mig - þegar sá dagur rennur upp... eftir framhaldsskóla... þegar brúðkaup okkar á sér stað...hvenær sem það gæti verið...þegar þessi merki dagur loksins rennur upp... mun það ekki vera í þeim tilgangi að hjónaband okkar gangi upp heldur vegna þess að þegar þú verður mitt mun það gera það. Vertu alltaf að eilífu; eins og ég sagði þér áður... að eilífu mun það eina sem skiptir máli!"

"Vá," hrópaði ég undrandi, "þú gafst þér virkilega ekki mikinn tíma í að hugsa þessi orð!" "Þetta var fljótt!" "Fallega skrifað."

„Það er vegna þess að síðan ég sá þig í matvöruversluninni hef ég verið að hugsa um að vera með þér að eilífu.

Matur kom einmitt þegar þess var þörf og ég vissi ekki hvernig ég ætti að bregðast við. Ég tók upp gaffalinn minn til að fá mér bita en hann teygði sig yfir og tók hann af mér fyrirvaralaust.

„Ekkert svindl,“ tilkynnir hann. „Við erum ekki búnir enn og ég er með nána spurningu til þín. Hann tekur bita af matnum sínum og tyggur hægt á meðan ég bíð eftir að „mjög persónuleg“ fyrirspurn hans komi fram. Þegar hann gerir það klárum við.
Hann tekur annan bita og brosir til mín í von um að röðin komi fyrr svo hann geti borðað.

„Biðjið mig bara einn,“ bið ég reiðilega.

Hann hlær og þurrkar sér um munninn með servíettu áður en hann hallar sér fram til að ræða eitthvað frekar.

"Ertu á getnaðarvörn?" spyr hann lágri röddu.

Spurning hans fær mig til að hlæja; þar sem það snertir mig í rauninni ekki svo djúpt. "Nei," svaraði ég auðmjúklega, "því það var aldrei nein ástæða fyrir mig að halda áfram fyrr en þú birtist!"

„Jæja, ég vil að þú hafir það," segir hann eindregið. „Pantaðu tíma í vikunni."

"Af hverju geturðu ekki spurt kurteisari?" Ég mótmæli.

Hann bognaði augabrún þegar hann tók annan sopa af drykknum sínum áður en hann setti hann aftur á borðið fyrir framan sig og brosti breitt til mín með dældirnar sjáanlegar í gegnum brosið hans. „Leyfðu mér þá að endurorða orð mín," hvíslaði hann lágt í eyrað á mér. "Ég ætla að elska þig, Sky. Mikið. Við öll tækifæri sem við fáum, vegna þess að ég skemmti mér konunglega þessa helgi þrátt fyrir óheppilegar aðstæður hennar. Svo til þess að við getum haldið áfram að elska saman myndi ég þakka ef aðrar getnaðarvarnir gæti verið komið á þannig að við lendum ekki í hjúskaparsamningum af völdum meðgöngu sem renna út áður en tími okkar er liðinn? Helduðu að við getum haldið áfram að stunda nóg af kynlífi?"

Ég held augnaráðinu læst á Holder um leið og ég renna tómu glasinu mínu að þjónustustúlkunni sem starir nú opinmynnt á Holder. Um leið og hann svarar með svari sínu passa ég að vera óbilandi beint andliti þegar ég svari.

„Þetta er miklu betra," svaraði ég. "Og já, ég trúi því að ég geti komið því til skila." Hann kinkaði kolli einu sinni og setti glasið sitt við hliðina á mér áður en hann leit upp á þjónustustúlkuna sem loksins sleit sig úr svima og fyllti glösin okkar aftur upp aftur.

Eftir að hún er farin horfi ég aftur á Dean Holder og hristi höfuðið, áður en ég gef köldu augnaráði og segi honum „Þú ert vondur," á meðan ég hlæ upphátt.

Hann spyr sakleysislega "Hvað er ég að tala um?".

„Mér finnst að það ætti að vera ólöglegt fyrir karlmenn sem nota orð eins og „að elska" og „kynlíf" þegar konur eru utan maka sinnar að segja hluti eins og þessa opinberlega. Þú hefur ekki hugmynd um skaðann sem þú veldur konum." Hann yppti öxlum og vísaði orðum mínum á bug með þeirri afsökun að orð hans um misnotkun gætu komið aftur síðar í sambandi þeirra.

"Höfuð, án þess að reyna að springa sjálfið þitt, ætti það ekki að koma á óvart að þú ert að höfða til nánast allra kvenna á lífi. Íhugaðu það bara; af öllum strákum sem ég hef hitt um ævina, hvers vegna dreg ég aðeins að þú? Útskýrðu það."

"Þessi er auðveldur!" Hann hlær.

"Afhverju?"
Hann svarar með skýringu: Þú hafðir elskað mig jafnvel áður en þú hittir þig í matvöruversluninni um daginn; einfaldlega vegna þess að minning þín um mig hefur dofnað þýðir ekki að ást þín hafi gert það. Áður en hann tekur annan bita af matnum sínum hikar hann; „Það gæti bara hafa verið að þú vildir sleikja dílana mína í staðinn," viðurkennir hann áður en hann troðar gaffalnum upp í munninn með einu skoti í viðbót.

„Þetta voru klárlega dælurnar," segi ég brosandi, þegar hugurinn hvarflar frá mér í öll skiptin sem hann fékk mig til að brosa á hálftímanum okkar saman og hversu fljótt ég neytti flestra sem var á disknum mínum - bara nærvera hans getur virkað. undur á áhyggjufullri sál.
Þegar ég er kominn í göngufæri frá húsi Karenar bið ég kærastann minn að stoppa. Þó að tilhlökkunin hafi verið nógu kvöl á ferð okkar hingað, er það sannarlega skelfilegt að koma; Ég veit ekki hvernig ég á að bregðast við þegar ég fer inn í útidyrnar hennar og veit ekki til hvers er ætlast af mér þar.

Handhafi stoppar út í vegkant og leggur bílnum sínum. Þegar hann lítur yfir, tekur hann eftir því að bókin mín hefur hætt áfram og spyr: "Þú þarft kaflaskil?" „Nei," er svar mitt.

"Hvað óttast þú mest við að sjá hana?" spyr hann mig. Ég kinka kolli og dreg djúpt andann áður en ég svara honum beint:

"Ég er hrædd um að sama hvað hún segir mér í dag, þá muni ég ekki geta fyrirgefið henni. Þó að líf mitt hafi verið betra þökk sé því að hún stal mér frá föður mínum, að þekkja hana eins og ég gerir það ómögulegt að fyrirgefa henni; alveg eins og það hefði verið ómögulegt fyrir mig að fyrirgefa föður mínum...þá gerir þetta líka ómögulegt að fyrirgefa henni."

Hann strauk þumalfingrinum yfir höndina á mér. "Kannski munt þú ekki fyrirgefa henni fyrir það sem hún gerði, en hugga þig við að vita að hún hefur verið þér ótrúleg mamma, Sky. Hafðu þetta í huga þegar þú talar við hana í dag og mundu þetta."

"Það er sá þáttur sem ég get ekki sætt mig við," segi ég við hana, "að hún hafi verið dætrum mínum svo ótrúleg móðir, og ég elska hana svo innilega fyrir það. Núna, eftir daginn í dag, getur allt tekið enda."

Holder dregur mig nærri mér og gefur þétt faðmlag. „Ég er líka hræddur um þig elskan," segir hann mér hreinskilnislega og vill ekki láta eins og allt fari eins og til var ætlast þegar það getur ekki. Ótti við hið óþekkta veldur okkur báðum kvíða. Hvorugur hefur hugmynd um hvað er framundan hjá hvoru tveggja.
Þegar ég stíg inn um útidyrnar veit ég ekki hvaða leið líf mitt mun fylgja eða hvort við getum jafnvel ferðast saman á henni.

„Ég er tilbúinn," segi ég við hann og dreg mig í burtu og safna kjarki í það sem framundan er. Hann kinkar kolli, áður en hann dregur aftur út á veginn og hringir í hornið inn á heimreiðina mína þar sem bíllinn hans stoppar fyrir framan heimili mitt og veldur enn meiri kvíða. Holder opnar hurðina sína við bílstjórann þegar Jack gengur út áður en hann snýr sér í áttina að mér til að horfast í augu við mig einu sinni enn.

Holder stígur út og lokar hurðinni á eftir sér og segir mér að vera kyrr þegar hann talar fyrst við Jack. Jack er í nokkrar mínútur meðan Holder talar, og ég velti því fyrir mér hvort Karen hafi sagt honum allan sannleikann um það sem hafði gerst - ég efast um að hann myndi samt styðja hana að öðru leyti.

Holder gengur aftur inn í bílinn minn, að þessu sinni nálgast farþegahurðina mína þar sem ég sit. Hann opnar hana, krjúpar við hliðina á mér og strýkur hendinni yfir kinnina á mér á meðan hann strýkur andlitið varlega með fingurgómunum. "Ert þú tilbúinn?" spyr hann.

Ég finn hvernig hausinn á mér kinkar kolli óstjórnlega, en finnst samt máttleysi yfir hreyfingu þess. Ég horfi á þegar fætur mínar stíga út úr bílnum og höndin teygir mig að Holder, en hef samt ekki hugmynd um hvernig ég hreyfi mig þegar ég reyni meðvitað að sitja í honum. Þó að ég sé ekki enn tilbúinn að fara í fang Jacks, þegar við náum hans, er ég fljótt færð aftur inn í mig. Handleggir hans faðma mig strax og koma með tilfinningu um ró þar sem kunnuglegir handleggir hans vefja sig um mig, sem gerir andann minn aftur af fullum krafti.

„Þakka þér fyrir að koma aftur," segir hann, „hún þarf þetta tækifæri til að útskýra allt, svo lofaðu mér að þú munt gefa henni það tækifæri.

"Veistu hvað hún gerði, Jack? Hefur hún sagt þér frá því?" Ég dreg mig til baka og stari í augun á honum.

„Ég skil að þetta er erfitt fyrir þig, en vinsamlegast leyfðu henni að segja frá sinni hlið annars mun hún alltaf hafa samviskubit," segir hann og heldur handleggnum um axlirnar á mér þegar Holder tekur í höndina á mér og leiðir mig í átt að útidyrunum eins og ég voru ungbarn.

"Ég lít ekki á mig sem viðkvæman. Þegar hún talar við þig ein," þarf ég eina mínútu.

"Jafnvel þó að ég hafi viljað halda Holder með mér, þá er kominn tími fyrir mig að vera sterkur fyrir sjálfan mig. Þó að ég elska hvernig hann verndar mig, þá hefur þetta verið eitt erfiðasta verkefni sem ég hef þurft að vinna á eigin spýtur og ef ég hef gert það. tókst það einn, þá hefur þessi reynsla örugglega gefið mér hugrekki fyrir hvaða áskorun sem er í framtíðinni."

Engin andmæli komu fram frá hvorugum félaga minna, sem fékk mig til að meta þá enn meira. Holder kreisti höndina mína þétt um leið og hann hvatti mig áfram með traustum augum - "Ég kem strax", fullvissaði hann.
Ég dró því djúpt andann áður en ég opnaði útidyrnar til að hitta þau bæði heima hjá þeim.

Þegar ég er kominn inn í stofuna hættir Karen að ganga um gólfið og snýr sér að mér til að taka í návist minni. Þegar við náum augnsambandi missir hún stjórn á sér og hleypur í áttina að mér með útrétta handleggi - ekki beint léttarsvipurinn sem ég bjóst við þegar ég opnaði hurðina!

„Það er allt í lagi með þig," svaraði hún og vafði handleggjunum þétt um hálsinn á mér. Hún lagði hönd varlega fyrir aftan höfuðið á mér þegar hún grét stjórnlaust og dró mig að sér á meðan hún grét beisklega. Að sjá hana þjást braut hjarta mitt; Að vita að hún hefði verið að ljúga var ekki strax hægt að vinna gegn tilfinningum mínum til hennar; að sjá hana meiða aðeins frekar braut þá.

„Ég sór að ég myndi segja þér allt þegar þú yrðir 18 ára; það er sárt að þú hafir þurft að komast að öllu sjálfur þrátt fyrir allt mitt besta til að halda þér upplýstum.

"Mamma, ég veit ekki hvað þú ert að segja mér núna. Ef ég spyr spurninga og fæ svör, hvernig get ég vitað að þeim sé í raun sagt eða að þetta muni ekki breytast í aðra lygi eins og það sem hefur verið að gerast yfir þrettán ár?" Ég geng svo í burtu og sný mér í kringum hana. "Ég veit ekki hvernig ég á að bregðast við núna." Ég snýst í kringum mig og horfi í augu hennar áður en ég tala aftur: „Ég er með svo margar spurningar en er of hræddur til að tjá þær; að svara svörum þínum myndi aðeins styrkja grun minn um að eitthvað svipað muni ekki gerast aftur eins og það sem hefur þegar gerst 13 sinnum yfir 13 ár?"

Karen gengur fram í eldhús og tekur upp servíettu til að þurrka augun áður en hún andar djúpt að sér og andar rólega að sér. „Komdu og sestu hjá mér, elskan," biðlar hún um leið og hún stefnir í átt að mér í átt að sófanum - ég stend áfram á meðan ég horfi á þegar hún tekur sæti á brúninni á meðan hún horfir á mig með angist í augunum áður en hún bætir við: „Vinsamlegast." Orð hennar komu ekki á óvart eða sorg: hún vissi að ég myndi ekki treysta henni en skildi að þetta væri allt hluti af lækningaferli hennar: hún hélt áfram og bætti við: „Ég veit að þú treystir mér ekki en þú hefur fullan rétt á að treysta mér ekki. ".

Hins vegar, ef þú getur fundið það í hjarta þínu að viðurkenna óbilandi ást mína til þín og gefa mér þetta tækifæri til að útskýra, munt þú gefa mér annað tækifæri.

Augu hennar sýna ekkert nema sannleikann, svo ég geng að sófanum og sest á móti henni. Hún andar djúpt áður en hún andar rólega frá sér til að byrja að útskýra sjálfa sig.

"Til að útskýra hvað gerðist hjá þér...þarf ég fyrst að útskýra hvað kom fyrir mig." Hún hikar og reynir að brjótast ekki niður aftur. Þegar hún byrjar að tala sé ég í augum hennar að þetta samtal gæti verið óþolandi sárt fyrir hana og eðlislæg viðbrögð mín væru að knúsa hana og hugga... En því miður get ég einfaldlega ekki huggað hana á þessum tíma.

Sky, þú hefðir elskað mömmu Dögun svo mikið; hún sturtaði John bróður mínum og mér með allri sinni ást. Frá því að faðir minn lést þegar ég var níu ára, varð John meira eins og verndari minn en eiginlegt systkini; Því miður þegar móðir mín lést ári síðar gerði það hlutverk hans að opinberu hlutverki líka. Því miður þegar John varð þrettán ára varð hlutverk hans varanlegt: þegar móðir mín svipti sig lífi.

"John var aðeins 23 ára og nýhættur í háskóla á þeim tíma sem hann tók við mér; hin fjölskyldan mín hafði neitað, svo hann gerði það sem hann gat fyrir mig. Í fyrstu virtist allt vera í lagi - þó ég hafi saknað móður minnar meira en búist var við og John fann sjálfan sig í erfiðleikum með að höndla allt á disknum sínum; hlutirnir urðu sífellt erfiðari þegar streita hans frá vinnu fór að taka sinn toll; þetta olli því að við drukkum báðir óhóflega áður en ég varð fjórtán ára; drykkjan hans jókst á meðan ég gerði uppreisn með því að vera úti seinna en nauðsynlegt var kl. margsinnis.

"Eitt kvöld þegar ég kom heim var hann mjög reiður út í mig. Deilur okkar jukust fljótt út í líkamleg átök þar sem hann sló mig nokkrum sinnum fyrirvaralaust - eitthvað sem hann hafði aldrei gert áður og sem hræddi mig mjög. Ég hljóp inn í herbergið mitt áðan. heyrði seinna um að áfengisneysla hans væri uppspretta líkamlegra árása gegn mér; hegðun hans hafði þegar valdið mér ótta við hann; núna ásamt því að hann slasaði mig líkamlega... varð það óþolandi!"

Karen færist í sætið og teygir sig niður í glas af vatni, lyftir því varlega með fingrunum um leið og hún færir það að munni sínum. Ég horfi á þegar ég verð vitni að þessum samskiptum og sé höndina mína á hreyfingu þegar Karen nær vatnsglasinu að. Ég sé hönd hennar þegar hún færir bollann nærri sér, fingurna vefjast þétt um stilkinn þegar hún dregur hann nær vörum sínum áður en hún sýpur sjálf af honum.
„Hann reyndi að biðjast afsökunar en þrjóskan reit hann enn frekar; svo hann ýtti mér aftur upp í rúmið og byrjaði að öskra á mig um hvernig ég hefði eyðilagt líf hans; sagði mér að ég skuldaði honum fyrir mikla vinnu hans við að sjá um mig..." (skjálfti)

Karen ræsir hálsinn og berst gegn tárunum þegar hún opnar sig um sársaukafulla sannleikann úr fortíð sinni. Þegar við horfðumst í augu hvort annars gat ég skynjað að þetta eru orð á tungubroddi hennar sem eru næstum of erfið fyrir hana að sleppa.

„Sky..." hvíslar hún sorgmædd. „Bróðir minn beitti mig kynferðislegu ofbeldi um nóttina - og á hverju kvöldi eftir það í tvö heil ár.

"Hendurnar mínar koma upp að munninum á mér þegar ég anda. Blóð streymir um æðar mínar sem og frá öðrum svæðum líkamans, sem gerir mig algjörlega orðlausa þegar hún talar; augnaráðið á henni virðist jafnvel tómara en hvernig mér líður núna ; frekar en að bíða, þá ákveð ég að spyrja beint."

"Mamma ... kannast þú við John sem föður minn?"

"Já elskan. Hann var það. Fyrirgefðu." Hún kinkar fljótt kolli á meðan tár falla af augum hennar.

Allur líkami minn skalf af grátum sem springa út og Karen vefur sig strax um mig um leið og fyrstu tárin fóru að renna niður kinnar mínar. "Mér þykir leitt að hann hafi gert þér þetta!" Ég bið.
Karen situr við hlið mér í sófanum þegar við grátum báðar yfir því sem hefur verið gert okkur af einhverjum sem okkur þótti mjög vænt um.

"Það er meira," heldur hún áfram, "og ég vil að þú heyrir allt."

"Þegar ég varð sextán ára sagði ég einum vini mínum hvað John var að gera við mig; hún tilkynnti það og tilkynnti honum. Þá var John þegar farinn úr bænum."

Á þeim tímapunkti hafði hann þegar starfað í lögreglunni í þrjú ár og var fljótt að skapa sér nafn. Þegar hann stóð frammi fyrir skýrslunni minni sakaði hann mig ranglega um að hafa fundið hana upp vegna þess að hann vildi ekki leyfa mér að hitta maka minn. Þó að loksins hafi verið hreinsað og vísað frá öllum frekari lögsóknum breytti þessi reynsla mér. Aldrei aftur myndi ég lifa fyrra lífi mínu.
Eftir reynslu mína af honum flutti ég til nokkurra vina þangað til ég útskrifaðist úr menntaskóla tveimur árum síðar - talaði aldrei við hann aftur.

Sex ár voru liðin frá síðustu kynnum mínum, þegar ég var tuttugu og eins og fór í háskóla. Þegar ég verslaði í matvöruverslun nálægt mér heyrði ég rödd hans koma niður aðliggjandi gang; frosinn samstundis þegar rödd hans fyllti loftið; ófær um að anda þegar ég hlustaði á samtalið hans - eitt varðandi skelfilega rödd getur aldrei yfirgefið þig, sama hvaðan hún kemur."

"Þessi dagur var hins vegar öðruvísi; það var rödd þín. Þegar ég heyrði samtal hans við barn vakti minningar um þessar nætur sem hann særði mig; ég vissi hvers hann var megnugur og horfði á hvernig þau áttu samskipti - á einum tímapunkti hreyfði hann jafnvel nokkrum fetum frá þeim stað sem þeir höfðu staðið og ég fann augnaráð þitt; hún horfði beint aftur á mig með vonleysi og ótta í augum þegar hún horfði aftur á mig."

„Á nokkrum dögum reyndi ég að læra allt sem ég gat um þig og samband þitt við hann. Eftir að hafa heyrt hvað hafði komið fyrir móður þína og komst að því að hann væri að ala þig einn, hafði ég loksins nóg hugrekki til að hringja í nafnlausa skýrslu. í von um að hann fengi sína tilhlýðilega refsingu." Eftir að hafa tekið viðtal við þig vísaði Barnavernd mál þitt fljótt frá án spurninga eða grípa til frekari rannsókna. Ég veit ekki hvort staða hans innan löggæslunnar hafi haft eitthvað með skjóta lausn þess að gera, en mig grunar að svo hafi verið. Sama hvað gerðist, það var tvisvar sem hann slapp með þetta og ég þoldi ekki lengur tilhugsunina um að þú værir hjá honum vitandi hvað var að gerast hjá þér. Það gæti hafa verið aðrar leiðir sem ég hefði getað höndlað það en að vera ungur og hræddur gerði þessa ákvörðun að auðveldasta valinu vegna þess að lagalegir valkostir höfðu þegar brugðist okkur báðum.

"Eftir ákvörðun mína kom það fljótt í ljós: enginn annar myndi hjálpa þér að yfirgefa hann. Þennan örlagaríka dag þegar ég kom heim til þín mun ég aldrei gleyma því að sjá litlu stúlkuna gráta í fangið á sér meðan hún sat ein á gras; þegar ég kallaði nafnið þitt komst þú strax til mín og klifraðir upp í bílinn minn - við keyrðum í burtu saman án þess að líta til baka.
"Sky, það eina sem ég vildi var að vernda þig fyrir honum. Ég gerði allt sem í mínu valdi stóð til að koma í veg fyrir að hann kæmist að þér og koma í veg fyrir að þú fyndir hann sjálfur. Eftir það sem gerðist með okkur báða gerði ég allt sem ég gat fyrir okkur bæði til að haltu áfram frá því sem gerðist til að þú gætir lifað venjulegu lífi aftur. Á meðan ég vissi að það kæmi dagur þar sem ég þyrfti að horfast í augu við það sem ég einni hafði gert...ekkert af þessu skipti máli; allt sem skipti máli var vertu öruggur þar til þú ert nógu gamall og láttu hann ekki finna þig aftur.

"Daginn áður en ég fór með þig fór ég einn heim til þín í leit að huggulegum hlutum til að hafa með okkur. Í fyrstu langaði mig í eitthvað eins og uppáhalds teppið þitt eða bangsa; þegar ég var kominn inn í svefnherbergið þitt kom það hins vegar fljótt í ljós að ekkert í því húsi gæti hugsanlega veitt þér huggun; allt sem tengist honum minnti þig á allt sem hann hafði gert - svo í staðinn tók ég ekki neitt því það myndi minna þig á hvað hafði gerst."

Hún stóð upp, fór hljóðlega út úr herberginu og kom svo fljótt aftur augnabliki síðar með lítinn trékassa handa mér. "Ég gæti ekki farið án þess að gefa þér þetta. Þegar tími kom til að opinbera allt um móður þína vissi ég að þú myndir líka vilja allar þessar upplýsingar. Þó að það væri ekki mikið fyrir þig, þá hefur það litla sem ég fann allt verið vistað í bili.

Tár renna niður kinnar mínar þegar ég strýk trékassann sem inniheldur minningar um einhvern sem ég hélt aldrei að ég myndi sjá aftur. Ég get ekki opnað það sjálfur; aðeins Guð getur.

"Karen er nýbúin að setja hárið mitt á bak við eyrað á mér og ég lít aftur upp á hana með eftirsjá yfir því sem ég gerði; hins vegar, ef það þýddi öryggi þitt myndi ég ekki hika við að gera þetta aftur ef nauðsyn krefur. Ennfremur, ég veit þú hlýtur að angra mig fyrir að vera að ljúga þér til að vernda þig." Sky, ég skil tilfinningar þínar í kringum það sem hefur gerst á milli okkar. Vinsamlegast hafðu ekki samviskubit yfir því hvernig þú skynjar gjörðir mínar; Ég hef skipulagt þetta samtal og þessa stund í þrettán ár; Þess vegna er ég tilbúinn fyrir allt sem á vegi okkar kann að verða varðandi ákvarðanir sem teknar eru og aðgerðir sem þú og ég gripið til. Vinsamlegast gríptu hvað sem er best fyrir þig, hvort sem það þýðir að hringja í lögregluna strax eða bíða þangað til átján ára afmælinu þínu svo ég geti sagt þeim allt sem ég sagði þeim. Ég er meira en til í að segja yfirvöldum allt sem hér hefur verið deilt með mér; vinsamlegast segðu mér bara hvenær þessi dagur kemur svo við getum gert áætlanir saman þá.
Svo lengi sem ég get haldið áfram að búa hér þangað til þá mun ég gera það. Þegar þú hefur lagalega heimild til að sjá um sjálfan þig sjálfstætt mun ég ekki efast um beiðni þína; hvaða val sem þú velur, ekki hafa áhyggjur af mér: bara að vita að þú ert öruggur núna er allt sem ég hef nokkurn tíma beðið um og hvað sem framtíðin ber í skauti sér mun örugglega bæta upp hverja sekúndu sem ég eyddi með þér í 13 ár."

Ég lít á kassann og held áfram að gráta, ekki viss um hvað næsta skref mitt ætti að vera. Ég veit ekki hvað er rétt eða rangt hér eða hvort rétt er rangt í þessari atburðarás; það eina sem ég veit er að ég get ekki svarað því sem hún sagði mér þar sem réttlætið hefur nýlega verið gert að engu fyrir framan mig.

„Ég veit það ekki," hvísla ég. „Ég veit ekki hvað ég vil fyrir sjálfan mig, en það sem ég veit fyrir víst er að ég þarf hlé á milli kafla.

„Ég þarf pláss," hvísla ég um leið og ég geng í átt að hurðinni, og get ekki hitt augun á henni þegar ég opnar þær. Einu sinni fyrir utan, um leið og útidyrnar lokast á eftir mér, umlykur Holder mig með handlegginn um hálsinn á mér; hinn handleggurinn minn umvefur axlir hans; grátandi í skyrtunni hans þegar ég reyni að skilja allt sem ég hef nýlega lært um móður mína og föður og sjálfan mig. „Himinn," legg ég mjúklega til; "Ég þarf að horfa upp á það."

Jack spyr ekki neinna spurninga; hann veit alveg hvað ég á við, svo hann grípur í höndina á mér og leiðir mig í átt að bílnum mínum. Á meðan Jack er inni í húsinu keyrum við Holder af stað í bílnum okkar saman.

22. KAFLI

Holder spyr mig aldrei hvað Karen sagði mér á meðan ég var inni í húsi hennar; hann veit að ég mun deila þessum upplýsingum þegar það er mögulegt, sem gæti ekki verið fyrr en seinna ef ég átta mig á aðgerðaáætluninni.

Handhafi dregur við þegar við komum á flugvöllinn en leggur langt í burtu en venjulega. Mér brá að sjá ólæst hlið sem hann lyfti og opnaði með öðrum handleggnum á bak við það áður en hann benti mér á að fara í gegnum það.

"Af hverju klifrum við alltaf yfir girðinguna?" spyr ég hissa.

"Af hverju varstu alltaf í kjólum þegar við komum hingað? Hvar er gaman að fara í gegnum hlið?" Hann hlær sorgmæddur.

"Ég vil að þú komir með mér," bað ég, þegar ég fór í gegnum hliðið, lokaði hann á eftir mér og stóð svo kyrr hinum megin. Ég staldraði við og rétti út höndina í áttina til hans: "Ég vil að þú komir með mér."

"Ertu viss? Ég hugsaði með mér að í kvöld væri góður tími fyrir þig til að hugsa einn.

"Ég nýt þess að vera við hliðina á þér hérna úti - það myndi ekki líða alveg eins ef ég væri einn."

Hann opnaði hliðið og tók í höndina á mér. Við lögðum leið okkar niður á flugbrautina og komum okkur fyrir á okkar venjulegu stöðum undir stjörnunum, á meðan ég setti trékassann við hliðina á mér, enn óviss um hvort ég hefði hugrekki til að opna hann eða eitthvað annað á þessari stundu. Í næstum hálftíma lá ég og hugsaði um líf mitt...líf Karenar...Líf Leslie...og þessi ákvörðun sem ég þarf að taka hlýtur að innihalda okkur öll þrjú jafnt.

„Karen er frænka mín," segi ég upphátt. "Hún er líffræðileg frænka mín." Hvort þessari yfirlýsingu var ætlað að ávarpa handhafa eða ekki er óljóst; það eina sem ég veit er að ég þurfti að segja það upphátt fyrir sjálfan mig.
Holder vefur bleiku sinni utan um minn og horfir forvitinn í augun á mér. "Systir pabba þíns?" spyr hann mig hikandi áður en hann skilur að þetta þýði eitthvað í fortíð Karenar. Ég kinka kolli og hann lokar augunum þegar hann skilur hvers vegna Karen tók mig inn; að segja það virtist eðlilegt á þessum tímapunkti í samtali okkar - "Þess vegna tók hún þig," upplýsir hann mig vitandi; eins og það sé algjört sens. Hún vissi hvað hann var að gera með þér.

"Hún vill að ég ákveði, Holder. Því miður er ég óviss um hvaða kostur mun leiða til árangurs." Ég staðfesti yfirlýsingu hans með kinka kolli.

„Það er vegna þess að enginn þeirra er rétti kosturinn," segir hann og fléttar saman fingrunum. "Þess vegna getur stundum verið erfitt að velja á milli margra rangra valkosta; stundum er allt sem þú getur gert er að velja hvaða ranga val finnst minnst rangt."

Að hefna sín gegn Karen fyrir eitthvað sem hún gerði eingöngu af óeigingirni eru langverstu mistök mín. Jafnvel þótt ég viti að þetta sé satt í hjarta mínu, þá er mér samt sárt að gjörningur hennar skuli ekki hafa nein eftirköst; þó að hún vissi það ekki í fyrstu, leiddi hún að taka mig í burtu beint til þess sem gerðist með Lesslie; það er erfitt að neita því hvernig Karen tók mig beint leiddi til þess að Lesslie fannst Holder yfirgefin; það er erfitt að horfa framhjá því hvernig hún tók mig í burtu óbeint leiddi hann inn á þessa braut yfirgefningar af Holder sjálfum; það virðist erfitt að láta Karen borga fyrir það sem gerðist með Lesslie - gera mig ábyrga fyrir því að Lesslie var svikinn af Holder sjálfum!

„Ég þarf að segja þér eitthvað," segi ég við hann, en þögn hans hughreystir mig þar sem ég sest upp á steypuna og horfist beint í augu við hann. Ég segi honum að trufla ekki; leyfðu mér bara að taka þetta af mér."

Hann kinkar kolli til samþykkis og ég held áfram. "Karen gerði það sem hún gerði vegna þess að hún vildi vernda mig; ákvörðun hennar kom frá ást ... ekki hatri. Hins vegar hef ég áhyggjur af því að það að halda þessu öllu inni muni hafa neikvæðar afleiðingar fyrir okkur öll sem taka þátt ef ekkert er sagt opinberlega um það .. Vegna þess að ég skil að það sem gerðist á milli Les og föður míns var aðeins gert mögulegt vegna þess að ég var ekki þarna í stað hans; það er engin leið að Karen hefði getað spáð fyrir um hvað faðir minn myndi gera og hún gerði sitt besta með því að tilkynna hann áður en hlutirnir urðu örvæntingarfullir fyrir hana, en hvað verður um okkur núna? Ég er hrædd um að þegar við reynum að fara aftur í hvernig hlutirnir voru áður, þegar við reynum að tengjast aftur? Þú og ég, ég er hrædd um að þú munt annaðhvort misbjóða Karen að eilífu...eða á endanum byrja að gremja val mitt í kvöld fyrir hvaða ákvarðanir sem ég kann að taka í kvöld. Ekki taka þessu rangt núna: hvaða tilfinningar sem koma til þín eru gildar; ef það þýðir að hata Karen fyrir það sem kom fyrir Les þá skil ég viðbrögð þín en þarf bara að veit..."
"Handhafi," spurði ég í mínum mælskulegasta tón, "verður allt í lagi með þig?" Stundum geta grundvallarspurningarnar verið þær erfiðustu að spyrja. Ég kreisti höndina á honum og horfði í augun á honum: "Handhafi... líður þér vel?"

Hann horfir í augu mín með ólæsilegum svip og vefur fingrum sínum í gegnum mína áður en hann snýr aftur augnaráði sínu til himins fyrir ofan okkur.

„Síðasta árið," segir hann hljóðlega, „allt sem mig hefur langað til að gera var að hata og gremja Les fyrir það sem hún gerði. Mér líkaði illa við hana vegna þess að við lifðum næstum því sama lífi: foreldrar sem gengu í gegnum skilnaðarmál og bestu vinir voru teknir úr lífi okkar skyndilega. Sky, við deildum nákvæmlega sama sársauka yfir því sem hafði gerst. Við fluttum í sama bæjarhús með mömmu og skóla. Allt sem gerðist í lífi hennar var samsíða mínu, en hún tók því alltaf erfiðara. Stundum á kvöldin Ég heyrði hana gráta; þó að ég hafi farið til að leggjast með henni og halda í hana þegar það var hægt, stundum vildi ég bara öskra á hana fyrir að vera veikari en ég.

„Þetta kvöld...þegar ég lærði hvað hún gerði... hataði ég hana fyrir að gefast upp svo auðveldlega og halda að líf hennar væri erfiðara en mitt þegar þau voru nákvæmlega eins.

"Nú skil ég sannleikann - líf hennar var ótrúlega erfiðara en mitt. Og sú staðreynd að hún brosti enn og hló á hverjum einasta degi án þess að ég hefði hugmynd um hvers konar þjáningu hún hafði gengið í gegnum ... ég geri mér núna grein fyrir hversu hugrökk hún var í raun og veru...það var ekki henni að kenna að hún vissi ekki hvernig hún átti að takast á við allt sem hún stóð frammi fyrir. Ég vildi óska að hún hefði leitað sér aðstoðar eða sagt frá, en allir vinna áföll á mismunandi hátt; kannski tókst þér að hunsa það sem hafði gerðist með því að loka á það sem leið til að takast á við. Hún reyndi, en að vera miklu eldri þegar þetta gerðist gerði það ómögulegt. Í stað þess að losa sig við það algjörlega og halda áfram með lífið eins og venjulega, tæmdi það alla hluti af veru hennar þar til það tók loksins tollurinn og neyddi hana út.

Val Karenar hafði engin bein áhrif á það sem faðir þinn gerði við Les. Jafnvel ef Karen hefði ekki tekið þig frá honum, eru líkurnar á því að hann hefði samt gert þessa hluti hvort sem þú værir viðstaddur eða ekki; það var hluti af því hver hann var og eðli hans að haga sér svona; Ég get ekki kennt Karen um; aðeins mín eigin hegðun getur gert það." "Karen ætti ekki að kenna sjálfri sér um gjörðir föður þíns gagnvart Les; fremur var það hegðun hans sem olli gjörðum hans; ekki Karen." "Þannig að þegar ég spyr mig hvort ég ásaka einhvern, þá fer svar mitt eftir því frá hverjum það kemur - hún mun ekki stoppa við neitt nema einhver taki þátt í að kenna einhverjum um. Svo engin sök fylgir hér ef spurt er frá hverjum það kemur; Svar mitt mun ráðast af svari mínu við báðum fullyrðingum þínum."
Karen: Svar mitt við spurningu þinni er nei. Hins vegar, það eina sem ég vildi að hún hefði gert öðruvísi hefði verið að taka Les með í reikninginn líka.

"Gerðu allt sem lætur hjarta þitt gróa hraðar. Þetta er ósk mín og Les," hvíslar hann í eyrað á mér, þegar við faðmast. Ég teygi takið um hann áður en ég legg höfuðið að öxl hans til að þakka honum og þakka:

Hann hélt mér hljóðum meðan ég íhugaði það sem er orðið næstum óveruleg ákvörðun. Eftir að nokkur tími var liðinn dró ég mig frá honum og setti kassann í kjöltu mína, renndi fingrum mínum yfir yfirborðið áður en ég snerti læsinguna og lyfti lokinu hægt með einum fingri áður en ég opnaði augun til að horfa á mynd af móður minni sköpun sem ég deili öllum þáttum í. Hún hefur gefið kinnbeinum mínum sveigjur sínar; varirnar mínar, augun - allt. Allt við hana er líka til innra með mér.

Ég legg eina mynd frá mér og tek upp aðra sem vekur enn dýpri tilfinningar: eina sem sýnir okkur bæði sitja saman með handleggina um hálsinn á henni; hún kyssti kinn mína af ástúð á meðan ég brosi breitt inn í myndavélarlinsuna. Tárin streyma niður kinnar mínar þegar ég þurrka þær af mér áður en ég gef báðar myndirnar til Holder svo hann skilji af hverju ég þurfti að fara aftur heim svona brýn.

"Einn hlutur í kassann..." Ég grip hann og þræði hálsmenið í gegnum fingurna - þetta er silfurlás í stjörnuformi sem ég smelli upp til að sjá mynd af sjálfum mér sem ungabarn; inni, áletrað inni, er skrifað "My Ray of Hope."

Holder losar hálsmenið og færir það aftan á hálsinn á mér, tekur svo báðar spennurnar með lausu hendinni á meðan ég dreg hárið aftur upp í hestahala. Hann festir það um leið og ég sleppi hárinu og kyssir síðan höfuðið á mér til að klára hlutina.

"Hún er falleg - alveg eins og dóttir hennar." Hann rétti myndirnar mínar til baka og kyssti mig blíðlega áður en hann horfði niður á skápinn minn, opnaði hann, horfði á hann í nokkur augnablik á meðan hann brosti breitt áður en hann lokaði honum og spurði: "Ertu tilbúin?" "Já!" hann svaraði áður en hann sneri aftur augnaráði sínu aftur í mitt:

„Já," svaraði ég af öryggi og kinkaði kolli ákveðið, áður en ég setti myndirnar aftur í kassann þeirra og lokaði lokinu aftur.
Við Holder gengum inn með mér í þetta skiptið. Karen og Jack sátu í sófanum ásamt Jack hélt í hönd Karenar á meðan hann hélt í handlegg Jacks til stuðnings. Karen leit upp þegar ég kom inn, horfði á mig með áhyggjum þegar Jack stóð upp til að veita okkur næði enn og aftur. Ég sagði Jack að hafa engar áhyggjur, sagði honum að þetta myndi líða yfir og koma samt inn: "Ekki fara!" Ég fullvissaði hann: "Ekki hafa áhyggjur, þetta mun ekki taka langan tíma."

Orð mín trufla hann, en hann svarar engu. Í staðinn gengur hann nokkra metra í burtu svo ég geti setið við hliðina á Karen í sófanum. Þegar ég set kassann fyrir framan hana á borðið og sest við hliðina á henni í sófanum sný ég mér að Karen vitandi að hún hefur ekki hugmynd um hvað bíður hennar og brosi hughreystandi til mín til að láta mig vita að hún samþykkir ákvörðun mína óháð niðurstöður hennar - eitthvað sem orð mín gátu ekki komið á framfæri nægilega vel.

Ég tek hendur hennar í mínar og stari beint í augu hennar, vil að hún finni og trúi því sem ég hef að segja; eina markmið mitt er sannleikur okkar á milli.

„Mamma," byrja ég og horfi á hana af eins miklu trausti og hægt er. "Þú tókst mikla áhættu í að bjarga lífi mínu þegar þú tókst mig frá föður mínum, vitandi að hugsanlegar afleiðingar gætu fylgt af því - samt gerðir það viljandi og fúslega. Þakka þér fyrir að hætta öllu til að tryggja að mitt gæti lifað lengur!" Að lokum, allt sem hægt er að biðja um er þakklæti; ekki dómur yfir því sem þeir gerðu - að þakka þér er viðeigandi á þessum augnablikum; það er allt sem ég vil frá hverjum sem er á þessum tímapunkti; svo, takk kærlega fyrir að bjarga mínum!"

Hún brast í grát sem náði yfir mína eigin. Við knúsum hvort annað þétt þegar við grátum saman - móðir til dóttur, frænku til frænku, fórnarlamb til fórnarlambs og eftirlifandi til eftirlifandi.
Karen hafði ímyndað sér að þegar ég yrði 18 ára myndi hún játa það sem hún gerði og gefa sig fram vegna afleiðinga; Mér fannst þetta erfitt að bera; Að vita að hún elskaði mig nógu mikið til að gefast upp á öllu fyrir mína sakir gerði það að verkum að ég átti erfitt með að sætta mig við að það eru tvær manneskjur þarna úti sem hugsa svo innilega um mig - það fær mig næstum illt í magann!

Karen vill greinilega halda áfram með Jack, en var hrædd um að fortíð hennar og val myndi brjóta hjarta hans þegar það hefði komið í ljós. Það sem hún sá hins vegar ekki fyrir var hversu skilyrðislaust Jack elskaði hana...alveg eins og hún elskaði mig. Að heyra Karen ræða fortíð sína styrkti aðeins ást þeirra enn frekar - mig grunar að hlutir hans verði alveg fluttir inn um næstu helgi!

Karen svarar þolinmóður öllum spurningum mínum allt kvöldið. Aðalatriðið mitt var hvernig ég gæti fengið lögfræðileg skjöl fyrir sjálfan mig. Karen hló að ruglinu mínu og útskýrði að með nægum peningum og tengingum hefði ég verið „ættleidd" erlendis frá áður en ég varð bandarískur ríkisborgari klukkan sjö. Þó neitar hún að útskýra frekar vegna ótta.

Augljós spurning sem ég vildi fá svar við var "Getum við keypt sjónvarp núna." Mér til mikillar ánægju er henni ekki nærri eins illa við tækni og hún hafði látið á sér kræla í gegnum tíðina - svo kannski á morgun heimsækjum við raftækjaverslun saman?

Holder og ég útskýrðum fyrir Karen hvernig hann hefði komist að því hver ég væri, upphaflega gat hún ekki skilið hvernig við hefðum stofnað svo sterk tengsl á svo unga aldri; samt man hann eftir mér! En eftir að hafa horft á okkur samskipti í nokkurn tíma lengur virðist hún sannfærð um að tengsl okkar séu raunveruleg núna - þó hún sýni áhyggjuefni þegar Holder hallar sér nærri til að kyssa eða setur hönd sína á fótinn á mér... þegar allt kemur til alls er hún mamma mín!

Eftir að nokkrir klukkutímar eru liðnir og við höfum öll náð okkar fullkomna friðarástandi eftir svo þreytandi helgi, köllum við það nótt. Holder og Jack kveðja okkur á meðan Holder lofar Karen að hann muni ekki senda mér önnur siðblindandi textaskilaboð aftur (á meðan hann gefur auga á öxl Karenar þegar hann segir það).

Karen knúsar mig meira á einum degi en nokkur nokkurn tíma áður, sendir mig svo heim með síðasta faðmlagi fyrir svefn. Eftir síðasta faðmlag hennar um nóttina fer ég inn í svefnherbergið mitt og skríð upp í rúmið undir sæng þess með báðar hendur læstar fyrir aftan bak og stari upp í stjörnubjarta loftið mitt. Ég íhugaði að rífa þá niður, og hélt að þeir myndu aðeins vekja upp neikvæðar minningar. Þess í stað ákvað ég að skilja þau eftir ósnortinn því núna þegar ég horfi á þau minna þau mig á Hope sem og mig og allt sem ég hef þurft að sigrast á í lífinu til að ná þessum áfanga í ferðalaginu mínu. Og á meðan ég gæti setið hér og vorkennt sjálfum mér, grátandi hvers vegna allt þetta gerðist...það mun ég ekki gera; í staðinn mun ég ekki óska mér hugsjónalífs. Líta má á áskoranir lífsins sem koma þér niður sem prófraunir, sem neyða þig til að velja hvort þú vilt gefa eftir og vera áfram á gólfinu eða dusta rykið af þér og rísa sterkari en áður var slegið niður. Ég vel síðari kostinn. Þó að ég verði sleginn niður aftur áður en lífi mínu lýkur, þá er eitt víst: Ég verð ekki þar í þetta skiptið!

Það er létt bankað á svefnherbergisgluggann minn rétt áður en hann opnast og ég brosi þegar ég fer í átt að hlið rúmsins til að bíða eftir honum.

"Af hverju hefur ekki verið tekið á móti mér við gluggann í kvöld?" spyr hann mjúklega um leið og hann lækkar það fyrir aftan sig og stefnir í átt að rúminu mínu á hliðinni til að lyfta sængunum áður en hann sest við hliðina á mér.

„Þú ert að frjósa," hrópa ég um leið og ég hjúfraði mig nær í fangið á honum. "Gakktu hingað?" Hann yppir öxlum og kreistir mig, kyssir ennið á mér áður en hann svarar á sinn einstaka hátt: "Nei, ég hljóp hingað." Með annarri hendinni teygði hann sig niður í átt að rassinum á mér "Það er liðin rúm vika síðan annaðhvort okkar hefur æft og bakið á þér er orðið töluvert stærra! Við þurfum bæði að hreyfa okkur!"

„Reyndu að muna að móðganir eru bara fyndnar þegar þær eru skrifaðar niður.

Talandi um... þýðir þetta að ég fái símann minn aftur?"

„Ég þarf í rauninni ekki þennan síma aftur; ég er að vona að kærastinn minn gefi mér iPhone fyrir jólin.
Hann hlær og veltir sér að mér, varir hans rekast á mínar fyrir innilegt koss augnablik.

Bara hitamunurinn á munninum okkar var nóg til að fá hann til að grínast af óþægindum.

"Veistu hvað?" Hann rífur sig aftur upp á olnbogana og horfði niður á mig með yndislegu brosi.

"Hvað?"
Þau upplifðu aldrei neitt kynferðislegt í rúminu saman.

„Og það mun haldast svo lengi sem mamma er niðri í ganginum.“ Hann hlær og grípur um mittið á mér áður en hann dregur mig ofan á sig; höfuð mitt hvílir mjúklega að brjósti hans á meðan handleggir hans umvefja mig þétt.

"Himinn?" "Handhafi?" ég herma eftir. Hann hættir að strjúka handlegginn á mér, stillir hendina á miðbak mitt og segir næstu setningu sína: „Ég vil að þú vitir eitthvað, og þetta kemur ekki sem kærastinn þinn eða jafnvel sem vinur þinn, frekar finnst mér að það þurfi að segjast af einhverjum." Ég var hrifinn og innblásinn. „Ég er svo stoltur af þér!“ segir hann að lokum með játandi kinkar kolli:

Ég lokaði augunum þétt, gleypti orð hans sem fara beint í hjarta mitt. Varir hans færast á hárið á mér og kyssa mig annað hvort í fyrsta, tuttugasta eða jafnvel milljónasta skiptið - hver er að telja?

"Þakka þér fyrir." Þegar ég faðma hann fastar og anda frá mér, brosið mitt snýr aftur og höfuðið lyftist til að hvíla hökuna á brjósti hans á meðan ég horfi beint á hann á meðan hann brosir aftur til mín, orð mín enduróma: „Og ekki bara það sem þú sagðir bara heldur fyrir allt. . Þakka þér fyrir, Holder." Þakka þér fyrir að gefa mér hugrekki til að halda áfram að spyrja spurninga minna, jafnvel þó að svörin meiki mér ekki. Þakka þér fyrir að elska mig alltaf eins og ég veit að ég ætti að gera og sýna mér að það er í lagi að vera ekki alltaf sterk að sýna ást okkar; stundum er máttleysi betra. Þakka þér fyrir. Þakka þér fyrir að hafa loksins fundið mig eftir öll þessi ár." Þegar fingurnir mínir fara hægt yfir brjóst hans og ná handleggnum, hlaupa þeir yfir hvern staf í húðflúrinu hans áður en ég halla mér fram og þrýsti vörum mínum að hans. En síðast en ekki síst... takk fyrir að fara... því án þess að þú gengist í burtu frá lífi mínu hefði þetta ekki verið eins."

Líkami minn sveiflast fram og til baka gegn gríðarlegu andardrætti hans. Hann grúfir andlit mitt í höndum sér þegar hann reynir að brosa; því miður nær brosið aldrei alveg til augna hans af sársauka. "Af öllum þeim skiptum sem ég ímyndaði mér að hitta þig aftur... aldrei einu sinni dreymdi mig um að þessi dagur myndi enda með því að þú þakkar mér fyrir að hafa misst þig."

"Enda?" Ég spyr af vantrú og mislíka orðaval hans. Lyfti handleggnum mínum upp til að kyssa hann stuttlega á báðar varirnar áður en ég dreg hratt til baka til að segja: „Ég vona að þetta sé ekki endirinn á okkur.

Hann sagði það þegar ég stakk hárlokki fyrir aftan eyrað á mér og hélt þétt í höndina á honum þegar hann sagði mér að hafa ekki áhyggjur. Við höfum báðir enn svo mikið að gera á milli okkar eftir það sem hefur gerst á milli þín, mín, móður þinnar, pabba þíns og það sem gerðist með Les. Það munu koma dagar þar sem hvorugt okkar veit hvernig við munum takast á við - en við finnum alltaf styrk hjá hvort öðru svo ég hef engar áhyggjur af okkur."

„Hafðu engar áhyggjur," fullvissaði ég hann og bætti svo við: „Og til að takast á við, þá trúi ég ekki á hamingjusama ævi.

„Mjög vel," hlær hann. "Þegar allt kemur til alls, það eina sem þú færð hér er ég!"

„Það er allt sem ég þarf," svaraði ég. "Jæja... mig vantar lampann, öskubakkann, fjarstýringuna og róðrarboltaleikinn; eins og þig, Dean Holder; en það er það!"
"Hvað er að gerast þarna úti?" Ég spyr Lesslie um leið og ég horfi út um stofugluggann á Dean, sem liggur flatur á bakinu á innkeyrslunni þeirra og horfir til himins.

„Hann er að horfa á stjörnurnar," tilkynnir hún og ég sný mér við og horfi á hana. Ég spyr hvað stjörnuskoðun þýðir nákvæmlega; hún yppir öxlum og svarar: "Ég veit það ekki; það er bara það sem hann kallar það þegar hann starir með söknuði upp í himininn."

„Mig langar að gera það," segi ég við hana um leið og ég lít aftur út um gluggann minn og horfi á hann aðeins lengur. Þó ég skilji ekki alveg hvað felst í stjörnuskoðun þá hljómar það áhugavert – stjörnur eru eitthvað sem mér finnst fallegt; Mamma hafði sett þau um allt herbergið mitt sem skraut! Þegar hún heyrði beiðni mína fór hún líka úr skónum - sem gaf okkur nægan tíma til að horfa á stjörnurnar án þess að nokkur tæki þátt eða skammaðist sín!
„Getum við farið að gera það saman? Um leið og hún tók þá af mér leit ég aftur upp á hana en hún hafði gert jafn mikið á undan mér; voru þeir kannski komnir með?

"Mér finnst ekki gaman að fara, svo vinsamlegast komdu einn; ég skal hjálpa mömmu að undirbúa popp og myndina."

Við Lesslie njótum þess að gista saman; allir dagar sem ég þarf ekki að vera heima er einn sem mér þykir vænt um. Þegar ég er kominn úr sófanum geng ég að útidyrunum þar sem ég klæddi mig í skóna áður en ég labbaði út til að leggjast við hlið Dean í innkeyrslunni hans - ekki það að annað hvort okkar líti hvort á annað þegar sest er niður; við horfum bæði upp í himininn án þess að tala mikið.

Í kvöld eru stjörnurnar ótrúlega ljómandi. Ég hef aldrei upplifað fegurð þeirra jafn lifandi áður og þeir fara langt fram úr þeim sem eru á loftinu mínu! "Vá. Þetta er hrífandi."

„Já," svaraði hann. "Ég veit."

Það var rólegt í nokkuð langan tíma. Dean talar ekki oft og var miklu rólegri en Lesslie.

Von? Ætlarðu að láta mig lofa einhverju?"
Ég sný höfðinu og horfi á hann, en hann horfir enn upp í stjörnurnar. Fyrir pabba hafði enginn beðið mig að lofa neinu áður; Svo þegar hann lét mig lofa að segja engum frá því hversu þakklát ég er fyrir hann lofaði ég að gefa ekki upp slík smáatriði - þó stundum finnist það ómögulegt að gera það ekki! Hins vegar ef ég braut loforð hans myndi ég segja Dean í staðinn þar sem ég veit að hann myndi aldrei segja neinum.

„Já," svara ég.
Hann snýr sér við og lítur til baka á mig sorgmæddur augum áður en hann snýr sér aftur til baka til að horfast í augu við mig með spurningum: „Fékk pabbi þinn þig nokkurn tíma til að gráta?

Ég kinka kolli til samþykkis og reyni að fella ekki tár þegar ég man hvers vegna pabbi er alltaf að gera mig leiða. Dean virðist þekkja þessa staðreynd nógu vel; hann virðist vera meðvitaður um að grátur minn tengist honum yfirleitt.

Ætlarðu að lofa mér því að þegar hann gerir þig leiðan, þá einbeitir þú þér að himninum í staðinn?

"En afhverju?" Ég spyr. En kinkaði kolli, ég svara spurningu hans samt. "Af hverju?" svarar hann vantrúaður.

"Af hverju?" Hann snýr andlitinu aftur upp í átt að stjörnunum. "Af því." Himininn er alltaf fallegur - jafnvel á dögum með rigningu eða skýjum - jafnvel þegar ég er týnd eða hrædd...og vitandi að sama hvað gerist þá þarf ég bara að líta upp...það svíkur mig ekki... og það getur verið huggun þegar pabbi þinn gerir þig leið! Það getur jafnvel þjónað sem eitthvað til að einblína á þegar faðir þinn gerir þig sorgmæddan..."

Brostu þrátt fyrir að tala okkar sé hjartnæm; Að horfa upp til himins eins og Dean gerir gleður hjarta mitt; þegar hræddar eða sorglegar hugsanir koma upp í huga minn, bara að hugsa um hversu fallegur himinninn verður alltaf mun hjálpa mér að halda áfram að brosa; fegurð hennar mun aldrei svíkja mig!

„Ég lofa," hvíslaði ég.

Hann rétti hendina út á steypuna á milli okkar og vafði bleiku sinni utan um mína.

Fyrstu tvær skáldsögurnar mínar voru kláraðar án þess að nota beta lesendur eða bloggara sem leiðbeiningar.

(Þetta var af fáfræði frekar en vali.) Ég vissi ekki einu sinni hvað ARC var.

Ó hvað ég vildi að ég hefði passað betur!

Þakka þér fyrir ALLIR bloggarar sem vinna sleitulaust að því að deila ást sinni á lestri með áhorfendum sínum. Bloggarar þjóna sannarlega sem líflínur fyrir höfunda og við þökkum þeim fyrir allt sem þeir gera!

Maryse, Tammara Webber, Jenny og Gitte frá Totallybookedblog.com; Tina Reber; Tracey Garvis-Graves, Abbi Glines og Karly Blakemore-Mowle með Autumnreview.com og Madisonsays.com auk Rebecca Donovan; Sarah Ross; Lisa Kane; Gloria Green; Cheri Lambert; Trisha Rai; Katy Perez, Stephanie Cohen og Tonya Killian fyrir að gefa sér tíma og veita svo nákvæm og ómetanleg endurgjöf þrátt fyrir margar „uppfærðar" skrár mínar allan desember! Þið hafið sannarlega verið einstakir félagar! Þakka ykkur öllum kærlega fyrir!

Ó Sarah Augustus Hansen! Ég get ekki þakkað þér nóg fyrir að gera forsíðuna mína að þeim glæsilegustu sem ég hef nokkurn tíma, auk þess að koma til móts við beiðnir mínar um breytingar þar til ég á endanum velur upprunalegu hugmyndina þína. Þolinmæði þín við mig á sér engin takmörk - af þeirri ástæðu einni lýsi ég Holder þinni! Allt í lagi. Við skulum fara í gegnum það aftur.

Maðurinn minn bað eindregið um að ég myndi taka hann með í viðurkenningar þessarar bókar þar sem uppástunga hans um orð (til dæmis flóðgáttir) hjálpaði mér að klára eina setningu í einni málsgrein og atriði þessarar bókar. Án tillögu hans (það er óhætt að gera ráð fyrir), gæti þessi bók aldrei verið fullgerð
Hann bað mig um að segja það; í sannleika var hann réttur í því; án eins orðs uppástungu hans hefði bókin líklega gengið vel; en án hans stuðnings og eldmóðs hefði ég kannski aldrei skrifað eitt einasta orð!
Skuldbinding mín er fyrst og fremst við Lin, þar sem hún þarfnast mín mest. Því miður man ég ekki mikið af hverjum allir líkjast eða muna öll nöfnin þín núna; en nú þegar þessari bók er lokið lofa ég þér aftur athygli mína með því að svara símtölum þínum, svara skilaboðum frá ykkur öllum, horfa í augun á ykkur þegar við tölum frekar en að horfa út í skáldskap, fara að sofa fyrir fjögur í dag. morgun, skoðaði aldrei tölvupóst á meðan ég talaði í síma við einhvern aftur (nema ég byrji að skrifa aðra skáldsögu semsagt).

Og fyrir þrjú ótrúleg börn mín. Ég sakna ykkar sárt - þó svo já, strákar. Mamma bölvaði bara. Aftur.

ENDIRINN

www.ingramcontent.com/pod-product-compliance
Lightning Source LLC
LaVergne TN
LVHW082031051026
849532LV00011B/3321